எம்.ஏ. நுஃமான் (1944) தமிழ்ப் பேராசிரியர். மொழியியலை சிறப்புத் துறையாகப் பயின்ற இவர், 1976 முதல் 1990 வரை யாழ்ப்பாணப் பல்கலைக்கழக தமிழ்த் துறையிலும் மொழியியல் துறையிலும் விரிவுரையாளராகப் பணியாற்றினார். இலங்கை தென்கிழக்குப் பல்கலைக்கழகத்திலும், திறந்த பல்கலைக் கழகத்திலும் ஆலோசக ராகவும், தஞ்சாவூர் தமிழ்ப் பல்கலைக்கழகத்தில் வருகைதரு பேராசிரியராகவும் சிறிது காலம் பணியாற்றியிருக்கிறார். தற்போது மலாயாப் பல்கலைக்கழக இந்தியவியல் ஆய்வுத் துறையில் வருகைதரு பேராசிரியராகப் பணிபுரிகிறார்.

பேராசிரியர் எம். ஏ. நுஃமான் ஒரு கவிஞர், இலக்கிய விமர்சகர், ஆய்வாளர் என நன்கு அறியப்பட்டவர். ஆசிரியர், பதிப்பாசிரியர், மொழிபெயர்ப்பாளர் என்ற வகையில் இதுவரை இவரது முப்பது நூல்கள் வெளிவந்துள்ளன. பாரதியின் மொழிச் சிந்தனைகள் (1984), மார்க்சியமும் இலக்கியத் திறனாய்வும் (1988), தொடர்பாடல், மொழி, நவீனத்துவம் (1993), ஆரம்ப இடைநிலை வகுப்புகளில் தமிழ்மொழி கற்பித்தல் (2002), மொழியும் இலக்கியமும் (2006), *A Contrastive Grammar of Tamil and Sinhala* (2000), *A Lankan Mosaic: Translation of Tamil and Sinhala Short Stories* (2003), *Sri Lankan Muslims: Ethnic Identity within Cultural Diversity* (2007) என்பன இவற்றுள் சில.

அடிப்படைத் தமிழ் இலக்கணம்

எம்.ஏ. நுஃமான்

அடையாளம்

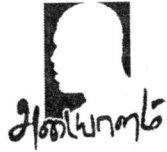

முதல் பதிப்பு 2007
நான்காவது மீளச்சு 2023

© எம்.ஏ. நுஃமான்

வெளியீடு: அடையாளம், 1205/1 கருப்பூர் சாலை, புத்தாநத்தம் 621310, திருச்சி மாவட்டம், தமிழ்நாடு, இந்தியா, தொலைபேசி: (+91) 04332 273444
நூல் வடிவம்: த பாபிரஸ், அச்சாக்கம்: அடையாளம் பிரஸ், இந்தியா
ISBN: 978 81 7720 062 1
விலை: ₹ 270

Atippataith thamizh ilakkanam, Basic Tamil grammar by M.A. Nuhman, Published by Adaiyaalam, 1205/1 Karupur Road, Puthanatham 621310, Thiruchirappalli Dist., Tamilnadu, India, email: info@adaiyaalam.net

பொருளடக்கம்

முன்னுரை 7

1. எழுத்தியல்
1. எழுத்தும் அதன் வகைகளும் 15
2. சார்பெழுத்தும் அதன் வகைகளும் 29
3. எழுத்தின் பரம்பல் 38

2. சொல்லியல்
4. சொல்லின் அமைப்பு: பகுபதமும் பகாப்பதமும் 47
5. சொல் வகைகள்: பெயர்ச்சொற்கள் 57
6. பெயர்ச் சொற்கள் திணை, எண், பால், இடம் உணர்த்துதல் 79
7. வேற்றுமை 88
8. சொல் வகைகள்: வினைச் சொற்கள் 110
9. முற்றுவினை: அதன் அமைப்பும் வகைகளும் 118
10. எச்சவினை: அதன் அமைப்பும் வகைகளும் 135
11. மேலும் சில வினை வகைகள் 145
12. பெயரடையும் வினையடையும் 160
13. இடைச்சொற்கள் 168

3. தொடரியல்
14. வாக்கியமும் வாக்கிய உறுப்புகளும் 181
15. தனிவாக்கியமும் அதன் அமைப்பும் 187
16. வாக்கிய இணைப்பு 205
17. கலப்பு வாக்கிய அமைப்பு 219

4. புணரியல்

18. புணர்ச்சியும் புணர்ச்சி வகைகளும் 241
19. உயிர் ஈற்றுப் புணர்ச்சி 248
20. மெய் ஈற்றுப் புணர்ச்சி 255
பார்வை நூல்கள் 261
சுட்டி 263

முன்னுரை

இலங்கையில் உயர் இடைநிலை வகுப்புக்குரிய புதிய தமிழ் இலக்கணப் பாடத்திட்டத்துக்கு அமைவாக எழுதப்பட்ட இந்நூல், தமிழக, இலங்கைப் பல்கலைக்கழகங்களிலும், கல்விக் கல்லூரி களிலும், பிற உயர் கல்வி நிறுவனங்களிலும் தமிழை ஒரு பாடமாகப் பயிலும் மாணவர்களுக்கும், கற்பிக்கும் ஆசிரியர்களுக்கும் பயன் படும் வகையில் சற்று விரிவாக அமைந்துள்ளது.

பள்ளிகளிலும் உயர் கல்வி நிறுவனங்களிலும் தமிழ் இலக்கணம் பெரிதும் நன்னூலை அடிப்படையாகக் கொண்டே இன்றுவரை கற்பிக்கப்பட்டு வருகின்றது. நன்னூல் சுமார் எழுநூறு அல்லது எண்ணூறு ஆண்டுகளுக்கு முன் (கி.பி. 12 அல்லது 13ஆம் நூற்றாண்டு) எழுதப்பட்டது. பண்டைக்கால மற்றும் இடைக்காலத் தமிழின் அமைப்பையே அது விளக்குகிறது. நன்னூலார் காலத் தமிழில் இருந்து இக்காலத் தமிழ் பெருமளவு மாற்றம் அடைந்துள்ளது.

கடந்த நூற்றாண்டில் ஐரோப்பியத் தமிழறிஞர்களின் தொடர் பினாலும், இந்த நூற்றாண்டில் நவீன மொழியியல் கோட்பாடுகளின் வளர்ச்சியினாலும் தமிழ் இலக்கணச் சிந்தனையிலும், இலக்கண ஆராய்ச்சியிலும் பெரிய முன்னேற்றங்களும் வளர்ச்சிகளும் ஏற்பட்டுள்ளன. கடந்த சுமார் அரை நூற்றாண்டு காலத்துள் தமிழ் இலக்கண மரபு பற்றியும், தமிழ் மொழியின் பண்டைக்கால, தற்கால இலக்கண அமைப்புப் பற்றியும் மொழியியல் நோக்கில் ஆங்கிலத் திலும் தமிழிலும் பல நூற்றுக்கணக்கான கட்டுரைகளும், நூல்களும் வெளிவந்துள்ளன. இவற்றின் பயன் எதுவும் பள்ளி, கல்லூரி மாணவர் களையோ ஆசிரியர்களையோ இன்னும் சென்றடையவில்லை. தமிழ் கற்பித்தலும், தமிழ் மொழிப் பாடநூல்களும் இன்னும் பழைய இலக்கணச் சிந்தனை முறைகளையே முதன்மைப்படுத்துகின்றன.

எடுத்துக்காட்டாக, மையீற்றுப் பண்புப் பெயர்ப் புணர்ச்சி விதிகளின்படி நன்னூல் என்பதை மாணவன் நன்மை + நூல் என்று பிரித்து எழுத வேண்டும் என்றே எதிர்பார்க்கிறோம். நல் + நூல் என எழுதுவது தவறு எனக் கருதுகிறோம். தற்காலத் தமிழின் ஒலி யமைப்பில் ஏற்பட்டுள்ள மாற்றங்களைக் கருத்தில் கொள்ளாமல், 'தனிக் குற்றெழுத்து அல்லாத ஏனைய எழுத்துகளின் பின்னே சொல்லின் இறுதியில் வல்லின மெய்யின் மேல் ஏறிவரும் உகரம்

குற்றியலுகரம்' என்னும் வாய்ப்பாட்டையே இன்னும் சொல்லிக் கொடுக்கிறோம். இன்றைய தமிழின் அமைப்புக்குப் பொருத்தமற்றது எனினும், நல்லன், கரியன் என்பன குறிப்புவினை முற்றுகள் என்றும், இவை குறிப்பாகக் காலம் காட்டுகின்றன என்றும் கற்பிக்கிறோம். பெயரெச்சம், வினையெச்சம், வினையாலணையும் பெயர், தொழிற்பெயர் முதலியவற்றை, அவற்றின் தொடரியல் அம்சங்களைக் கருத்தில் கொள்ளாது சொல் நிலையிலேயே விளக்குகிறோம். இத்தகைய இலக்கண அம்சங்கள் தொடர்பாக இதுவரை நடைபெற்றுள்ள மொழியியல் ஆய்வுகள் பற்றி மொழி கற்பித்தல் துறையினர்க்கு எதுவும் தெரியாது. இந்நிலையில், இலக்கணம் கற்பித்தல் தொடர்ந்தும் பழைய தடத்திலேயே செல்வது தவிர்க்க முடியாதது.

மரபுவழி இலக்கணக் கருத்துகளோடு நவீன மொழியியல் கருத்துகளையும் இணைக்க வேண்டியது மொழி கற்பித்தல் துறையில் இன்று அவசரத் தேவையாக உள்ளது. அவ்வகையில், இலக்கணம் கற்பித்தல் முற்றாக மாற்றியமைக்கப்பட வேண்டும் என்னும் கருத்துடையவன் நான். இக்கருத்தைப் பல ஆண்டுகளாக வலியுறுத்தி வருகிறேன். எனினும், மொழி கற்பிக்கும் ஆசிரியர் எல்லோருக்கும் மொழியியல் பயிற்சிக்குரிய வாய்ப்புக் கிடைக்கும்வரை இது முற்றிலும் சாத்தியம் அல்ல. ஆகவே, இது படிப்படியாகவே செய்யப்பட வேண்டியுள்ளது. உயர் இடைநிலை வகுப்புக்குரிய புதிய இலக்கணப் பாடத்திட்டமும், அதனைத் தழுவி அமைந்த இப்பாட நூலும் இவ்வகையில் ஒரு முதற்கட்ட முயற்சியாகும்.

தமிழ் இலக்கண மரபு பெரிதும் சொல்லிலக்கண மரபேயாகும். சொற்களுக்கிடையே உள்ள வாக்கிய உறவுகள் பற்றிய செய்திகள் தமிழ் இலக்கண நூல்களில் அரிதாகவே காணப்படுகின்றன. வாக்கிய அம்சங்களும் சொல்லிலக்கண அடிப்படையிலேயே விளக்கப்படுகின்றன. இதனால், தமிழ் இலக்கணம் கற்கும் மாணவனுக்குச் சொற்களுக்கிடையே உள்ள வாக்கிய உறவுகள் பற்றிய தெளிவு கிடைப்பதில்லை.

மொழிப் பயன்பாட்டில் வாக்கியம் ஓர் அடிப்படை அலகாகும். செம்மையாக வாக்கியங்களைப் பயன்படுத்த முடியாவிட்டால் மொழிலமான தொடர்பாடல் ஆற்றலுடன் அமையாது. வாக்கிய அமைப்புப் பற்றிய பயிற்சியின்மையால் நன்கு சொல் இலக்கணம் கூறப் பயின்ற மாணவர்கள்கூடப் பிழையின்றி வாக்கியம் எழுத முடியாதவர்களாக உள்ளனர். அதனாலேயே, புதிய பாடத்திட்டத்தில் வாக்கிய அமைப்புக்கு முக்கிய இடம் கொடுக்கப்பட்டுள்ளது.

அவ்வகையில், இப்பாட நூலிலும் சுமார் ன்றில் ஒரு பகுதி தொடரியல் பற்றியதாக அமைந்துள்ளது. மரபுவழி இலக்கணத்தில், குறிப்பாக நன்னூலில், தொகைநிலைத் தொடர், தொகாநிலைத் தொடர் என்னும் தலைப்புகளில் கூறப்படும் தொடரியல் பற்றிய செய்திகளும் இங்கு கூறப்படும் செய்திகளும் ஒன்றல்ல. இங்கு கூறப்படுவன நவீன மொழியியலாளர்கள் கூறும் தமிழ் வாக்கியவியல் (Syntax) பற்றிய சில அடிப்படைச் செய்திகளாகும். மாணவர்கள் இவற்றில் கூடிய பயிற்சிகளைப் பெறுவது அடிப்படை வாக்கிய அமைப்புகளைப் புரிந்துகொண்டு பிழையின்றி வாக்கியம் அமைக்க உதவும்.

தற்காலத் தமிழுக்கு இலக்கணம் எழுதுவதில் பல சிக்கல்கள் உள்ளன. பேசும் தமிழ் மட்டுமன்றி எழுதும் தமிழும் நாட்டுக்கு நாடு வேறுபடுகின்றது. சொல்வழக்கில் மட்டுமன்றி உச்சரிப்பு, எழுத்துக் கூட்டல், இலக்கண அமைப்பு போன்றவற்றிலும் இந்த வேறுபாடு உண்டு. எடுத்துக்காட்டாக, மகரத்தை அடுத்துவரும் பகரம் தமிழின் எல்லாக் கிளைமொழிகளிலும் [b]ஆக ஒலிக்கப்படுகின்றது (கம்பன், தம்பி); தமிழகத்தில் ண, ன ஆகியவற்றை அடுத்தும் அது அவ்வாறே ஒலிக்கப்படுகின்றது (நண்பன், அன்பு). ஆனால், இலங்கைத் தமிழில் ண, ன என்பவற்றறை அடுத்துவரும் பகரம் ‘ப’ [P]ஆக ஒலிக்கப் படுவதே பெருவழக்கு. இந்தியத் தமிழில் அண்ணனை அடித்தான் என்பது பொதுவழக்கு. இலங்கைத் தமிழில் அண்ணனுக்கு அடித்தான், அண்ணனை அடித்தான் இரண்டும் வழக்கில் உள்ளன. இலங்கைத் தமிழில் படிப்பி என வழங்கும் வினை இந்தியத் தமிழில் படித்துக் கொடு என வழங்குகின்றது.

Pen என்ற ஆங்கிலச் சொல் இந்தியத் தமிழில் பேனா என்றும் இலங்கைத் தமிழில் பேனை என்றும் கடன் வாங்கப்பட்டுள்ளது. அதனால், இச்சொல் வேற்றுமை உருபு ஏற்கும்போது இந்தியத் தமிழில் பேனாவை, பேனாவால் என்றும், இலங்கைத் தமிழில் பேனையை, பேனையால் என்றும் அமைகின்றது. இதுபோல் பிறமொழிச் சொற்களைத் தமிழில் எழுதும் முறையில் இந்தியத் தமிழுக்கும் இலங்கைத் தமிழுக்கும் இடையில் சில வேறுபாடுகள் காணப்படுகின்றன. எடுத்துக்காட்டாக இந்தியத் தமிழில் ராத்தல், ரேடியோ என்பன இலங்கைத் தமிழில் றாத்தல், றேடியோ என எழுதப்படுகின்றன.

இத்தகைய வேறுபாடுகள் பல இருக்கும்போது இவற்றுள் எதை நியமமாகக் கொள்வது என்பது பிரச்சினை. இந்த நூலின் இலங்கைப் பதிப்பு பற்றி சில தமிழக அறிஞர்கள் எழுதிய குறிப்புகள் இந்த

வேறுபாட்டை எனக்கு உணர்த்தின. இவற்றுள் எது சரி, எது பிழை என வாதிடுவதைவிட, தற்காலத் தமிழில் காணப்படும் வேறுபாடு களை மனம் கொண்டு, இலக்கணம் கற்பிக்கும்போது அந்தந்த நாட்டு வழக்கை நியமமாகக் கொண்டு அந்தந்த நாட்டு மாணவர் களுக்குக் கற்பிப்பதே பொருத்தமானது என்பது என் கருத்து. இத்தகைய வழக்கு வேறுபாடுகள் பேச்சுத் தமிழில் இருப்பது போல் எழுத்துத் தமிழில் அதிகம் இல்லை என்பதையும் நாம் கருத்தில் கொள்ள வேண்டும்.

தற்காலத் தமிழுக்கு இலக்கணம் எழுதுவதிலும் கற்பிப்பதிலும் உள்ள பிறிதொரு பிரச்சினை மொழிமாற்றம் பற்றி தமிழறிஞர் பலர் மத்தியில் காணப்படும் எதிர்ப்புணர்வாகும். தற்காலத் தமிழில் காணப்படும் புதிய வழக்குகள் பலவற்றை வழு என நிராகரித்து பழைய வழக்குகளே சரி என இவர்கள் வாதிடுவர். எடுத்துக்காட்டாக, பழந்தமிழிலும் இடைக்காலத் தமிழிலும் அல்ல என்பது பலவின் பால் வினைமுற்றாகும். ஆனால், தற்காலத் தமிழில் இது ஐம்பால் விடத்துக்கும் பொதுவாக வழங்குகின்றது. தமிழாசிரியர்கள் பலர் இதனை வழு எனக் கூறுகின்றனர்.

தற்காலத் தமிழில் பிறமொழிப் பெயர்களை எழுதுவதற்கு இன்றி யமையாததாக உள்ள கிரந்த எழுத்துகளைத் தவிர்க்க வேண்டும் எனவும், பிறமொழிப் பெயர்களைத் தமிழின் ஒலி மரபுக்கு ஏற்ப ஒலி மாற்றம் செய்தே எழுத வேண்டும் எனவும் இவர்கள் வலியுறுத்து கின்றனர். மொழிகள் இடையறாது மாற்றம் அடைவன என்பதை யும், மொழிமாற்றம் தவிர்க்க முடியாதது, மொழி வளர்ச்சிக்கு அவசியமானது என்பதையும் இவர்கள் ஏற்றுக்கொள்வதில்லை. அதிகார மட்டத்திலும் இக்கருத்தே நிலவுவதால் மொழிக்கல்வி பெரிதும் பழமை நோக்கியதாக அமைகின்றது. ஆயினும், இந்தக் கருத்தை மீறி தற்காலத் தமிழ் பன்முகப்பட்டு வளர்ச்சியடைந்து வருவதை நாம் காண்கின்றோம். தமிழின் பன்மைத் தன்மையை ஏற்றுக்கொள்ளாது தமிழை வளர்க்க முடியாது என்பதை நாம் கருத்தில் கொள்ள வேண்டும்.

தமிழில் மொழியியல் சிந்தனைகள் அறிமுகமாகி சுமார் அரை நூற்றாண்டு கடந்தும் மொழியியல் கல்வியின் பயன் சில பல்கலைக் கழகங்களின் மொழியியல் துறைகளைத் தாண்டி பள்ளிகளிலும், கல்லூரிகளிலும் தமிழாசிரியர்களைச் சென்றடையவில்லை. இந்நிலை யில் முற்றிலும் மொழியியல் நோக்கில் அமைந்த ஒரு இலக்கணப் பாடநூல் அதிக பயன் தராது. அவ்வகையில், மொழியியல் கலைச் சொற்களை இயன்ற அளவு குறைத்து, அதேவேளை நவீன மொழி

யியல் சிந்தனைகளைத் தழுவி, தற்கால வழக்குக்கு அதிக முக்கியத்துவம் கொடுத்து இப்பாட நூலை எழுதியுள்ளேன்.

இந்நூலை எழுதுவதற்கு மொழியியல் அறிஞர்கள் பலரின் ஆய்வுகள் எனக்குப் பெரிதும் பயன்பட்டன. அவை பற்றிய விவரங்கள் நூலின் இறுதியில் உசாத்துணை நூற்பட்டியலில் தரப் பட்டுள்ளன. குறிப்பாகப் பேராசிரியர்கள் ச. அகத்தியலிங்கம், செ.வை. சண்முகம், கு. பரமசிவம், பொற்கோ, முத்துச் சண்முகன், சு. சுசீந்திரராஜா, தோமஸ் லெஹ்மன், இ. அண்ணாமலை ஆகியோரின் ஆய்வுகளுக்கு நான் பெரிதும் கடமைப்பட்டுள்ளேன். இவர்களுக்கு என் நன்றி என்றும் உரியது.

இத்தகைய ஒரு நூலை எழுத வேண்டும் என்பது என் நெடு நாளையத் திட்டமாகும். ஆயினும், அவகாசம் இன்மையால் அது பின்போடப்பட்டுக் கொண்டே சென்றது. 1998 மார்ச் முதல் ஜூன் வரை தஞ்சாவூர் தமிழ்ப் பல்கலைக்கழகத்தில் அதன் துணை வேந்தர், என் மதிப்புக்குரிய பேராசிரியர் கி. கருணாகரன் அவர் களின் அழைப்பின் பேரில் மொழியியல் துறையில் அதிதிப் பேராசிரியராகக் கடமை புரியும் வாய்ப்புக் கிடைத்தது. அக்காலப் பகுதியிலேயே இந்நூலை எழுதி முடித்தேன். மொழியியல் துறை யில் அமைதியாக இருந்து இதனை எழுதி முடிப்பதற்குரிய சகல வசதிகளையும் செய்து தந்தவர் துறைத் தலைவரும் என் நண்பருமான பேராசிரியர் கி. அரங்கன் அவர்கள். அவ்வப்போது சில இலக்கணப் பிரச்சினைகள் தொடர்பாக அவருடனும், அறிவியல் தமிழ்த் துறைப் பேராசிரியர் நண்பர் இராம சுந்தரம் அவர்களுடனும் கலந்துரையாடி யிருக்கிறேன். மொழியியல் துறையைச் சேர்ந்த திருமதி சுசீலா அவர்களும், அகராதித் துறையைச் சேர்ந்த நண்பர் பெ. மாதையன் அவர்களும் எனக்கு வேண்டிய உசாத்துணை நூல்களைத் தந்துதவினர். மொழியியல் துறையைச் சேர்ந்த ஏனைய நண்பர்களும் பல்வேறு வகைகளில் எனக்கு உதவினர். அவர்கள் எல்லோருக்கும் நான் மிகவும் கடமைப்பட்டுள்ளேன்.

இந்நூலாக்கத்தைப் பற்றிக் கேள்விப்பட்டதும் நூல் முழுவதையும் மிகக் குறுகிய காலத்துள், மொழி அறக்கட்டளை நிறுவனத்தில் கணினியில் பிரதி செய்துதர ஆர்வத்துடன் தானாகவே முன்வந்தவர் என் நண்பர் க்ரியா ராமகிருஷ்ணன் அவர்கள். க்ரியா அகராதிகளின் முதன்மை ஆசிரியரும் என் நண்பருமான டாக்டர் பா.ரா. சுப்பிர மனியன் அவர்கள் அதனைச் சாத்தியமாக்கியதோடு, நூலின் பிரதியை அங்கங்கே பார்வையிட்டு சில ஆலோசனைகளும் வழங்கினார். இவர்கள் இருவருக்கும் நான் பெரிதும் கடமைப்பட்டுள்ளேன்.

மொழியியல் சிந்தனைகளைத் தழுவி அமைந்த ஒரு பாட நூல் என்னும் வகையில் இந்நூல் ஒரு முதல் முயற்சியே. சில குறைபாடு களும் தவறுகளும் இதில் இருத்தல் சாத்தியமானதே. பேராசிரியர் சு. சுசீந்திரராஜா அவர்களும், பேராசிரியர் சி. சிவசேகரம் அவர் களும் இந்நூலின் முதல் பதிப்பைக் கவனமாகப் படித்து இதில் காணப்பட்ட குறைபாடுகளையும் தவறுகளையும் சுட்டிக்காட்டி, திருத்தத்துக்கான ஆலோசனைகளுடன் விரிவான குறிப்புகளை எழுதித் தந்தனர். முனைவர் பா.ரா. சுப்பிரமணியன் அவர்களும் தமிழ்ப் பல்கலைக்கழக மொழியியல் பேராசிரியர் எம். சுசீலா அவர்களும் தமிழக நோக்கிலிருந்து சில குறைபாடுகளைச் சுட்டிக் காட்டினர். இவர்களின் கருத்துகள் பலவற்றை ஏற்றுக்கொண்டு இப்பதிப்பில் பல திருத்தங்களைச் செய்துள்ளேன். இவர்கள் எல்லாருக்கும் என் நன்றி உரியது. எனினும், இதில் இன்னும் காணப்படும் குறைபாடுகளுக்கு நானே பொறுப்பு. அறிஞர்களும், இதனைப் பயன்படுத்தும் ஆசிரியர்களும், மாணவர்களும் அவற்றைச் சுட்டிக்காட்டின் நன்றியுடன் அவை அடுத்த பதிப்பில் திருத்திக் கொள்ளப்படும்.

மொழியியலை அரிச்சுவடியிலிருந்து எனக்குக் கற்பித்தவர் என் மதிப்புக்குரிய ஆசிரியர், பேராசிரியர் சு. சுசீந்திரராஜா அவர்கள். பிரபலத்தில் ஆர்வம் காட்டாது, தமிழ் மொழி ஆராய்ச்சியையே தன் முதன்மைப் பணியாகக் கருதி, இலங்கைப் பல்கலைக்கழகங்களில் சுமார் ன்று தசாப்தங்களுக்குமேல் அமைதியாகப் பணிபுரிந்து இப்போது தன் பணியிலிருந்து ஓய்வு பெற்றிருக்கிறார். அவர்மீது எனக்குள்ள அன்பு, கௌரவம், நன்றியுணர்வு ஆகியவற்றின் வெளிப் பாடாக இச்சிறு நூலை அவருக்கே சமர்ப்பிக்கிறேன்.

எம்.ஏ. நுஃமான்

எழுத்தியல்

1
எழுத்தும் அதன் வகைகளும்

தமிழ் இலக்கண நூல்களில் எழுத்து என்னும் சொல் மொழியில் வழங்கும் ஒலிகளைக் குறிக்கவும், அவ்வொலிகளுக்குரிய வரி வடிவத்தைக் குறிக்கவும் பயன்படுத்தப்பட்டுள்ளது. அவ்வகையில் 'அ' என்னும் எழுத்து ஒலிவடிவம், வரிவடிவம் இரண்டையும் குறித்து நிற்கின்றது. ஒவ்வொரு எழுத்துக்கும் ஒலிவடிவம், வரிவடிவம் இரண்டும் உண்டு. ஒலிவடிவம் என்பது எழுத்தை உச்சரிக்கும்போது எழும் ஒலியையும், வரிவடிவம் என்பது ஒரு எழுத்தின் எழுதப்படும் வடிவத்தையும் குறிக்கும்.

தமிழ் எழுத்துகளை முதல் எழுத்து, சார்பெழுத்து என இரண்டாக வகைப்படுத்துவர். முதல் எழுத்து என்பது தமிழ் மொழியில் வழங்கும் அடிப்படையான ஒலிகளையும் அவற்றின் வரிவடிவங்களையும் குறிக்கும். சார்பெழுத்து என்பது மொழிக்கு அடிப்படையான ஒலிகளைக் குறிக்காது, இரண்டு ஒலிகளைக் குறிக்கும் உயிர்மெய் எழுத்துகளையும், சந்தர்ப்பத்துக்கு ஏற்ப நீண்டோ, குறுகியோ ஒலிக்கும் எழுத்துகளையும் குறிக்கும்.

முதல் எழுத்து

உயிர் எழுத்து, மெய் எழுத்து என முதல் எழுத்து இரு வகைப்படும்.

உயிர் எழுத்து

அ	ஆ	இ	ஈ	உ	ஊ	எ	ஏ	ஐ	ஒ	ஓ	ஔ

ஆகிய 12 எழுத்துகளும் உயிர் எழுத்துகள் எனப்படும். இவற்றைப் பிற எழுத்துகளின் துணையின்றி, தனித்தனியாக ஒலிக்கலாம். உச்சரிக்கும் கால அளவைப் பொறுத்து இவற்றை குறில், நெடில் என இரு வகைப்படுத்துவர்.

குறில்

அ	இ	உ	எ	ஒ

மேல் உள்ள 5 உயிர் எழுத்துகளும் குறில் எனப்படும். இவற்றை உச்சரிக்கும் கால அளவு ஒரு மாத்திரையாகும். மாத்திரை என்பது கை நொடிப் பொழுது அல்லது கண் இமைப்பொழுதைக் குறிக்கும். அதாவது, ஒரு மாத்திரை ஒரு வினாடி நேரத்தைக் குறிக்கும். ஆயினும், இது ஒலி ஆய்வுக்குப் பயன்படும் நவீன கருவிகளைப் பயன்படுத்தி உறுதிசெய்யப்பட்ட கூற்று அல்ல.

நெடில்

ஆ	ஈ	ஊ	ஏ	ஐ	ஓ	ஔ

மேல் உள்ள 7 எழுத்துகளும் நெடில் எனப்படும். இவற்றை உச்சரிக்கும் கால அளவு இரண்டு மாத்திரையாகும்.

கூட்டுயிர் அல்லது சந்தியக்கரம்

ஐ, ஔ ஆகிய இரண்டு உயிர் எழுத்துகளும் கூட்டுயிர் அல்லது சந்தியக்கரம் எனப்படும். இவை அய், அவ் என்றும் எழுதப்படும். பண்டைக் காலத்தில் அஇ, அஉ என்றும் இவை எழுதப்பட்டன; இன்று அவ்வாறு எழுதப்படுவதில்லை.

ஐ அய்	ஔ அவ்

உயிர் எழுத்துகளின் உச்சரிப்பு முறை

உச்சரிக்கும் முறையின் அடிப்படையில் உயிர் எழுத்துகளை எட்டுத் தொகுதிகளாக வகைப்படுத்தலாம்.

1. இதழ் குவிந்த உயிர்

உ	ஊ	ஒ	ஓ	ஔ

ஆகிய உயிர் எழுத்துகளை இதழ்கள் (உதடுகள்) இரண்டையும் குவித்து உச்சரிக்கின்றோம். அதனால், இவற்றை இதழ் குவிந்த உயிர்கள் எனலாம்.

2. இதழ் குவியா உயிர்

அ	ஆ	இ	ஈ	எ	ஏ	ஐ

ஆகிய உயிர் எழுத்துகளை இதழ்களைக் குவியாமல் உச்சரிக்கின்றோம். அதனால், இவற்றை இதழ் குவியா உயிர்கள் எனலாம்.

3. முன் உயிர்

இ	ஈ	எ	ஏ

ஆகிய உயிர் எழுத்துகளை உச்சரிக்கும்போது நாக்கின் முன்பகுதி விறைப்படைகின்றது. அதனால், இவற்றை முன் உயிர் என்பர்.

4. பின் உயிர்

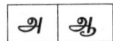

உ	ஊ	ஒ	ஓ

ஆகிய உயிர் எழுத்துகளை உச்சரிக்கும்போது நாக்கின் பின்பகுதி விறைப்படைகின்றது. அதனால், இவற்றைப் பின் உயிர் என்பர்.

5. இடை உயிர்

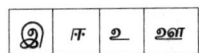

அ	ஆ

ஆகிய உயிர் எழுத்துகளை உச்சரிக்கும்போது நாக்கின் நடுப்பகுதி விறைப்படைகின்றது. அதனால், இவற்றை இடை உயிர் என்பர்.

6. மேல் உயிர்

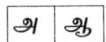

இ	ஈ	உ	ஊ

ஆகிய உயிர் எழுத்துகளை உச்சரிக்கும்போது நாக்கு மேல் நோக்கி எழுகின்றது. அதனால், இவற்றை மேல் உயிர் என்பர்.

7. கீழ் உயிர்

அ	ஆ

ஆகிய எழுத்துகளை உச்சரிக்கும்போது நாக்கு கீழ் நோக்கித் தாழ்கின்றது. அதனால், இவற்றைக் கீழ் உயிர் என்பர்.

8. நடு உயிர்

எ	ஏ	ஒ	ஓ

ஆகிய உயிர் எழுத்துகளை உச்சரிக்கும்போது நாக்கு மேல், கீழ் இரண்டும் அற்ற நடு நிலையில் நிற்கின்றது. இதனால், இவற்றை நடு உயிர் என்பர்.

இதுவரை நோக்கியதிலிருந்து உயிர் எழுத்துகளை உச்சரிப்பின் அடிப்படையில் பின்வருமாறு வகைப்படுத்தலாம்:

உச்சரிப்பு முறை	குறில்	நெடில்
மேல் முன் உயிர்	இ	ஈ
நடு முன் உயிர்	எ	ஏ
மேல் பின் உயிர்	உ	ஊ
நடு பின் உயிர்	ஒ	ஓ
கீழ் இடை உயிர்	அ	ஆ

உயிர் எழுத்துகளின் ஒலி வேறுபாடு

இ	ஈ	எ	ஏ	உ

ஆகிய 5 உயிர் எழுத்துகளும் இரு வேறு விதமாக ஒலிக்கப்படுகின்றன. பின்வரும் சொற்களை ஒலித்து வேறுபாடுகளைக் காண்க:

இ		
இது	இனி	இலை
இவர்	திசை	நிலம்
வலி	புலி	வழி

இ		
இடம்	இணை	இளமை
இழிவு	இறகு	கிடை
பிணை	மிளகு	சிறகு

ஈ		
ஈசல்	ஈசல்	ஈயம்
தீது	நீலம்	வீரம்
வீதி	பீதி	சரீரம்

ஈ		
ஈழம்	ஈடு	ஈறல்
நீளம்	வீண்	வீறு
கீழே	கீறல்	தீட்டு

எ		
எலி	எருது	எவர்
செய்தி	மென்மை	எல்லாம்
தெரு	வெயில்	வெற்றி

எ		
எட்டு	எண்ணை	எள்ளு
எளிமை	எறும்பு	கெடுதி
வெறுப்பு	வெளி	பெண்

ஏ		
ஏலம்	ஏது	ஏன்
ஏர்	தேர்தல்	கேலி
நேற்று	பேய்	சேதி

ஏ		
ஏடு	ஏழு	ஏணி
கேள்வி	ஏறு	கேடு
வேண்டும்	வேடம்	ஏழை

முதல் வரிசையில் உள்ள சொற்களில் இ, ஈ, எ, ஏ ஆகிய எழுத்துகள் நாம் தனித்து அவற்றை உச்சரிக்கையில் ஒலிப்பதுபோல் முன்னுயிராகவே ஒலிக்கின்றன. இரண்டாம் வரிசையில் உள்ள சொற்களில் இந்த எழுத்துகளை உச்சரிக்கும்போது நாக்கின் முன்பகுதி அன்றி நடுப்பகுதியே விறைப்படைகின்றது. ஆகவே, இவற்றை இடை உயிர்கள் எனலாம்.

இந்த உச்சரிப்பு மாற்றத்துக்கு இவற்றை அடுத்து வரும் மெய் எழுத்துகள் காரணமாகும். இரண்டாம் வரிசையில் உள்ள சொற்களில் இ, ஈ, எ, ஏ ஆகிய எழுத்துகளை அடுத்து ட், ண், ள், ழ் ஆகிய மெய் எழுத்துகளும் உயிர் ஏறிய றகரமும் வருகின்றன. இத்தகைய சூழல்களில் இந்த உயிர் எழுத்துகள் முன் உயிர்களாக அன்றி, இடை உயிர்களாகவே உச்சரிக்கப்படுகின்றன. சில கிளைமொழிகளில் இந்த வேறுபாடு இன்றி இவை எல்லாச் சூழல்களிலும் ஒரேவித மாகவே உச்சரிக்கப்படுகின்றன.

இனி உகரத்தின் உச்சரிப்பு வேறுபாடுகளைக் காண்போம்:

1

உ	
உரல்	உமி
உயரம்	முயல்
குயில்	குடல்
புல்	முள்
சுவை	துடை

2

உ		
பாக்கு	பட்டு	பஞ்சு
கதவு	இரவு	எண்ணு
சிறுமி	அருவி	இருமல்
பசு	அது	இது
எழுது	அணுகு	செருகு

முதல் வரிசையில் உள்ள சொற்களில் உகரம் இதழ் குவிந்த உகரமாக உச்சரிக்கப்படுகின்றது. இவ்வாறு சொல் முதலில் தனித்து அல்லது மெய்யுடன் வரும் உகரம் இதழ் குவிந்த மேல் பின் உயிராகவே ஒலிக்கப்படுகின்றது. இவ்வாறு ஒலிக்கப்படும் உகரத்தை தமிழ் இலக்கண ஆசிரியர் முற்றியல் உகரம் எனக் குறிப்பிடுவர். இரண்டாவது வரிசையில் உள்ள சொற்களில், சொல் இறுதியிலும் இடையிலும் வரும் உகரம் முதல் வரிசையில் சொல் முதலில் வரும் உகரம் போல் அன்றி, இதழ் குவியாமல் ஒலிக்கப்படுவதை இயல்பாக உச்சரித்துக் காண்க. இடம், இளமை ஆகிய சொற்களில் வரும் இகரம் போல் இதழ் குவியாத மேல் இடை உயிர் போலவே இச்சொற்களில் வரும் உகரமும் ஒலிக்கப்படுகின்றது. தற்காலத் தமிழில் சொல் இடையிலும் இறுதியிலும் வரும் உகரம் பெரிதும் இதழ் குவியாமலே உச்சரிக்கப்படுகின்றது. இது பற்றிய மேலதிக விளக்கத்தைக் குற்றியலுகரம் என்னும் பகுதியில் காண்க.

பயிற்சி

பின்வருவனவற்றுள் இ, ஈ, எ, ஏ ஆகிய எழுத்துகள் முன் உயிர்களாக ஒலிக்கப்படும் சொற்களையும், இடை உயிர்களாக ஒலிக்கப்படும் சொற்களையும் வேறுபடுத்துக.

எருமை	எடு	கிண்ணம்	இலந்தை	நீளம்
எத்தனை	எண்ணம்	கிடுகு	இளக்கு	வீழ்ச்சி
இருமல்	எங்கே	கேவலம்	ஈடு	ஏழனம்
இறால்	இடுப்பு	கேணி	ஈட்டி	தேட்டம்

மெய் எழுத்து

க்	ங்	ச்	ஞ்	ட்	ண்	த்	ந்	ப்	ம்	ய்	ர்	ல்	வ்	ழ்	ள்	ற்	ன்

மேல் உள்ள 18 எழுத்துகளும் மெய் எழுத்துகள் எனப்படும். மெய் எழுத்துகள் அவற்றின் மேலே புள்ளிவைத்து எழுதப்படுகின்றன. உயிர் ஒலிகளின் துணையின்றி இவற்றைத் தனியே ஒலிக்க முடியாது. தமிழ் இலக்கண நூல்கள் மெய் எழுத்துகளை வல்லினம், மெல்லினம், இடையினம் என ன்று தொகுதிகளாக வகைப்படுத்துகின்றன. மெய் எழுத்துகள் அரை மாத்திரை அளவு ஒலிக்கும் என்பர்.

வல்லினம்

பின்வரும் 6 மெய் எழுத்துகளும் வல்லினம் எனப்படும்.

க்	ச்	ட்	த்	ப்	ற்

சுவாசப்பையில் இருந்து வெளிவரும் காற்றைப் பேச்சு உறுப்பு களால் முற்றாகத் தடைசெய்து திடீரென வெளியிடுவதன் லம் இவற்றை உச்சரிக்கிறோம். எடுத்துக்காட்டாக ப் என்னும் எழுத்தை உச்சரிக்கும்போது காற்றை இரண்டு உதடுகளாலும் முற்றாகத் தடைசெய்து திடீரென வாய் வழியாக வெளியேற்றுகின்றோம். அதனால் இவற்றை நவீன மொழியியலாளர் வெடிப்பொலிகள் அல்லது தடை ஒலிகள் என்று சொல்லுவர்.

மெல்லினம்

பின்வரும் 6 மெய் எழுத்துகளும் மெல்லினம் எனப்படும்.

ங்	ஞ்	ண்	ந்	ம்	ன்

இவ்வெழுத்துகளை உச்சரிக்கும்போது காற்றைப் பேச்சுறுப்பு களால் தடைசெய்து க்கு வழியாக வெளியேற்றுகின்றோம். எடுத்துக்காட்டாக ம் என்னும் எழுத்தை உச்சரிக்கும்போது இரண்டு

உதடுகளாலும் காற்று தடை செய்யப்பட்டு க்கு வழியாக வெளி யேற்றப்படுகின்றது. க்கைப் பொத்திக்கொண்டு இந்த ஒலிகளை நாம் சரியாக உச்சரிக்க முடியாது. அதனால் இவை க்கொலிகள் என்றும் அழைக்கப்படும்.

இடையினம்

பின்வரும் 6 எழுத்துகளும் இடையினம் எனப்படும்.

| ய் | ர் | ல் | வ் | ழ் | ள் |

வல்லினம், மெல்லினம் இரண்டுக்கும் இடைப்பட்ட வகையில் உச்சரிக்கப்படுவதால் இவை இடையினம் எனப்பட்டன போலும். இவை வெவ்வேறு வகையில் உச்சரிக்கப்படுகின்றன.

கிரந்த எழுத்துகள்

மேலே குறிப்பிடப்பட்ட 18 மெய் எழுத்துகளையும் தவிர, தற்காலத் தமிழில் பின்வரும் எழுத்துகளும் பெருவழக்கில் உள்ளன. இவை கிரந்த எழுத்துகள் அல்லது வட எழுத்துகள் எனப்படுகின்றன.

| ஜ | ஸ | ஷ | ஹ |

இவை வடமொழிக் கலப்பினால் தமிழில் புகுந்த எழுத்துகளாகும். நெடுங்காலமாக இவை தமிழில் வழங்கி வருகின்றன. பிற மொழிப் பெயர்களைத் தமிழில் எழுதுவதற்கு இன்று இவை அவசியமாக உள்ளன.

இவற்றோடு | ஸ்ரீ | க்ஷ | ஆகிய கிரந்த எழுத்துகளும் தற்காலத் தமிழில் அரிதாக வழங்கப்படுகின்றன.

மெய் எழுத்துகளின் உச்சரிப்பு முறை

மெய் எழுத்துகளை அவற்றின் உச்சரிப்பு அல்லது பிறப்பு அடிப் படையில் பின்வருமாறு ஏழு வகைப்படுத்தலாம்.

1. ப, ம ஆகியவற்றை இரண்டு இதழ்களும் பொருந்த உச்சரிக் கின்றோம். ஆகவே, இவற்றை ஈரிதழ் ஒலிகள் என்பர்.
2. வகரத்தைக் கீழ் உதட்டில் மேற்பல் பொருந்த உச்சரிக்கின்றோம். அதனால், இதனை உதட்டுப்பல் ஒலி என்பர்.
3. த, ந ஆகியவற்றை நுனி நா, மேற்பல்லின் உட்புறத்தைப் பொருந்த உச்சரிக்கின்றோம். அதனால் இவற்றைப் பல் ஒலிகள் என்பர்.
4. ல, ர, ற, ன ஆகியவற்றை நுனி நா, நுனி அண்ணத்தைப் பொருந்த உச்சரிக்கின்றோம். அதனால், இவற்றை நுனி அண்ண ஒலிகள் என்பர்.
5. ட, ண, ழ, ள ஆகியவற்றை நுனி நா மேல் நோக்கி வளைந்து நடு

அண்ணத்தைத் தொட உச்சரிக்கின்றோம். அதனால், இவற்றை வளை நா ஒலிகள் என்பர்.

6. ச, ஞ, ய ஆகியவற்றை நடு நா நடு அண்ணத்தைத் தொட உச்சரிக் கின்றோம். அதனால், இவற்றை அண்ண ஒலிகள் என்பர்.

7. க, ங ஆகியவற்றைக் கடை நாகடை அண்ணத்தைத் தொட உச்சரிக் கின்றோம். அதனால் இவற்றைக் கடை அண்ண ஒலிகள் என்பர்.

ப, ம ஆகியவை ஈரிதழ் ஒலிகள் என்றோம். இரண்டு இதழ்களும் ஒன்றோடு ஒன்று பொருந்த இவை இரண்டும் ஒலிக்கப்படுகின்றன. ஆயினும், இவை இரண்டும் வெவ்வேறு ஒலிகளாகப் பிறக்கின்றன. அது ஏன்? உச்சரிக்கும் முறையில் உள்ள வேறுபாடே அதற்குக் காரணம். ப வை உச்சரிக்கும்போது இரண்டு உதடுகளையும் பொருந்த வைத்து வாய்க்குள் காற்றைத் தடைசெய்து திடீரென வெளிவிடு கின்றோம். காற்று வாயினாலேயே வெளிவருகின்றது. இவ்வாறு ஒலிக்கப்படுவதை வெடிப்பொலி அல்லது தடை ஒலி என்பர். க, ச, ட, த, ப, ற ஆகிய ஆறு வல்லினங்களும் இவ்வாறு ஒலிக்கப்படும் வெடிப்பொலிகளாகும்.

    ப் - ஈரிதழ் வெடிப்பொலி
    த் - பல் வெடிப்பொலி
    ற் - நுனி அண்ண வெடிப்பொலி
    ட் - வளை நா வெடிப்பொலி
    ச் - அண்ண வெடிப்பொலி
    க் - கடை அண்ண வெடிப்பொலி

ம -வை உச்சரிக்கும்போதும் இரண்டு இதழ்களையும் ஒன்றோடு ஒன்று பொருந்த வைக்கின்றோம். ஆனால், காற்றை வாய்க்குள் தடை செய்யாமல் க்கு வழியாக வெளிச் செல்லவிட்டு இதனை உச்சரிக்கின்றோம். இவ்வாறு ஒலிக்கப்படும் ஒலிகளை க்கொலி என்பர். ங ஞ ண ந ம ன ஆகிய ஆறு மெல்லினங்களும் க் கொலி களாகும். க்கைப் பொத்திக்கொண்டு இவற்றை ஒலிக்க முடியாது.

    ம் - ஈரிதழ் க்கொலி
    ந் - பல் க்கொலி
    ன் - நுனி அண்ண க்கொலி
    ண் - வளை நா க்கொலி
    ஞ் - அண்ண க்கொலி
    ங் - கடை அண்ண க்கொலி

ல், ள், ழ் ஆகியவற்றை உச்சரிப்பதிலும் ஒரு பொதுத்தன்மை

உண்டு. ல வை உச்சரிக்கும்போது நுனி நா நுனி அண்ணத்தைத் தொட, காற்று நாவின் இரண்டு விளிம்புகளாலும் வெளியேறுகின்றது. அதுபோல் ள, ழ ஆகியவற்றை உச்சரிக்கும்போது நுனி நா மேல்நோக்கி வளைந்து நடு அண்ணத்தைத் தொட காற்று நாக்கின் இரண்டு விளிம்புகளாலும் வெளியேறுகின்றது. இவ்வாறு காற்று நாக்கின் இரு மருங்காலும் வெளியேற உச்சரிக்கப்படுவதால் இவற்றை மருங்கொலிகள் என்பர்.

ர வை உச்சரிக்கும்போது நுனி நா நுனி அண்ணத்தை வருட ஒலி பிறப்பதால் இதனை வருடொலி என்பர்.

ற வை (அறம், முறி, விறகு) உச்சரிக்கும்போது நுனி நா நுனி அண்ணத்தைப் பொருந்தி அதிர்வதால் இதனை ஆடொலி என்பர்.

ய, வ ஆகியவை உயிரொலிக்குரிய தன்மையும் மெய் ஒலிக்குரிய தன்மையும் கொண்டிருப்பதால் (ஐ= அய், ஔ= அவ்) இவற்றை அரை உயிர் என்பர்.

மெய் எழுத்துகளை அவற்றின் பிறப்பு அடிப்படையில் பின் வருமாறு அட்டவணைப்படுத்திக் காட்டலாம்:

	ஈரிதழ்	உதட்டுப் பல்	பல்	நுனி அண்ணம்	வளை நா	அண்ணம்	கடையண்ணம்
வெடிப்பொலி	ப்	-	த்	ற்	ட்	ச்	க்
க்கொலி	ம்	-	ந்	ன்	ண்	ஞ்	ங்
மருங்கொலி	-	-	-	ல்	ள்/ழ்	-	-
வருடொலி	-	-	-	ர்	-	-	-
ஆடெலி	-	-	-	(ற)	-	-	-
அரை உயிர்	-	வ்	-	-	-	ய்	-

ச வை உச்சரிக்கும்போது அண்ணத்தைப் பொருந்திய நாக்கு பிரிகையில் காற்று சற்றே உரசிச் செல்ல ஒலிக்கப்படுவதால் இதனை வெடிப்புரசொலி என்றும் சொல்வர்.

மெய் எழுத்துகளின் ஒலி வேறுபாடு

வல்லின மெய் எழுத்துகள் ஆறும் ஒன்றுக்கு அதிகமான ஒலிப்பு உடையன. எடுத்துக்காட்டாக கடல், பகல், தங்கம் ஆகிய சொற்களில் க கரம் ன்று விதமாக ஒலிக்கப்படுகின்றது. கடல் என்னும் சொல்லில் [k] போலவும், பகல் என்னும் சொல்லில் [h] போலவும், தங்கம் என்னும் சொல்லில் [g] போலவும் இது ஒலிக்கப்படுகின்றது. இதுபோன்றே ஏனைய வல்லின மெய்களும் வெவ்வேறு ஒலிச் சூழல்களில் வெவ்வேறு விதமாக ஒலிக்கப்படுகின்றன. பின்வரும்

சொற்களை உச்சரித்து வல்லின மெய்களின் ஒலி வேறுபாடுகளைக் காண்க.

க

பகல் முகம் வேகம் தாகம்
செய்கை அவர்கள் செல்க
கொள்கை வாழ்க

இரண்டு உயிர்களுக்கு இடையிலும் (எடுத்துக்காட்டாக, பகல்=ப்அக்அல்) ய், ர், ல், ள், ழ் ஆகிய இடையின மெய்களை அடுத்தும் [h]

தங்கம் பங்கம் தேங்காய்
மாங்காய் நாங்கள் திங்கள்

ங கர மெய்யை அடுத்து [g]

கடல் கப்பல் கட்டு
பக்கம் அக்கா மக்கள்
நன்கு ஆண்கள் சொற்கள்
வெட்கம்

சொல் முதலிலும், சொல் இடையில் இரட்டித்தும், ற், ட், ண், ன் ஆகிய மெய்களை அடுத்தும் [k] (சில கிளை மொழிகளில் குறிப்பாக இந்தியத் தமிழில் ண், ன் ஆகியவற்றை அடுத்தும் 'க' [g] போல் ஒலிக்கப்படுகின்றது.)

ச

சட்டி சனம் சோறு சபை
பாசம் நேசம் தேசம் பாசி

சொல் முதலிலும் இரண்டு உயிர்களுக்கு இடையிலும் (எடுத்துக்காட்டாக, பாசம்=ப்ஆச்அம்) [s]

பஞ்சம் மஞ்சள் நெஞ்சு
கஞ்சி குஞ்சு வெஞ்சம்

ஞ க ர மெய்யை அடுத்து [j]

பச்சை மச்சம் தேர்ச்சி
கட்சி பயிற்சி

சொல் இடையில் இரட்டித்தும், ட் ற் முதலிய மெய்களை அடுத்தும் [ch]

ட

படம் குடம் மகுடம்
நடை எடு வடை

இரண்டு உயிர்களுக்கு இடையில் (எடுத்துக்காட்டாக, படம்=ப்அட்அம்) நுனிநா மேல்நோக்கி வளைந்து மெதுவாக நடு அண்ணத்தை வருட ஒலிக்கப்படுகிறது.

சண்டை மண்டபம் குண்டு
டாக்கா டம்பம் டாக்குத்தர்

ண கர மெய்யை அடுத்தும், பிற மொழிச் சொற்களில் சொல் முதலிலும். ஆங்கில [d] போல் ஒலிக்கிறது.

பட்டு வட்டம் முட்டாள்
வெட்கம் கட்சி

சொல் இடையில் இரட்டித்தும்
க், ச் முதலிய மெய்களுக்கு முன்பும்.

த

கதவு பதவி இதயம் செய்து தேர்தல் பல்துறை வாழ்தல் நாள்தோறும்	இரண்டு உயிர்களுக்கு இடையிலும் (எடுத்துக்காட்டாக, கதவு= க்அத்அவு) ய், ர், ல், ள், ழ் ஆகிய இடையின மெய் களை அடுத்தும் நுனிநாவுக்கும் மேற் பல்லுக்கும் இடையில் காற்று உரசிச் செல்ல ஒலிக்கப்படுகிறது.
பந்தம் சந்தை வந்தேன் சொந்தம் பந்து விந்தை	நகர மெய்யை அடுத்து
தப்பு தாகம் தோல்வி பத்து வித்தை சொத்து	சொல் முதலிலும் சொல் இடையில் இரட்டித்தும்

ப

சபலம் அபாயம் கோபம் செய்பவர் மார்பு சால்பு கொள்பவர் வாழ்பவர்	இரண்டு உயிர்களுக்கு இடையிலும் (எடுத்துக்காட்டாக, சபலம்= ச்அப்அலம்) ய், ர், ல், ள், ழ் ஆகிய இடையின மெய்களை அடுத்தும். இரண்டு உதடு களுக்கும் இடையில் காற்று உரசிச் செல்ல ஒலிக்கப்படுகிறது.
சம்பல் கம்பு தம்பி நம்பு வெம்பல்	மகர மெய்யை அடுத்து ஆங்கில [b] போல் ஒலிக்கிறது.
பட்டு பந்து பாடம் அப்பா அப்பம் தப்பு கற்பு திட்பம் அன்பு நண்பர்	சொல் முதலிலும், சொல் இடையில் இரட்டித்தும் ற், ட், ன், ண் முதலிய மெய்களை அடுத்தும். சில கிளை மொழிகளின் ன், ண் ஆகியவற்றை அடுத்து [b] போல் ஒலிக்கிறது.

ற

அறம் கறுப்பு நிறம் றோட்டு றம்புட்டான் றாக்கை கன்று நன்றி பன்றி	இரண்டு உயிர்களுக்கு இடையிலும் (எடுத்துக்காட்டாக, அறம்= அற்அம்) பிற மொழிச் சொற்களில் சொல் முதலி லும், ன க ர மெய்யை அடுத்தும் [v]
பற்று வெற்றி மற்ற கற்பு சொற்கள் முயற்சி	சொல் இடையில் இரட்டித்தும் ப், க் முதலிய மெய்களுக்கு முன்பும் [t]

பயிற்சி

பின்வரும் சொற்களுள் க, ச, ட, த, ப, ற ஆகிய வல்லின மெய்கள் வெவ்வேறு விதமாக உச்சரிக்கப்படும் சொற்களை இனங்கண்டு அவற்றைத் தரப்பட்டுள்ள அட்டவணையில் எழுதுக:

கடல், சிலர், நகம், பஞ்சம், நாங்கள், நண்டு, அச்சம், வடை, தலை, வட்டம், விதை, பலம், வந்தேன், உபரி, வெற்றி, வம்பன், நன்றி

	1	2	3
க			
ச			
ட			
த			
ப			
ற			

ஒரே வகையாக உச்சரிக்கப்படும் மெய் எழுத்துகள்

நகர, னகரங்கள். ந, ன ஆகிய மெல்லின மெய்கள் பெரும்பாலான இடங்களில் ஒலி வேறுபாடு அற்று ஒரே விதமாகவே உச்சரிக்கப் படுகின்றன.

நகரம் தகரத்துக்கு முன்பு வரும்போது மட்டும் நுனி நா பல்லோடு பொருந்த உச்சரிக்கப்படுகின்றது.

பந்து	சந்தை	தொந்தி	இந்த	அந்த

சில ஆட்பெயர்களில் சொல் இறுதியிலும் அவ்வாறு உச்சரிக்கப் படுகின்றது.

விஜயகாந் ரஜனிகாந்

ஏனைய இடங்களில் நகரம் னகரம் போல் நுனி நா நுனி அண்ணத் துடன் பொருந்த உச்சரிக்கப்படுகின்றது.

நான்	நாங்கள்	நீ	நீங்கள்
நாய்	நாடு	நன்றி	நல்லவர்
அநுபவம்	அநீதி	சிநேகிதன்	இயக்குநர்

இச்சொற்களிலெல்லாம் நகரம் னகரம் போலவே ஒலிப்பதைக் காண்க.

இவ்வெழுத்துகளுக்கிடையே ஒலி வேறுபாடுகள் இல்லை எனினும், சொற்களில் 'ந' கரம் வரும் இடங்களில் எல்லாம் அதற்குப் பதிலாக 'ன' கரத்தைப் பயன்படுத்த முடியாது.

1. நகரம் சொல் முதலில் வரும், னகரம் சொல் முதலில் ஒருபோதும் வராது.

   நகம்   நாகம்   நாடு   நடை
   நிலா   நீர்   நுளம்பு   நோன்பு   நோவு...

   (னகரம் என்று எழுத்தின் பெயரை எழுதும்போது மட்டும் சொல் முதலில் வரும்)

2. னகரம் சொல் இறுதியில் வரும் நகரம் சொல் இறுதியில் வராது. (ரஜனிகாந், விஜயகாந் போன்ற சில பெயர்ச் சொற்கள் விதிவிலக்கு).

   நான்   மான்   அவன்   மனிதன்
   இளைஞன்   வந்தான்   இருந்தேன்

3. சொல் இடையில் நகரம், னகரம் இரண்டும் இடம்பெறுகின்றன. எனினும் இவை இடம்பெறும் சூழலை நாம் ஓரளவு வரை யறுத்துக் கூறிவிடலாம். இதனைத் தெரிந்துகொண்டால் எழுத்துக் கூட்டலில் ஏற்படும் பிழைகளைத் தவிர்த்துக்கொள்ளலாம். சரியான எழுத்துக் கூட்டலை அறிய அகராதியைப் பயன்படுத்துக.

ழகர, ளகரங்கள். தற்காலத் தமிழில் பெரும்பாலும் ழகரம், ளகரம் போலவே உச்சரிக்கப்படுகின்றது. பழந்தமிழில் இவற்றுக்கு இடையே இருந்த ஒலி வேறு பாடு தற்காலத்தில் பெரிதும் மறைந்துவிட்டது. இலங்கைத் தமிழில் இவை வேறுபடுத்தி உச்சரிக்கப்படுவதில்லை. தமிழ்நாட்டில் தென் ஆர்க்காடு, தஞ்சாவூர் மாவட்டங்களில் மட்டும் இவை வேறுபடுத்தி உச்சரிக்கப்படுகின்றன. ஏனைய பிரதேசங்களில் இவை வேறுபாடு இன்றி ளகரம் போலவே உச்சரிக்கப்படுகின்றன. காலமாற்றத்தில் ஏற்பட்ட ஒலி மாற்றமாக நாம் இதனைக் கொள்ள வேண்டும். எனினும் எழுத்தில் இவற்றுக்கிடையே வேறுபாடு உண்டு.

1. ளகரத்துக்குப் பதிலாக ழகரம் இடம்பெறும்போது பொருள் வேறுபடும் சொற்கள் பல உண்டு.

   வாழ்   ஆழ்   இழை   அழி   கிழி   கோழை
   வாள்   ஆள்   இளை   அளி   கிளி   கோளை

இவ்வாறு ழகர, ளகர வேறுபாட்டால் பொருள் வேறுபடும் சொற் களைக் கண்டறிந்து எழுத்துப் பிழை, பொருள் பிழைகளைத் திருத்திக் கொள்ள அகராதியைப் பயன்படுத்துக.

2. ளகரத்துக்குப் பதிலாக ழகரம் அல்லது ழகரத்துக்குப் பதிலாக ளகரம் இடம்பெறும்போது பொருள் வேறுபாடு ஏற்படாவிடினும் எழுத்துப் பிழையாகக் கருதப்படும் சொற்கள் பல உண்டு.

ழகரம்	வாழைப்பழம்	தமிழ்	கழுதை	வாழ்த்து
	அழகி	எழுத்து	பிழை	இழுக்கு
ளகரம்	எளிமை	குளிர்	தளம்	விளக்கு
	வெளிச்சம்	பிரளயம்	ஆளுமை	வளர்ச்சி

மேற்காட்டிய சொற்களில் ழகர, ளகர வேறுபாடு பொருள்மாற்றத்தை ஏற்படுத்தாவிட்டாலும் எழுத்துப் பிழைகளாகிவிடும். இதனைத் தவிர்த்து சரியான எழுத்துக்கூட்டலைப் பயில அகராதியைப் பயன் படுத்துக.

3. சொல் இடையில் ழகரம் இரட்டித்து வருவதில்லை. ளகரம் மட்டும் இரட்டித்து வரும்.

வள்ளம்	வெள்ளி	பள்ளு	கிள்ளு
அள்ளு	நள்ளிரவு	பள்ளி	துள்ளு

4. சில பிரதேசத்தவர்கள் லகர, ளகர, ழகரங்களுக்கிடையே வேறுபாடு இன்றி எல்லாவற்றையும் 'ல' கரம் போலவே உச்சரிக்கின்றனர். அதனால், அவர்களுடைய எழுத்தில் இம்ன்று எழுத்துகளும் பிழைபடப் பயன்படுத்தப்படுகின்றன. அவர்கள் அகராதியைப் பயன்படுத்தி எழுத்துப் பிழைகளைத் தவிர்த்துக்கொள்ளலாம்.

5. ரகர, றகரம்; னகர, ணகரம் ஆகிய எழுத்துகள் ஒன்று வரும் சூழலில் மற்றது வந்து பொருள் மாற்றத்தைச் செய்வன. சில பிரதேசத்தவர் இவற்றை வேறுபாடு இன்றி உச்சரிக்கின்றனர். அதனால், அவர்கள் எழுதும்போது எழுத்துப் பிழைகள் நேர் கின்றன. அகராதியைப் பயன் படுத்துவது எழுத்துப் பிழைகளைத் தவிர்த்துக்கொள்ள உதவும்.

2
சார்பெழுத்தும் அதன் வகைகளும்

12 உயிர் எழுத்துகளும் 18 மெய் எழுத்துகளும் தமிழ் மொழிக்கு அடிப்படையான எழுத்துகள். அதனால் இவை முதல் எழுத்துகள் என நமது இலக்கணகாரரால் வகைப்படுத்தப்பட்டன. இவை தவிர்ந்த உயிர் மெய் எழுத்துகளும், ஆய்த எழுத்தும், சந்தர்ப்ப சூழ்நிலைக்கு ஏற்ப தமக்கு உரிய மாத்திரையை விட நீண்டு அல்லது குறுகி ஒலிக்கும் உயிர் அல்லது மெய் எழுத்துகளும் சார்பு எழுத்துகள் எனப்பட்டன. நன்னூல் 10 வகையான சார்பெழுத்துகளைப் பற்றிக் கூறுகின்றது. அவை இங்கே சுருக்கமாக விளக்கப்படுகின்றன.

1. உயிர்மெய் எழுத்து

தமிழ் மொழியிலே உயிர் ஒலிகளைக் குறிக்கத் தனி எழுத்துகளும் மெய் ஒலிகளைக் குறிக்கத் தனி எழுத்துகளும் உள்ளன. இவற்றை முறையே உயிர் எழுத்து, மெய் எழுத்து என்போம். உயிரும் மெய்யும் சேர்ந்த கூட்டு ஒலிகளைக் குறிக்கவும் தமிழில் தனி எழுத்துகள் உள்ளன. இவற்றையே உயிர்மெய் எழுத்துகள் என்போம்.

அ, ஆ, இ	...	உயிர் எழுத்துகள்
க், ங், ச்	...	மெய் எழுத்துகள்
க, ங, ச	...	உயிர்மெய் எழுத்துகள்

தமிழ், மலையாளம், ஹிந்தி முதலிய இந்திய மொழிகள் இந்த ன்று வகையான எழுத்துகளையும் பயன்படுத்துகின்றன. ஆங்கிலம், ஜெர்மன், பிரஞ்சு முதலிய ஐரோப்பிய மொழிகள் எல்லாம் உயிர் எழுத்துகளையும் மெய் எழுத்துகளையும் மட்டுமே பயன்படுத்து கின்றன. தமிழில் முருகன் என நான்கு எழுத்துகளால் எழுதும் சொல்லை ஆங்கிலத்தில் Murugan என ஏழு எழுத்துகளால் எழுது கின்றோம். தமிழில் உயிர்மெய் எழுத்துகள் தேவை இல்லை; உயிர், மெய் ஆகிய முதல் எழுத்துகள் மட்டும் போதும் என்பவர்களும் உள்ளனர். அவர்கள் கூறுவதுபோல் உயிர்மெய் எழுத்துகளைத் தவிர்த்து முருகன் என்னும் சொல்லை எழுதினால் அது ஆங்கிலம் போல் பின்வருமாறு ஏழு எழுத்துகளால் அமையும்: ம்உர்உக்அன்

உயிர்மெய் எழுத்துகளின் அமைப்பு

மெய் எழுத்துகளுடன் உயிர் எழுத்துகளுக்குரிய துணைக் குறிகள் இணைந்து உயிர்மெய் எழுத்துகள் அமைகின்றன. ஓர் உயிர்

எழுத்துக்கு ஒன்று அல்லது பல துணைக் குறிகள் உள்ளன. உயிர் எழுத்துகளின் துணைக் குறிகள் சேரும்போது மெய் எழுத்துகள் புள்ளி நீங்கிய வடிவம் பெறுகின்றன. உயிர்மெய் எழுத்துகளின் அமைப்பைப் பின்வருமாறு விளக்கலாம்:

அகர உயிர்மெய்

மெய்+அ → புள்ளி நீங்கிய மெய் - க ங ச ஞ ட ண...

(மெய் என்பது இங்கு ஏதாவது ஒரு மெய் எழுத்தைக் குறிக்கும்)

ஆகார உயிர்மெய்

மெய்+ஆ → மெய்+ா - கா ஙா சா ஞா டா ணா...

இகர உயிர்மெய்

மெய்+இ → மெய்+ ி - கி ஙி சி ஞி டி ணி...

ஈகார உயிர்மெய்

மெய்+ஈ → மெய்+ ீ - கீ ஙீ சீ ஞீ டீ ணீ...

உகர உயிர்மெய்

மெய்+உ நான்கு வகையா எழுதப்படுகின்றன

1. கு டு மு ரு ளு ழு
2. ஙு சு பு யு வு
3. ஞு ணு து நு லு று னு
4. ஜு, ஸு, ஹு

ஊகார உயிர்மெய்

மெய்+ஊ ஐந்து வகையாக எழுதப்படுகின்றன

1. டூ ரூ ளூ ழூ
2. ஙூ சூ பூ யூ வூ
3. ஞூ ணூ தூ நூ லூ றூ னூ
4. கூ
5. ஜூ, ஸூ, ஹூ

எகர உயிர்மெய்

மெய்+எ → ெ+மெய் - கெ ஙெ செ ஞெ டெ ணெ...

ஏகார உயிர்மெய்

மெய் + ஏ → ே + மெய் - கே ஙே சே ஞே டே ணே...

ஐகார உயிர்மெய்

மெய்+ஐ → ை+மெய் - கை ஞை சை ஞை டை ணை...

ஒகர உயிர்மெய்

மெய்+ஒ → ெ+மெய்+ா - கொ ஙொ சொ ஞொ டொ ணொ...

ஓகார உயிர்மெய்

மெய்+ஓ → ே+மெய்+ா - கோ ஙோ சோ ஞோ டோ ணோ...

ஔகார உயிர்மெய்

மெய்+ஔ → ெ+மெய்+ள - கௌ ஙௌ சௌ ஞௌ...

1980களில் புதிய எழுத்துச் சீர்திருத்தம் நடைமுறைக்கு வருமுன் பின்வரும் 13 எழுத்துகளும் அவற்றின்கீழ் தரப்பட்டுள்ளவாறு எழுதப்பட்டன. பழைய நூல்களில் இன்றும் அவற்றைக் காணலாம்:

ணா	றா	னா	ணொ	றொ	னொ	ணோ	றோ	னோ	லை	ணை	ளை	னை
ணா	றா	னா	ணொ	றொ	னொ	ணோ	றோ	னோ	லை	ணை	ளை	னை

2. ஆய்தம்

முக்கோண அமைப்பில் உள்ள ன்று புள்ளி கொண்ட ஃ எழுத்து வடிவம் ஆய்தம் எனப்படுகின்றது. இது ஆங்கில h அல்லது கிரந்த ஹ் போல் ஒலிக்கப்படுகின்றது. தனிக் குற்றெழுத்துக்கும் வல்லினத் துக்கும் இடையே ஆய்தம் வரும் என்று தமிழ் இலக்கண நூல்கள் கூறும். அஃது, இஃது, உஃது, எஃகு, கஃசு, மஃகான் போன்ற சொற்கள் பழந்தமிழில் வழங்கின. ஆய்தம் மெய்போல் அரைமாத்திரை அளவு ஒலிக்கும் என்பர். தற்காலத் தமிழில் ஆய்த எழுத்து சிறுபான்மை யாக வழக்கில் உண்டு. உம்: எஃகு, நுஃமான்

3. உயிரளபெடை

செய்யுளிலே ஓசை குறையும் இடத்து நெட்டுயிர்கள் சொல்லின் முதல், இடை, கடை நிலைகளில் தமக்குரிய இரண்டு மாத்திரையை விட நீண்டொலித்தல் உயிர் அளபெடை எனப்படும். ஒரு நெட்டுயிர் நீண்டொலிப்பதற்கு அடையாளமாக அதற்கு இனமான குறில் அதன் பக்கத்தில் எழுதப்படும். பழந்தமிழ் இலக்கியங்களில் இதற்குப் பல எடுத்துக்காட்டுகளைக் காணலாம்.

1. தெய்வம் தொழாஅள் கொழுநற் தொழுதெழுவாள்
   பெய்யெனப் பெய்யும் மழை

2. ஓஒதல் வேண்டும் ஒளி மாழ்கும் செய்வினை

3. அனிச்சப்பூ கால்களையாள் பெய்தாள் நுசுப்பிற்கு
நல்ல படாஅ பறை

மேற்காட்டிய பாடல் வரிகளில்,

தொழாள் → தொழாஅள், ஓதல் → ஓஒதல், படா → படாஅ என அளபெடுத்தன. அளபு-மாத்திரை என்பன ஒரு பொருட் சொற்கள் - அளபெடை, (அளபு எடுத்தல்) என்பது ஓர் எழுத்து தனக்கு உரிய மாத்திரையில் இருந்து நீண்டு ஒலித்தல் எனப் பொருள்படும். தற்காலத் தமிழில் அளபெடையை யாரும் பயன்படுத்துவதில்லை.

4. ஒற்றளபெடை

செய்யுளில் ஓசை குறையும் இடத்து மெல்லின எழுத்துகள் ஆறும், ர், ழ் தவிர்ந்த நான்கு இடையின எழுத்துகளும், ஆய்தமும் தமக்குரிய அரை மாத்திரையில் இருந்து நீண்டொலித்தல் ஒற்றளபெடை எனப் படும். ஒரு மெய் நீண்டு ஒலிப்பதற்கு அடையாளமாக அதே மெய் அதன் பக்கத்தில் எழுதப்படும். மெய், ஒற்று என்பன ஒரு பொருட் சொற்கள். பழந்தமிழ் இலக்கியங்களில் ஒற்றளபெடைக்குப் பல எடுத்துக்காட்டுகளைக் காணலாம். இலங்ங்கு வெண்பிறை என்னும் தொடரில் இலங்கு என்னும் சொல் இலங்ங்கு என நீண்டொலித்தது. தற்காலத் தமிழில் ஒற்றளபெடை பயன்படுத்தப்படுவதாகத் தெரிய வில்லை.

5. ஐகாரக் குறுக்கம்

ஐகாரம் நெடில் என்றும், அது இரண்டு மாத்திரை அளவு ஒலிக்கும் என்றும் இலக்கண நூல்கள் கூறும். ஆயினும், தனித்து ஐ என்று தன்னைச் சுட்டும்போதும் அளபெடுக்கும்போதும் மட்டும்தான் அது இரண்டு மாத்திரை அளவு நீண்டொலிக்கும். ஏனைய இடங்களில் அது குறில்போல் ஒரு மாத்திரை அளவே ஒலிக்கும். அவ்வாறு ஒலிப்பதையே ஐகாரக் குறுக்கம் என்பர்.

ஐயர்	தையல்	கலைஞர்	தலை
ஐப்பசி	வையகம்	வளையம்	பனை
ஐம்பது	கைது	மனைவி	பூனை

மேல் உள்ள சொற்களில் முதல், இடை, கடை நிலைகளில் ஐகாரம் அய் போல் குறுகி ஒலிப்பதைக் காணலாம். முதல் ன்று சொற் களும் அய்யர், அய்ப்பசி, அய்ம்பது என இன்று பலராலும் எழுதப்

படுகின்றன. ஐகாரத்தைத் தமிழ் அரிச்சுவடியில் இருந்து அகற்றி விடலாம் என்போரும் உள்ர். அவ்வாறு அகற்றிவிட்டால், தையல், வையகம், கைது முதலிய சொற்களையும் தய்யல், வய்யகம், கய்து என எழுத வேண்டி வரும். தலை, பனை, பூனை போன்ற சொற் களையும் தலய், பனய், பூனய் என எழுத வேண்டி வரும்.

6. ஔகாரக் குறுக்கம்

ஐகாரம் போல் ஔகாரமும் நெடிலாகவே கருதப்படுகின்றது. ஆயினும், ஔ என்று தன்னைச் சுட்டும்போதும், அளபெடுக்கும் போதும் மட்டுமே இது நெடிலாக இரண்டு மாத்திரை அளவு ஒலிக்கப் படுகின்றது. ஏனைய இடங்களில் குறில்போல் ஒரு மாத்திரை அளவே ஒலிக்கப்படுகின்றது. இவ்வாறு ஔகாரம் தன் மாத்திரை யில் குறுகி ஒலிப்பதே ஔகாரக் குறுக்கம் எனப்படும்.

ஔவையார், வௌவால், சௌகரியம் முதலிய சொற்களில் ஔகாரம் அவ்போல் குறுகி ஒலிப்பதைக் காணலாம். ஔவையார் என்பது அவ்வையார் என்றும் வௌவால் என்பது வவ்வால் என்றும் சௌகரியம் என்பது சவுகரியம் என்றும் எழுதப்படுவதைக் காண்க. எனினும், கௌரி போன்ற இயற்பெயர்கள் இன்றும் வழக்கில் உள்ளன. ஔகாரத்தையும் தமிழ் அரிச்சுவடியில் இருந்து அகற்றி விடலாம் என்போரும் உள்ர்.

7. மகரக் குறுக்கம்

மகரத்துக்கு உரிய மாத்திரை அரை. ஆயினும், பழந்தமிழில் னகர, ணகரங்களை அடுத்தும், வகரத்தின் முன்னும் வரும்போது மகரம் தன் மாத்திரையில் குறுகி ஒலித்தது. இவ்வாறு குறுகி ஒலித்ததையே மகரக் குறுக்கம் என்றனர். போன்ம், மருண்ம், தரும் வளவன் என்ப வற்றை இலக்கண நூல்கள் எடுத்துக்காட்டாகத் தருகின்றன. தற்காலத் தமிழில் போன்ம், மருண்ம் என்பனபோலும், மருளும் என்றே வழங்கு கின்றன. இன்று வகரத்தின்முன் வரும் மகரம் குறுகி ஒலிப்பதாகத் தெரியவில்லை. வரும் வழியில், நாங்களும் வந்தோம், நானும் வருவேன், போகும் வழி தெரியவில்லை, வாரி வழங்கும் வள்ளல் போன்ற எடுத்துக் காட்டுகளைக் காண்க.

8. ஆய்தக் குறுக்கம்

ஆய்த எழுத்து மெய்போல் அரை மாத்திரை ஒலிக்கும் என்பர். அஃது, இஃது, எஃகு போன்றவை அரை மாத்திரை ஒலிக்கும் முற்றாய்தம்

எனப்படும். சொற்புணர்ச்சியின் போது லகர, ளகர ஈற்றுச் சொற்களின் முன் தகரம் வரின் லகர, ளகர ஈறுகள் ஆய்தமாகத் திரிவது பழந்தமிழ் வழக்கு. எடுத்துக்காட்டு:

அல்+திணை→ அஃறிணை பல்+துளி → பஃறுளி
முள்+தீது → முஃடீது

இவ்வாறு புணர்ச்சியில் லகர, ளகரங்கள் திரிந்து தோன்றும் ஆய்தம் தனக்குரிய அரை மாத்திரையில் குறுகி ஒலிக்கும் என்பர். இதனையே ஆய்தக் குறுக்கம் என தமிழ் இலக்கண நூலார் கூறுவர். தற்காலத் தமிழில் லகர, ளகர ஈறுகள் தகரத்தின் முன் வரும்போது ஆய்தமாகத் திரிதல் இல்லை. எடுத்துக்காட்டு: பல்+துறை → பல்துறை. அஃறிணை, பஃறொடை போன்ற சொற்களை நாம் தற்காலத்திலும் பயன்படுத்து கின்றோம். ஆயினும், அஃது, இஃது, எஃகு போன்ற சொற்களில் வரும் முற்றாய்தம் போலவே இவற்றையும் உச்சரிக்கின்றோம்.

9. குற்றியலுகரம்

உரல், உயிர், முயல் ஆகிய சொற்களில் இடம்பெறும் உகரம் இதழ் குவித்து உச்சரிக்கப்படுவது. இதனை முற்றியல் உகரம் என்பர். முழுமையாக ஒலிக்கும் உகரம் என்பது பொருள். இதன் மாத்திரை ஒன்று என்பர். இந்த உகரம் சொல்லில் சில இடங்களில் வரும்போது இதழ் குவியாது உச்சரிக்கப்படுகின்றது. நாக்கு, காற்று, பட்டு, பயறு முதலிய சொற்களை உச்சரித்துக் காண்க. இவ்வாறு இதழ் குவியாது உச்சரிக்கப்படும் உகரமே குற்றியலுகரம் எனப்படுகின்றது. குறுகி ஒலிக்கும் உகரம் என்பது இதன் பொருள். இவ்வாறு ஒலிக்கும் உகரத்துக்கு மாத்திரை அரை என இலக்கண நூல்கள் கூறுகின்றன.

உரல், உயிர், முயல் ஆகிய சொற்களில் உள்ள உகரத்தை உச்சரிக்கும் போது இதழ் குவிகின்றது; நாக்கு மேல் நோக்கி உயர்ந்திருக்கின்றது; நாக்கின் பின்பகுதி விறைப்படைகின்றது. இவ்வகையில் இந்த உகரத்தை இதழ் குவிந்த மேல் பின் உயிர் என்று கூறலாம். இதுவே முற்றியலுகரம், நாக்கு, காற்று, பட்டு, பயறு ஆகிய சொற்களில் இறுதியில் உள்ள உகரத்தை உச்சரிக்கும் போது இதழ்கள் குவிவ தில்லை; நாக்கு மேல் நோக்கி உயர்ந்தே இருக்கிறது; நாக்கின் பின்பகுதி அன்றி நாக்கின் நடுப்பகுதி விறைப்படைகின்றது. இவ்வகையில் இந்த உகரத்தை இதழ் குவியாத மேல் இடை உயிர் என்று கூறலாம். இதுவே குற்றியலுகரம்.

முற்றியலுகரம் எப்போது குற்றியலுகரமாக ஒலிக்கும்? தனிக் குற்றெழுத்து அல்லாத ஏனைய எழுத்துகளின் பின் சொல்லின்

இறுதியில் வல்லின மெய்யின்மேல் ஏறிவரும் உகரம் குற்றியலுகர மாக ஒலிக்கும் என தமிழ் இலக்கண நூலாசிரியர்கள் கூறுவர். அதாவது, அது, இது, பசு, கொசு, படு, விடு, பெறு, வறு, நகு முதலிய சொற்களில் தனிக் குற்றெழுத்தை அடுத்து சொல்லின் இறுதியில் வல்லின மெய்யின் மேல் வரும் உகரம் முற்றியலுகரம். இவை தவிர ஆடு, எஃகு, வயிறு, நாக்கு, பங்கு, செய்து முதலிய சொற்களில் சொல்லின் இறுதியில் வல்லின மெய்யின் மேல் ஏறிவரும் உகரம் குற்றியலுகரம். இவ்வாறு வரும் குற்றியலுகரத்தை அதற்கு முன்வரும் எழுத்தை அடிப்படையாகக் கொண்டு ஆறு வகையாகப் பாகுபடுத்துவர்.

1. நெடில் தொடர்க் குற்றியலுகரம்.
   நெட்டெழுத்தை அடுத்து வல்லின மெய்யின் மேல் ஏறிவருவது.
   எடுத்துக்காட்டு: ஆடு, காடு, காசு, நீறு, தூது

2. ஆய்தத் தொடர்க் குற்றியலுகரம்.
   ஆய்த எழுத்தை அடுத்து வல்லின மெய்யின் மேல் ஏறிவருவது.
   எடுத்துக்காட்டு: அஃது, இஃது, எஃகு

3. உயிர்த் தொடர்க் குற்றியலுகரம்.
   தனி நெடிலை அடுத்து அன்றி, இருகுறில் அல்லது குறில் நெடிலை அடுத்து வல்லின மெய்யின் மேல் ஏறிவரும் உகரம்.
   எடுத்துக்காட்டு: வயிறு, வரகு, விடாது.

4. வன்றொடர்க் குற்றியலுகரம்.
   வல்லின மெய்யை அடுத்து வல்லின மெய்யில் ஏறி வருவது.
   எடுத்துக்காட்டு: நாக்கு, பட்டு, பத்து, பற்று, பேச்சு

5. மென்றொடர்க் குற்றியலுகரம்.
   மெல்லின மெய்யை அடுத்து வல்லின மெய்யின் மேல் ஏறி வருவது.
   எடுத்துக்காட்டு: அங்கு, பஞ்சு, பண்டு, என்று, பந்து, அம்பு

6. இடைத் தொடர்க் குற்றியலுகரம்.
   இடையின மெய்யை அடுத்து வல்லின மெய்யின் மேல் ஏறிவரும் உகரம்.
   எடுத்துக்காட்டு: பெய்து, செய்து, நல்கு.

தற்காலத் தமிழில் குற்றியலுகர உச்சரிப்பில் பல மாற்றங்களைக் காண்கின்றோம். பழந்தமிழில் முற்றியலுகரமாக ஒலித்த அது, இது, பசு, கொசு, படு, விடு, பெறு, வறு, நகு முதலியவை தற்காலத் தமிழில் இதழ் குவித்து முற்றியலுகரமாக ஒலிக்கப்படுவதில்லை. இதழ் குவியாது குற்றியலுகரமாகவே ஒலிக்கப்படுகின்றன. மேல் உள்ள சொற்களை இதழ் குவித்தும் குவியாதும் உச்சரித்து வேறுபாடு காண்க.

தற்காலத் தமிழில் சொல்லின் இறுதியில் இடையின, மெல்லின மெய்களை அடுத்து வரும் உகரமும் இதழ் குவியாது குற்றியலுகர மாகவே ஒலிக்கப்படுகின்றன. பின்வரும் சொற்களை இதழ் குவித்தும் குவியாதும் உச்சரித்து வேறுபாடு காண்க: கதவு, வரவு, மேரு, பல்லு, பள்ளு, எள்ளு, மண்ணு, பின்னு, மின்னு, அழு, பழு, தெரு, பரு.

இலக்கண நூல்களின் வரைவிலக்கணப்படி இவை முற்றியலுகர மாகும். தற்காலத்தில் இவை குற்றியலுகரமாகவே ஒலிக்கப்படு கின்றன. இவ்வகையில், இக்காலத் தமிழில் சொல்லின் இறுதியில் வரும் உகரம் இதழ் குவியாது குற்றியலுகரமாகவே ஒலிக்கப்படு கின்றது எனலாம். எனினும் புழு, புது, முழு, குழு, குரு போன்ற சொற்களில் ஈற்றில் வரும் உகரம் பெரிதும் இதழ் குவித்தே ஒலிக்கப் படுகின்றது. முதலில் உகரம் இருப்பது இதற்கும் காரணம் எனலாம். சொல்லின் இடையில் வரும் உகரம் முற்றியலுகரமாக ஒலிக்கப் படுகின்றதா? குற்றியலுகரமாக ஒலிக்கப்படுகின்றதா? பின்வரும் சொற்களை இதழ் குவித்தும் குவியாமலும் உச்சரித்து வேறுபாடு காண்க: இறுங்கு, எழுது, பகுதி, கெடுதி.

இவை இதழ் குவியாமலேயே உச்சரிக்கப்படுகின்றன. அவ்வகை யில் இவற்றையும் குற்றியலுகரம் எனல் வேண்டும். எனினும், சொல்லின் முதலில் உகரம் வந்தால் சொல் இடையில் அதை அடுத்து வரும் உகரமும் இதழ் குவித்து முற்றியலுகரமாகவே பெரிதும் உச்சரிக்கப்படுகின்றது. பின்வரும் சொற்களை ஒலித்துக் காண்க:-
புதுமை, முதுமை, உருவம், குறும்பு, உழுதேன்.

10. குற்றியலிகரம்

இகரம் தன் மாத்திரையில் குறைந்து ஒலிப்பது குற்றியலிகரம் எனப்படும்.

பழந்தமிழில் யகரத்துக்கு முன்வரும் குற்றியலுகரம் புணர்ச்சியில் இகரமாகத் திரியும். அந்த இகரம் தன் மாத்திரையில் குறுகி ஒலிக்கும்.

நாகு+யாது = நாகியாது

இவ்வாறு திரிந்து குறுகி ஒலிக்கும் இகரம் குற்றியலிகரம் எனப் பட்டது. இதுபோல் மியா என்னும் அசைச் சொல்லில் யகரத்துக்கு முன்வரும் இகரமும் குற்றியலிகரம் என்பர். தற்காலத் தமிழில் மியா என்ற அசைச் சொல் வழக்கில் இல்லை. குற்றியலுகர ஈற்றுச் சொற்கள் யகரத்தின் முன் இகரமாகத் திரிதலும் தற்கால வழக்கில் இல்லை. பின்வரும் எடுத்துக்காட்டுகளை நோக்குக:

எனக்கு யாரும் உதவிசெய்யவில்லை.

அவனுக்கு யாரையும் தெரியாது.
நாடு யாவருக்கும் சொந்தம்.

இவை எனக்கியாரும், அவனுக்கியாரையும், நாடியாவருக்கும் எனத் தற்காலத் தமிழில் புணர்வதில்லை.

இதுவரை நோக்கியதில் இருந்து உயிரளபெடை, ஒற்றளபெடை, மகரக் குறுக்கம், ஆய்தக் குறுக்கம், குற்றியலிகரம் போன்ற ஒலித் திரிபுகள் தற்காலத் தமிழில் பொது வழக்கில் இல்லை என்பதை அறியலாம்.

பயிற்சி

பின்வருவனவற்றுள் உகரம் இதழ் குவித்தும், இதழ் குவியாதும் உச்சரிக்கப்படும் சொற்களை இனங்கண்டு வேறுபடுத்துக.

உண்மை, குயில், புதுமை, இருமல், அலுவல், கழுகு, அது, உது, எண்ணு, கதவு, இரு, ஒன்று, குரு, எழுது, புழக்கம், முட்டை, குருடன், எருமை, கிடுகு, குடுகுடுப்பை, கிடுகிடுக்க, குளுகுளு, கிளுகிளு, உறுதி, இறுதி, எழுவான், விழுவான், உழுது.

3
எழுத்தின் பரம்பல்

எல்லா எழுத்துகளும் சொல்லின் முதல், இடை, கடை ஆகிய எல்லா இடங்களிலும் வருவதில்லை. ஒரு எழுத்து ஏனைய எல்லா எழுத்துகளுடன் சேர்ந்தும் சொற்களில் இடம்பெறுவதில்லை. எந்த எந்த எழுத்துகள் சொல்லின் முதலில் இடம்பெறும், எந்த எந்த எழுத்துகள் சொல்லின் இறுதியில் இடம்பெறும், சொல்லுக்கு இடையில் எந்த எந்த எழுத்துகள் எந்த எந்த எழுத்துகளுடன் சேர்ந்து வரும் என்பவற்றை நாம் வரையறுத்துக் கூறமுடியும். இவ்வாறு சொல்லாக்கத்தில் எழுத்துகள் பயின்றுவரும் முறைமையே எழுத்தின் பரம்பல் எனப்படுகின்றது. இதனை முதல்நிலை, இறுதிநிலை, இடைநிலை என ன்றாக வகைப்படுத்தி நோக்கலாம்.

1. முதல்நிலை எழுத்துகள்

முதல்நிலை என்பது ஒரு எழுத்து சொல்லாக்கத்தில் சொல்லின் முதலில் இடம்பெறுவதைக் குறிக்கும்.

1. 12 உயிர் எழுத்துகளும் சொல்லாக்கத்தில் முதல்நிலையில் வருகின்றன. எடுத்துக்காட்டு:

   அது, ஆடு, இது, ஈசல், உரல், ஊர்,
   எது, ஏன், ஐந்து, ஒன்று, ஓடு, ஔவை

2. வல்லின மெய்களில் க, ச, த, ப ஆகிய நான்கும் 12 உயிர்களுடனும் சேர்ந்து சொல்லுக்கு முதலில் வரும். எடுத்துக்காட்டு:

   க - கடல், காகம், கிளி, கீரை, குயில், கூடு, கெடு, கேடு
   கை, கொடு, கோபம், கௌரி

   ச - சத்தம், சாறு, சிலை, சீவு, சுவை, சூடு,
   செவி, சேவல், சைவம், சொல், சோறு சௌக்கியம்

   த - தலை, தாய், திரை, தீமை, துயில், தூது,
   தெற்கு, தேடு, தையல், தொழில், தோப்பு, தௌபீக் (இஸ்லாமிய இயற்பெயர்)

   ப - படு, பார், பிழை, பீடை, புதுமை, பூமி
   பெண், பேடு, பையன், பொறுமை, போதும், பௌர்ணமி

   தற்காலத்தில் தமிழ்ச் சொற்களில் தௌ சொல் முதலில் வருவதில்லை. தமிழில் கலந்துள்ள அரபு முதலிய பிறமொழிச் சொற்களில் தௌ மொழி முதலில் வருகின்றது தௌபீக், தௌபா...

3. மெல்லின எழுத்துக்களில் ந, ம ஆகிய இரண்டும் 12 உயிர்களுடனும் சேர்ந்து சொல்லுக்கு முதலில் வரும். எடுத்துக்காட்டு:

ந - நன்று, நான், நிலம், நீ, நுனி, நூல்,
நெல், நேற்று, நைடதம், நொண்டு, நோன்பு, நௌஷாத் (இஸ்லாமிய இயற்பெயர்)

ம - மனம், மாலை, மின், மீன, முயல், லை,
மென்மை, மேன்மை, மையல், மொழி, மோது, மௌனம்

க ச த ப ந ம ஆகிய எழுத்துகளின் ஔகார வரிசை சொல்லாக்கத்தில் மிக அரிதாகவே பயன்படுகின்றது.

4. வ,ய, ஞ ஆகிய மெய்கள் எல்லா உயிர்களுடனும் சேர்ந்து முதல் நிலையில் வருவதில்லை. சில சில உயிர்களுடன் சேர்ந்தே வருகின்றன.

வகரம் உ, ஊ, ஒ, ஓ ஆகியவை தவிர்ந்த உயிர்களுடன் முதல் நிலையில் வருகின்றது. எடுத்துக்காட்டு: வயல், வாய், விலை, வீடு, வெயில், வேலை, வையம், வௌவால். வோட்டு என்னும் ஆங்கிலச் சொல்லும் (Vote) தற்காலத்தில் வழக்கத்தில் உள்ளது.

யகரம் அ, ஆ, உ, ஊ, ஓ, ஔ ஆகிய உயிர்களுடன் இணைந்து முதல்நிலையில் வரும். எடுத்துக்காட்டு: யமன், யார், யுகம், யூகம், யோகம், யௌவனம்

ஞகரம் ஆகாரத்துடன் மட்டுமே தற்காலத் தமிழில் முதல்நிலையில் வருகிறது. எடுத்துக்காட்டு: ஞாயிறு, ஞாலம், ஞாபகம், ஞானம் ஞமலி, ஞிமிறு, ஞொள்கு போன்ற பழந்தமிழ்ச் சொற்கள் இன்று வழக்கல் இல்லை.

5. ட, ற, ர, ல ஆகிய மெய் எழுத்துகள் தமிழில் வந்து சேர்ந்த பிற மொழிச் சொற்களில் முதல்நிலையில் வருகின்றன. எடுத்துக்காட்டு:

ட - டம்பம், டாக்டர், டிமிக்கி, டீசல், டுமீல், டூப்பு, டை, டோபி
ற - றக்கு, றாத்தல், றேடியோ, றைவர், றோட்டு (இலங்கை வழக்கு)
ர - ரசம், ரசிகன், ராகம், ரீங்காரம், ருசி
ல - லட்டு, லாம்பு, லிங்கம், லீலை, லுங்கி, லூர்த்து, லைலா,
லொத்தர், லோபி, லௌகீகம்

6. ஜ, ஷ, ஸ, ஹ ஆகிய கிரந்த எழுத்துகளும் தமிழில் வந்து சேர்ந்த பிற மொழிச் சொற்களில் முதல்நிலையில் வருகின்றன. எடுத்துக்காட்டு:

ஜ - ஜனாதிபதி, ஜமீன்தார், ஜரிகை, ஜல்லிக்கட்டு, ஜனநாயகம்
ஷ - ஷரத்து, ஷரீயத்து
ஸ - ஸலாம், ஸாஸ்திரம்
ஹ - ஹர்தால், ஹலால், ஹஜ், ஹாஜி, ஹிம்சை, ஹோமியோபதி

7. ங், ண், ன், ள், ழ், ஆகிய மெய் எழுத்துகள் சொல்லின் முதல் நிலையில் வருவதில்லை. எனினும் தத்தம் பெயரைச் சுட்டும் போது அவையும் சொல் முதலில் வருகின்றன. எடுத்துக்காட்டு: ஙகரம், ணகரம், ளகரம், ழகரம்.

தற்காலத்தில் சில எழுத்தாளர்கள் சில பிரஞ்சு நாட்டு அறிஞர் களின் பெயர்களைத் தமிழ்ப்படுத்தி எழுதும்போது ழகரத்தை முதல் நிலையில் பயன்படுத்துகின்றனர். ழான் லக்கான், ழீன் பால் சாத்ரே என்பன எடுத்துக்காட்டுகள்.

8. தமிழ்ச் சொற்களில் உயிர்மெய் எழுத்துகளே சொல் முதலில் வருகின்றன. தனி மெய்கள் அவ்வாறு வருவதில்லை. எனினும், பிறமொழிப் பெயர்கள் சிலவற்றை எழுதுகையில் தனிமெய் எழுத்துகள் சொல் முதலில் வரக் காணலாம்.
எடுத்துக்காட்டு: ஸ்பானியா, ஸ்ரொக்ஹோம்

2. இறுதிநிலை எழுத்துகள்

இறுதிநிலை என்பது ஒரு எழுத்து சொல்லாக்கத்தில் சொல்லின் இறுதியில் இடம்பெறுவதைக் குறிக்கும்.

1. எ, ஒ, ஔ தவிர்ந்த ஏனைய உயிர் எழுத்துகள் சொல்லாக்கத்தில் இறுதிநிலையில் வருகின்றன. எடுத்துக்காட்டு:

அ - நட, கட, நல்ல, பெரிய, பல, சில...
ஆ - வா, தா, பலா, நிலா, பூங்கா...
இ - படி, நடி, கனி, பனி, புலி, எலி, நன்றி...
ஈ - நீ, தீ
உ - உப்பு, எறும்பு, நன்று, இன்று, பங்கு...
ஊ - பூ
ஏ - நானே, அவனே, என்னே...
ஐ - தலை, மலை, தென்னை, பனை, வலை, வளை...
ஓ - போ, நீயோ, யாரோ, அறிந்தோ, அறியாமலோ...

- எகரம் பழந்தமிழிலும் சொல் இறுதியில் இடம்பெறவில்லை.
- ஒகரம் பழந்தமிழில் நொ என்னும் சொல்லில் மட்டும் சொல் இறுதியில் இடம்பெற்றது.
- ஔகாரம் பழந்தமிழில் கௌ, வௌ ஆகிய சொற்களில் மட்டும் இறுதி நிலையில், இடம்பெற்றது. இச்சொற்கள் (கௌவு, வௌவு) என பிற்காலத்தில் வடிவ மாற்றம் அடைந்தன.
- ஏகாரம் இடைச்சொல்லாகவே இறுதிநிலையில் இடம் பெறுகின்றது.

- ஒகாரம் பெரும்பாலும் இடைச்சொல்லாகவே இறுதிநிலையில் இடம் பெறுகின்றது.

2. மெய் எழுத்துகளில் ண, ம, ன ஆகிய ன்று மெல்லினங்களும் ய, ர, ல, ள, ழ ஆகிய ஐந்து இடையினங்களும் சொல்லாக்கத்தில் இறுதிநிலையில் வருகின்றன. எடுத்துக்காட்டு:

ண் - மண், விண், கண், பெண்... ம் - நாம், மணம், இடம், நிலம்...
ன் - நான், மான், பொன், தின்... ய் - மெய், நெய், வாய், நாய்...
ர் - பார், நீர், போர், பயிர்... ல் - கால், சொல், நெல், கல்...
ள் - ஆள், வாள், மகள், அவள்... ழ் - வாழ், வீழ், மகிழ், நிகழ்...

3. தமிழ்ச் சொற்களில் வல்லின மெய்கள் இறுதிநிலையில் வருவதில்லை. தற்காலத் தமிழில் பிறமொழிச் சொற்களையும், இடப் பெயர்கள், ஆட்பெயர்களையும் எழுதும்போது இவையும் இறுதி நிலையில் இடம்பெறுகின்றன. எடுத்துக்காட்டு:

க் - ஈராக், பேங்கொக், கேக்... ச் - சூரிச், டோர்ச்...
ட் - லெனின்கிறாட், டேவிட்... த் - பாக்தாத், றோலன்பார்த்
ப் - ஜோசப் ற் - கறற், பெப்பர்மின்ற்

4. பிறமொழிப் பெயர்களைத் தமிழில் எழுதும்போது ஜ், ஷ், ஹ், ஸ் ஆகிய கிரந்த எழுத்துகளும் தற்காலத் தமிழில் சொல் இறுதியில் வருகின்றன. எடுத்துக்காட்டு:

ஜ் - ஜோர்ஜ், ஹஜ், மிஹ்ராஜ்... ஷ் - ஜோர்ஜ் புஷ், ரமேஷ்...
ஹ் - நிக்காஹ், நூஹ் ஸ் - பெர்ணாண்டஸ், பீரிஸ், நஜீஸ்...

- பழந்தமிழில் ஞ், ந், வ் ஆகிய மெய்கள் சொல் இறுதியில் அரிதாக சில சொற்களில் இடம்பெற்றன.

  உரிஞ் (உராய்தல்), வெரிந் (முதுகு), தெவ் (பகை)

- நகரம் தற்காலத் தமிழில், ரஜனிகாந், விஜயகாந் போன்ற பெயர்களில் இறுதியில் இடம்பெறுகின்றது.

- ஙகரம் பழந்தமிழில் சொல் இறுதியில் இடம்பெறவில்லை. தென்கிழக்காசிய இடப்பெயர்கள், ஆட்பெயர்களை எழுதும் போது தற்காலத் தமிழில் இறுதிநிலையில் இடம்பெறுகின்றது. எடுத்துக்காட்டு:
  ஹொங் கொங், பீக்கிங், மாஓ சேதுங்...

3. இடைநிலை எழுத்துகள்

சொல்லாக்கத்தின்போது சொல்லின் இடையில் தனித்தோ பிற எழுத்துகளுடன் இணைந்தோ இடம்பெறும் எழுத்துகள் இடைநிலை எழுத்துகள் எனப்படும்.

1. *12 உயிர் எழுத்துகளும் சொல் இடையில் வருகின்றன. எடுத்துக்காட்டு:*

அ - மகன், அகலம்	ஆ - தான், எல்லாம்
இ - நிலம், கனிவு	ஈ - தீமை, உள்ளீடு
உ - இருள், அடுக்கு	ஊ - கூடு, எண்ணூறு
எ - செல், பெருமை	ஏ - தேவை, செல்வேன்
ஐ - தலைவன், மனைவி	ஒ - கொக்கு, பொறுமை
ஓ - போதும், அன்போடு	ஔ - வெளவால், சௌகரியம்

2. *ங தவிர்ந்த 17 மெய் எழுத்துகளும் சொல் இடையில் இரண்டு உயிர்களுக்கு இடையில் தனித்து வருகின்றன. எடுத்துக்காட்டு:*

க - பகல், முகில்	ச - இசை, நிசி
ட - படம், இடி	த - இதழ், புதுமை
ப - சபலம், உபாயம்	ற - அறம், எறும்பு
ஞ - அறிஞர், கலைஞர்	ண - மணம், பணி
ந - ஓட்டுநர், பெறுநர்	ம - சமர், சுமை
ன - மனம், தனிமை	ய - முயல், வயிறு
ர - விரல், எரி	ல - நிலம், பலி
வ - அவன், கவி	ள - குளம், வளை
ழ - பழம், விழு	

இடைநிலை மெய்மயக்கம்

மெய் எழுத்துகள் இரட்டித்து அல்லது பிற மெய்களுடன் இணைந்து சொல் இடையில் வருவதை இடை நிலை மெய்மயக்கம் என்று தமிழ் இலக்கண ஆசிரியர் கூறுவர். இடைநிலை மெய்மயக்கம் இரண்டு வகைப்படும்:

1. *உடன்நிலை மெய்மயக்கம்: ஒரே மெய் இரட்டித்து வருவது உடன் நிலை மெய்மயக்கம் எனப்படும்*
2. *வேற்றுநிலை மெய்மயக்கம்: வெவ்வேறு மெய்கள் இணைந்து வருவது வேற்றுநிலை மெய்மயக்கம் எனப்படும்.*

உடன்நிலை மெய்மயக்கம்

ர, ழ தவிர்ந்த 16 மெய்களும் சொல் இடையில் இரட்டித்து வரும். எடுத்துக்காட்டு:

-க்க்- பக்கம், அக்கா	-ச்ச்- பச்சை, மச்சம்
-ட்ட்- வட்டம், தொட்டி	-த்த்-பத்து, மெத்தை
-ப்ப்- அப்பா, தப்பு	-ற்ற்- வெற்றி, ஒற்றை
-ங்ங்- அங்ஙனம், எங்ஙனம்	-ஞ்ஞ்- விஞ்ஞானம், அஞ்ஞானம்
-ண்ண்- தண்ணீர், எண்ணை	-ந்ந்- செந்நெறி, அந்நியன்
-ம்ம்- அம்மா, தும்மல்	-ன்ன்- மன்னன், அன்னை

-ய்ய்-	வெய்யில், செய்ய	-ல்ல்-	இல்லை, நல்ல
-வ்வ்-	செவ்வை, இவ்விதம்	-ள்ள்-	அள்ளு, வெள்ளம்

- கிரந்த எழுத்தான ஜ் வும் பிறமொழிச் சொற்களில் சொல் இடையில் இரட்டித்து வருகின்றது. எடுத்துக்காட்டு: ஹஜ்ஜு, லஜ்ஜை, பஜ்ஜி.

வேற்றுநிலை மெய்மயக்கம்

தமிழ்ச் சொற்களில் க, ச, த, ப தவிர்ந்த 14 மெய்களும் சொல் இடையில் குறிப்பிட்ட சில பிற மெய்களுடன் இணைந்து வரும்.

1. டவும் றவும் க், ச், ப் ஆகியவற்றுடன் மயங்கும்.

-ட்க்-	வெட்கம்	-ற்க்-	சொற்கள்
-ட்ச்-	காட்சி	-ற்ச்-	பயிற்சி
-ட்ப்-	நுட்பம்	-ற்ப்-	கற்பு

2. ம, ப வுடன் மயங்கும்

   -ம்- அம்பு, தம்பி

3. ந, த வுடன் மயங்கும்

   -ந்த்- தந்தை, பந்து

4. ப், ற், க், ச், ம் ஆகியவற்றுடன் ன மயங்கும்

-ன்ப்-	அன்பு, இன்பம்	-ன்ற்-	அன்று, நன்றி
-ன்க்-	நன்கு, என்க	-ன்ச்-	இன்சொல், நன்செய்
-ன்ம்-	நன்மை, புன்மை		

5. ப், ட், க், ம் ஆகிய மெய்களுடன் ண் மயங்கும்

-ண்ப்-	நண்பர், வெண்பா	-ண்ட்-	தொண்டர், கண்டேன்
-ண்க்-	விண்கலம், பெண்கள்	-ண்ம்-	ஆண்மை, பெண்மை

6. ஞ, ச வுடன் மயங்கும்

   -ஞ்ச்- இஞ்சி, மஞ்சள்

7. ங, க வுடன் மயங்கும்

   -ங்க்- அங்கு, இங்கு

8. க, ச, த, ப, ம, வ ஆகியவற்றுடன் ய மயங்கும்

-ய்க்-	செய்கை, நாய்கள்	-ய்ச்-	பொய்சொல்
-ய்த்-	செய்தி, பெய்த	-ய்ப்-	செய்ப
-ய்ம்-	வாய்மை, தூய்மை	-ய்வ்-	செய்வான், தெய்வம்

9. க, த, ப, ம, வ ஆகியவற்றுடன் ர மயங்கும்

-ர்க்-	மார்கழி, சேர்க	-ர்த்-	தேர்தல், சேர்தல்
-ர்ப்-	மார்பு	-ர்ம்-	நேர்மை, ஓர்மை
-ர்வ்-	பார்வை, சோர்வு		

10. க, ப, வ, ய ஆகியவற்றுடன் ல மயங்கும்
    -ல்க்- செல்க, நல்கு   -ல்ப்- இயல்பு, சால்பு
    -ல்வ்- கல்வி, செல்வம்   -ல்ய்- கல்யாணி, கல்யாணம்

11. க, ப, வ ஆகியவற்றுடன் ள மயங்கும்
    -ள்க்- கொள்கை, கொள்க   -ள்ப்- கொள்பவன், ஆள்பவன்
    -ள்வ்- கள்வன், கொள்வேன்

12. க, த, ப, ம, வ ஆகியவற்றுடன் ழ மயங்கும்
    -ழ்க்- வாழ்க, வீழ்க   -ழ்த்- வாழ்தல், ஆழ்தல்
    -ழ்ப்- வாழ்பவர், வீழ்பவர் -ழ்ம்- ஏழ்மை, கீழ்மை
    -ழ்வ்- வாழ்வு, தாழ்வு

13. வ, ய வுடன் மயங்கும்
    -வ்ய்- காவ்யம் - இது தற்காலத்தில் அருகிய வழக்கு.
           காவியம் - இது பெருவழக்கு

14. தற்காலத்தில் பலருடைய எழுத்தில், க, த, ப ஆகிய வல்லினங்கள்
    வேற்றுநிலை மெய்மயக்கில் வரக் காண்கின்றோம்.
    -க்த்- பக்தி, சக்தி, யுக்தி -க்ன்- அக்னி
    -த்ம்-   ஆத்மா, பத்மா   -த்வ்- தத்வம்
    -ப்த்- சப்தம்

15. -ஸ்ப்-, -ஸ்ல்-, -ஸ்ம்-, -ஸ்த்-, -ஷ்ட்-, ஷ்ண் முதலிய இடைநிலை
    மெய்மயக்கங்கள் தமிழில் கலந்த பிறமொழிச் சொற்களில் காணப்
    படுகின்றன.
    ஆஸ்பத்திரி, இஸ்லாம், கிறிஸ்மஸ், பாகிஸ்தான், கஷ்டம், விஷ்ணு.

16. சொல் இடையில் ன்று மெய்கள் மயங்குதல்.
    தனிச் சொற்களில் அல்லது கூட்டுச் சொற்களில் சொல் இடையில்
    ய், ர், ழ் ஆகிய மெய்கள் வரும்போது ன்று மெய்கள் மயங்கி
    வருவதைக் காண முடிகின்றது.
    -ய்க்க்- வாய்க்கால், நாய்க்குட்டி -ய்ச்ச்- காய்ச்சல், நெய்ச்சோறு
    -ய்த்த்- சாய்த்தேன், காய்த்த   -ய்ப்ப்- வாய்ப்பாடு, வாய்ப்பு
    -ய்ந்த்- சாய்ந்து, காய்ந்த   -ய்ங்க்- வேய்ங்குழல்
    -ர்க்க்- சேர்க்கை, பார்க்கிறேன்   -ர்ச்ச்- தேர்ச்சி, நேர்ச்சை
    -ர்த்த்- பார்த்தேன், போர்த்து   -ர்ப்ப்- பார்ப்போம், ஆர்ப்பாட்டம்
    -ர்ந்த்- சார்ந்து, சேர்ந்தேன்   -ழ்க்க்- வாழ்க்கை
    -ழ்ச்ச்- வீழ்ச்சி, சூழ்ச்சி   -ழ்த்த்- வாழ்த்து, வீழ்த்தி
    -ழ்ப்ப்- காழ்ப்பு   -ழ்ங்க்- பாழ்ங்கிணறு
    -ழ்ந்த்- வாழ்ந்த

சொல்லியல்

4
சொல்லின் அமைப்பு: பகுபதமும் பகாப்பதமும்

எழுத்தியலில் எழுத்துகளின் வகை, அவற்றின் உச்சரிப்பு, அவை சொல்லாக்கத்தில் பயன்படும் முறை என்பன பற்றிப் பார்த்தோம். இவ்வதிகாரத்தில் சொற்களின் அமைப்புப் பற்றி விளக்கப் படுகின்றது.

எழுத்துகள் ஒலிகளைக் குறித்து நிற்கின்றன. எழுத்து என்ற நிலையில் அவற்றுக்குப் பொருள் இல்லை.

அ, ஆ, ப், ட், ம் என்பன எழுத்துகள். இவற்றுக்குப் பொருள் இல்லை. ஆனால் இவை ஒன்றுடன் ஒன்று சேர்ந்து பொருள் உள்ள சொற்களை ஆக்குகின்றன. மேலுள்ள ஐந்து எழுத்துகளும் எத்தனை சொற்களை ஆக்க முடியும்?

ஆ, மா, பா, படம், பட்டம், மடம், மட்டம், அப்பம், அப்பா, ஆம், பப்படம், மாடம், ஆட்டம்

இவ்வாறே மேலுள்ள ஐந்து எழுத்துகளையும் கொண்டு இன்னும் சில சொற்களை ஆக்கலாம். ஆக்கிப் பாருங்கள்.

ஆ, மா, பா ஆகியன ஓர் எழுத்தாலான சொற்கள். ஏனையவை பல எழுத்துகளாலான சொற்கள். எழுத்துகள் தனித்தோ சேர்ந்தோ பொருள் தருமாயின் அதனைச் சொல் என்பர். சொல் என்பதும் பதம் என்பதும் ஒரே பொருள் தரும் சொற்களாகும்.

1. பகாப்பதம்

ஆ, மா, பா, படம், பட்டம், மடம், மட்டம், அப்பம், அப்பா, ஆம், பப்படம், மாடம், ஆட்டம் ஆகிய சொற்களை மேலும் பொருள் தரக்கூடிய உறுப்புகளாக நாம் பிரிக்க முடியாது. அவ்வாறு பிரித்தால் அவை பொருள் தரா.

எடுத்துக்காட்டாக படம் என்னும் சொல்லை ப+டம் என்றோ, பட்டம் என்பதை பட்+டம் என்றோ பிரித்தால் அவற்றுள் எந்தக் கூறும் பொருள் தருவதில்லை. ப, டம், பட் என்று தமிழில் சொற்கள் இல்லை.

பப்படம் என்பதை பப்+படம் என்றும் மாடம் என்பதை மா+டம் என்றும் பிரித்தால் அவற்றில் இடம்பெறும் படம், மா என்பன பொருள் தருகின்றனவே என்று கூறலாம். ஆனால் அவற்றுடன் இருக்கும் பப், டம் என்பவற்றுக்குப் பொருள் இல்லை என்பதையும் நாம் கருத்தில் கொள்ள வேண்டும். ஆகவே, மேல் உள்ள சொற் களைப் பொருள் தரக்கூடிய கூறுகளாக நாம் பிரிக்க முடியாது.

இவ்வாறு பிரிக்க முடியாத சொற்களைப் பகாப்பதம் என்பர்.

நான், நீ, மரம், மாடு, வா, போ, தின், நட, ஓடு, மேசை, கதிரை, நட்சத்திரம் இவை எல்லாம் பகாப்பதங்களே.

2. பகுபதம்

மரங்கள், மாடுகள், நாய்கள், பூனைகள்

இச்சொற்களைப் பொருள் தரக்கூடிய கூறுகளாக நாம் பிரிக்கலாம். பிரித்தால் மரம், மாடு, நாய், பூனை ஆகிய ஒருமைப் பெயர்களும் - கள் என்ற பன்மை உணர்த்தும் விகுதியும் நமக்குக் கிடைக்கின்றன.

ஓடுதல், பாடுதல், ஆடுதல், நாடுதல் ஆகிய சொற்களைப் பிரித்தால் ஓடு, பாடு, ஆடு, நாடு ஆகிய வினைச்சொற்களும் - தல் என்னும் தொழிற்பெயர் விகுதியும் நமக்குக் கிடைக்கின்றன.

இவ்வாறு பொருள் தரக்கூடிய உறுப்புகளாகப் பிரிக்கக்கூடிய சொற்களைப் பகுபதம் என்பர்.

பொருளை நாம் இருவகைப் படுத்தலாம். ஒன்று, சொற்பொருள் அல்லது அகராதிப் பொருள். நான், நீ, மரம், மாடு, வா, போ என்பன வற்றின் பொருள் இப்பிரிவுள் அடங்கும். மற்றது இலக்கணப் பொருள். கள், தல் என்பன உணர்த்தும் பொருள் இப்பிரிவுள் அடங்கும்.

ஒரு பகுபதத்தில் குறைந்தபட்சம் இரண்டு கூறுகளாவது இருக்க வேண்டும். நாம் மேலே பார்த்த பகுபதம் ஒவ்வொன்றும் இரண்டு கூறுகளைக் கொண்டுள்ளது. ஒரு பகுபதத்தில் கூடியபட்சம் எத்தனை கூறுகள் இருக்கலாம்?

ஓடிக்கொண்டிருந்திருப்பான்

இதுவும் ஒரு பகுபதம்தான். இதனைப் பிரித்துப் பார்க்கலாம்.

ஓடு+இ+கொள்+ட்+உ+இரு+ந்த்+உ+இரு+ப்ப்+ஆன்

எத்தனை கூறுகள்? 11 கூறுகள் உள்ளன. -ந்த்-, -ப்ப்- ஆகிய இடை நிலைகளை தமிழ் இலக்கண ஆசிரியர் த்+த், ப்+ப் என்று பிரிப்பர். அவ்வாறு பிரித்தால் 13 கூறுகளாகும்.

பயிற்சி

பின்வரும் சொற்களுள் பகாப்பதங்களை வேறாகவும் பகுபதங் களை வேறாகவும் வகைப்படுத்துக.

வா, வாடகை, வருகை, வாழ்வு, மணம், வயிறு, மருந்து, வருந்து, விருந்து, நடந்து, பணம், மரம், மரத்தில், திங்கள், நாங்கள், மீன்கள், அவர்கள்

3. பகுபத உறுப்புகள்

ஒரு பகுபதத்தில் இடம்பெறும் கூறுகளை அவற்றின் தொழிற்பாட்டின் அடிப்படையில் ஆறு உறுப்புகளாக வகைப்படுத்துவர். அவை பகுதி, விகுதி, இடைநிலை, சாரியை, சந்தி, விகாரம் எனப்படும். ஒரு பகுபதத்தில் இவற்றுள் ஏதாவது இரண்டு உறுப்புகள் கட்டாயம் இருக்கும். சில பகுபதங்களில் ஆறு உறுப்புகளும் இருக்கும்.

1. பகுதி

மாடுகள், அரசன், ஓடினான் ஆகிய பகுபதங்களை மாடு+கள், அரசு+அன், ஓடு+இன்+ஆன் எனப் பிரிக்கலாம். இவற்றுள் மாடு, அரசு, ஓடு ஆகியவற்றை அடிச்சொல் எனவும் கள், அன், இன், ஆன் ஆகியவற்றை ஒட்டுகள் எனவும் அழைப்போம். ஒரு பகுபதத்தில் ஓர் அடிச்சொல்லும் ஒன்று அல்லது பல ஒட்டுகளும் இருக்கும். ஒரு பகுபதத்தின் அடிப்படை வடிவம் அதன் அடிச்சொல்லாகும். அதனுடன் ஒட்டப்படும் அல்லது இணைக்கப்படும் ஒவ்வொரு கூறும் ஒட்டு எனப்படும். ஒரு பகுபதத்தின் அடிச்சொல்லையே தமிழ் இலக்கண நூல்கள் பகுதி எனக் கூறுகின்றன.

அவன், இவன், எவன் என்பனவும் பகுபதங்களே. இவற்றை அ+வ்+அன், இ+வ்+அன், எ+வ்+அன் எனப் பிரிக்கலாம். அ, இ, எ என்பன இவற்றின் பகுதிகளாகும்.

முன்னோர், பின்னோர், பிறர், நல்லோர் என்பனவற்றை முன்+ஓர், பின்+ஓர், பிற+ர், நல்+ஓர் எனப் பிரிக்கலாம். முன், பின், பிற, நல் என்பன இவற்றின் பகுதிகளாகும்.

செத்தான் என்னும் சொல்லின் பகுதி எது?

இதனை சா+த்த்+ஆன் எனப் பிரிக்க வேண்டும். சா என்பதே பகுதி. இது புணர்ச்சியில் செ என விகாரப்பட்டுள்ளது. பகுதிகள் விகாரப் பட்டும் வரலாம். *(பார்க்க பக். 56)*

பயிற்சி

பின்வரும் பகுபதங்களைப் பிரித்து அவற்றின் பகுதிகளை வேறுபடுத்துக:

பணக்காரன்	தருவேன்	கற்றோர்	அண்ணன்மார்
தொழிலாளி	படித்த	கவிஞர்	தன்னுடைய
புத்திசாலி	அவர்கள்	வந்தோம்	இருப்பேன்

கூட்டுப் பகுதி

குருவிக்கூடு கைவிடு பூனைக்குட்டி முன்னேறு

ஆகிய சொற்களும் பகுபதங்களே.

குருவி+கூடு, பூனை+குட்டி, கை+விடு, முன்+ஏறு என இவற்றைப் பிரிக்கலாம். ஆகவே குருவி, பூனை, கை, முன் ஆகியவற்றை இவற்றின் பகுதிகளாகவும் கூடு, குட்டி, விடு, ஏறு ஆகியவற்றை இவற்றின் விகுதிகளாகவும் கொள்ளலாமா? இல்லை. இவை இரண்டு சொற் களால் ஆன தனிச்சொற்களாகவே இயங்குகின்றன. இவை தொகைச் சொற்கள் அல்லது கூட்டுச் சொற்கள் எனப்படும். இவற்றுடன் சேர்க்கக்கூடிய எல்லா ஒட்டுகளும் இவற்றின் இறுதியில் சேரும்.

குருவிக்கூடுகள்	பூனைக்குட்டிகள்
குருவிக்கூடுகளை	பூனைக்குட்டிகளை
குருவிக்கூடுகளுக்கு	பூனைக்குட்டிகளுக்கு
கைவிட்டேன்	முன்னேறினேன்
கைவிடுவேன்	முன்னேறுவேன்
கைவிடுகிறேன்	முன்னேறுகிறேன்
கைவிட	முன்னேற
கைவிட்டு	முன்னேறி

மேல் உள்ள சொற்களில் பகுதிகள் எவை? குருவிக்கூடு, கைவிடு, பூனைக்குட்டி, முன்னேறு ஆகியவையே இவற்றின் பகுதிகள்.

இவற்றைக் கூட்டுப் பகுதி (கொம்பவுண்ட் ஸ்டெம்) எனலாம்.

பயிற்சி

பின்வரும் சொற்களைப் பிரித்துப் பகுதிகளை வேறுபடுத்துக:

வெட்கப்பட்டான்	ஒலிவாங்கிகள்	கரும்பலகையில்
கேள்விப்படுவாய்	உரையாசிரியர்களுக்கு	கண்டுபிடித்தார்கள்.

2. விகுதி

பகுபதத்தின் இறுதியில் வந்து, திணை, பால், எண், இடம், வேற்றுமை, வினை, ஏவல், வியங்கோள் போன்ற பல்வேறு இலக்கணப் பொருள்களை உணர்த்தப் பயன்படும் உறுப்பை விகுதி என்பர். எடுத்துக் காட்டுகள்:

பகுபதம்	பகுதி	விகுதி	விகுதிப்பொருள்
அரசன்	அரசு	அன்	(உயர்திணை) ஆண்பால்
அரசி	அரசு	இ	(உயர்திணை) பெண்பால்
மாடுகள்	மாடு	கள்	பன்மை
போனேன்	போ	ஏன்	தன்மை ஒருமை
பூனையை	பூனை	ஐ	வேற்றுமை
மரமா	மரம்	ஆ	வினா
போங்கள்	போ	-ங்கள்	ஏவல்பன்மை
வாழ்க	வாழ்	க	வியங்கோள்
ஓடுதல்	ஓடு	தல்	தொழிற்பெயர்
வந்த	வா	அ	பெயரெச்சம்
ஓடி	ஓடு	இ	வினையெச்சம்

இவ்வாறு விகுதிகள் பலவகைப்படும். ஒரு பகுபதத்தில் ஒன்றுக்கு அதிகமான விகுதிகள் இடம்பெறலாம். எடுத்துக்காட்டாக: மாடுகளையா என்னும் சொல்லைப் பின்வருமாறு பிரிக்கலாம்:
மாடு+கள்+ஐ+ஆ

இச்சொல்லில் மாடு என்பது பகுதி. கள், ஐ, ஆ என்பன விகுதிகள்.

பயிற்சி

பின்வரும் பகுபதங்களைப் பிரித்து, விகுதிகளை வேறுபடுத்துக. விகுதிப் பொருளையும் தருக.

தாய்மார்	கத்தியால்	நடிகன்	பொரியல்	பண்மை
முதலாளி	போனோம்	அவள்	படித்து	நீயா
போவான்	வருக	போகின்ற	செடிகள்	போனார்

3. இடைநிலை

பகுதிக்கும் விகுதிக்கும் இடையில் தோன்றும் பகுபத உறுப்பு இடைநிலை எனப்படும். இது ன்று வகைப்படும்:

1. கால இடைநிலை
2. எதிர்மறை இடைநிலை
3. பெயர் இடைநிலை

கால இடைநிலை. ஒரு வினைப் பகுபதத்தில் பகுதிக்கும் விகுதிக்கும் இடையில் வந்து காலம் உணர்த்தும் உறுப்பு வினை இடைநிலை எனப்படும்.

போனான், போகிறான், வோவான் ஆகிய வினைச்சொற்களைப் பின்வருமாறு பிரிக்கலாம்: போ+ன்+ஆன், போ+கிறு+ஆன், போ+வ்+ஆன்

இங்கு போ என்பது பகுதி, ஆன் என்பது விகுதி. -ன்-, -கிறு-, -வ்- என்பன இடைநிலைகள். இவை முறையே இறந்தகாலம், நிகழ் காலம், எதிர்காலம் என்பவற்றை உணர்த்துகின்றன. இடைநிலைகள் பகுதிக்கும் விகுதிக்கும் இடையில் வருவன என்பதைக் காட்டு வதற்காக அவற்றின் இரு பக்கங்களிலும் மேலே காட்டியிருப்பது போல் சிறு கோடு இடுவது நன்று.

வினைச்சொற்கள் என்னும் பகுதியில் காலம் காட்டும் இடை நிலைகள் பற்றி விளக்கப்படும்.

எதிர்மறை இடைநிலை. எதிர்மறை வினைச்சொற்களில் பகுதிக்கும் விகுதிக்கும் இடையில் வந்து எதிர்மறை உணர்த்தும் இடைநிலை எதிர்மறை இடைநிலை எனப்படும்.

செய்யாது	போகாது	நிற்காது
செய்யமாட்டான்	போகமாட்டான்	வரமாட்டான்

மேல் உள்ள எதிர்மறை வினைகளில் -ஆ-, -மாட்- ஆகிய இடைநிலைகள் எதிர்மறை உணர்த்துகின்றன. எதிர்மறை வினைகள் பற்றிய பகுதியில் இது பற்றி விளக்கப்படும்.

பெயர் இடைநிலை. அறிஞன், கலைஞன், கவிஞன், வலைஞன் ஆகிய சொற்களைப் பின்வருமாறு பிரிப்பர்:

அறி+ஞ்+அன் கலை+ஞ்+அன் கவி+ஞ்+அன் வலை+ஞ்+அன்

இங்கு அறி, கலை, கவி, வலை என்பன பகுதிகள், -அன் என்பது விகுதி. -ஞ்- இடைநிலை எனப்படும்.

இங்கு வந்துள்ள -ஞ- கரத்தைப் புணர்ச்சியில் தோன்றிய ஓர் எழுத்தாகக் கருத முடியாது. காரணம் -ஞ- கரம் தோன்றுவதற்கு

புணர்ச்சி விதிகள் எவையும் இல்லை. புணர்ச்சி விதிகளின்படி இங்கு -ய-கர மெய் உடம்படு மெய்யாகத் தோன்ற வேண்டும். ஆனால், அவ்வாறு தோன்றவில்லை. புணர்ச்சி விதிகளுக்குப் புறம்பாக ஞகர மெய் தோன்றியுள்ளது. அதனால், நமது இலக்கண ஆசிரியர்கள் இதனைப் பெயர் இடைநிலை என்றார்கள்.

பொருநர், பெறுநர், ஓட்டுநர் போன்ற சொற்களை பொரு+நர், பெறு+நர், ஓட்டு+நர் எனப் பிரித்து -நர் என்பதை விகுதியாகக் கொள்வர். இவற்றை பொரு+ந்+அர், பெறு+ந்+அர், ஓட்டு+ந்+அர் எனப் பிரிப்பதில்லை. அப்படிப் பிரித்தால் -ந்- இடைநிலை என்று கொள்ள வேண்டி வரும். அறிஞன், கவிஞன் போன்றவற்றை அறி+ஞன், கவி+ஞன் எனப் பிரித்தால் -நர் என்பது போல் -ஞன் என்பதையும் விகுதியாகக் கொள்ளலாம். நமது இலக்கண ஆசிரியர் அவ்வாறு கொள்ளவில்லை. அதனால், -ஞ்- பெயர் இடைநிலை ஆயிற்று.

பெயர் இடைநிலைகள் மிகச் சிறுபான்மை வழக்காகும். வினை இடைநிலைகளே பெருவழக்கு.

4. சாரியை

பகுபத உறுப்புகளான பகுதியையும் விகுதியையும் அல்லது இடை நிலையையும் விகுதியையும் இணைப்பதற்கு, அல்லது கூட்டுப் பெயராக்கத்தில் இரண்டு சொற்களை இணைப்பதற்குப் பயன்படும் பகுபத உறுப்பு சாரியை எனப்படும். பகுதி, விகுதி, இடைநிலை ஆகிய வற்றுக்குப் பொருள் உண்டு. (பெயர் இடைநிலை தவிர) ஆனால் சாரியைக்குப் பொருள் இல்லை. இரண்டு பகுபத உறுப்புகளுக்கு இடையில் வந்து அவற்றை இணைப்பதே சாரியையின் செயற்பாடாகும்.

பழந்தமிழில் வழங்கிய இருபதுக்கு அதிகமான சாரியைகள் பற்றி நமது இலக்கண நூல்கள் கூறுகின்றன. தற்காலத் தமிழில் அவற்றுள் சில சாரியைகளே வழங்குகின்றன. அன், அம், அத்து, அற்று, இன் முதலிய சாரியைகள் இன்று வழக்கில் உள்ளன.

மகர ஈற்றுப் பெயர்கள் வேற்றுமை உருபு ஏற்கும்போது - அத்து சாரியை பெறுகின்றன.

மரம்+ஐ	→	மரம்+அத்து+ஐ	→	மரத்தை
பணம்+கு	→	பணம்+அத்து+கு	→	பணத்துக்கு
துன்பம்+ஆல்	→	துன்பம்+அத்து+ஆல்	→	துன்பத்தால்

இவற்றை சாரியை தவிர்த்து, மரமை, பணமுக்கு, துன்பமால் என்று எழுதுவதில்லை.

சில, பல ஆகிய சொற்கள் வேற்றுமை உருபு ஏற்கும்போது -அற்று- சாரியை பெறுகின்றன.

சில+ஐ → சில+அற்று+ஐ → சிலவற்றை
பல+ஆல் → பல+அற்று+ஆல் → பலவற்றால்

புளி, பனை முதலிய சொற்கள் கூட்டுப் பெயராக்கத்துக்கு -அம்- சாரியை பெறுகின்றன.

புளி+காய் → புளி+அம்+காய் → புளியங்காய்
பனை+கிழங்கு → பனை+அம்+கிழங்கு → பனங்கிழங்கு

நடந்தான், வந்தான் போன்ற வினைச்சொற்கள் -அன்- சாரியை பெற்று நடந்தனன், வந்தனன் என்றும் எழுதப்படுகின்றன.

நட+ந்த்+அன்+அன் → நடந்தனன்
வா+ந்த்+அன்+அன் → வந்தனன்

மேல் உள்ள வினைகளில் -அன் விகுதி வரும்போது -அன்- சாரியையும் வருகின்றது. -ஆன், ஆள், ஆர் விகுதி சேர்த்தால் -அன்- சாரியை வருவதில்லை. நடந்தான், வந்தான், நடந்தாள், வந்தார்.

சில பெயர்ச்சொற்கள் வேற்றுமை உருபு ஏற்கும்போது -இன்- சாரியை பெறுகின்றன.

வீடு+கு → வீடு+இன்+கு → வீட்டிற்கு
நாடு+ஐ → நாடு+இன்+ஐ → நாட்டினை

இவற்றை -இன்- சாரியை தவிர்த்து வீட்டுக்கு, நாட்டை என்று எழுதுவது இன்று பெருவழக்கு.

பயிற்சி

பின்வரும் சொற்களைப் பிரித்து சாரியைகளை வேறுபடுத்துக:

வனத்தில், வானத்துக்கு, நாட்டியத்தை, பனம்பழம், புளியம் பழம், காட்டிற்கு, கடிதத்திற்கு, அவற்றை, இவற்றுக்கு, சென்றனன், இருந்தனள், தென்னந்தோப்பு

5. சந்தி

சந்தி என்பதும் புணர்ச்சி என்பதும் ஒரு பொருட்சொற்கள், சந்தி வடசொல், புணர்ச்சி தமிழ்ச் சொல். 'சந்திகளாவன புணரியலிற் சொல்லப்படுவனவாகிய தோன்றல் முதலிய புணர்ச்சி விகாரங் களாம்' என ஆறுமுகநாவலர் தனது 'இலக்கணச் சுருக்கம்' என்னும் நூலில் குறிப்பிடுகிறார். எனினும் பகுதி, விகுதி, இடைநிலை ஆகிய பகுபத உறுப்புகள் புணரும் போது இடையில் தோன்றும் ஓர் எழுத்தையே சந்தி என நமது இலக்கண ஆசிரியர்கள் கருதினர் எனக் கொள்ளலாம். இல்லையெனில், திரிதல், கெடுதல் போன்ற

புணர்ச்சியில் தோன்றும் பிற விகாரங்களை விகாரம் என்னும் பகுபத உறுப்பில் அவர்கள் சேர்க்க வேண்டியதில்லை.

பகுதி, விகுதி, இடைநிலை ஆகிய பகுபத உறுப்புகள் இணையும் போது, அல்லது இரண்டு சொற்கள் சேர்ந்து தொகைச் சொல்லாகும் போது இடையில் ஓர் எழுத்து தோன்றின் அது சந்தி எனப்படும்.

கிளி+ஐ	→	கிளி+ய்+ஐ	–	கிளியை
குரு+ஐ	→	குரு+வ்+ஐ	–	குருவை
ஓடி+போ	→	ஓடி+ப்+போ	–	ஓடிப்போ

இங்கு புணர்ச்சியில் தோன்றியுள்ள ய், வ், ப் என்பன சந்தியாகும். சாரியைபோல் இவற்றுக்கும் பொருள் இல்லை.

எமது இலக்கண ஆசிரியர்கள் படித்தான், படிப்பான் போன்ற வினைகளை படி+த்+த்+ஆன், படி+ப்+ப்+ஆன் எனப் பிரித்து த்+த், ப்+ப் ஆகியவற்றுள் இரண்டாவதாக வரும் த், ப் ஆகியவற்றை இடைநிலை என்றும் முதலில் நிற்கும் த், ப் ஆகியவற்றை சந்தி என்றும் விளக்குவர். தற்காலத்தில், நவீன மொழியியலாளர்கள் இச்சொற்களை படி+த்த்+ஆன், படி+ப்ப்+ஆன் எனப் பிரித்து -த்த்-, -ப்ப்- ஆகியவற்றை இடைநிலைகளாகக் கொள்வர். மொழியியலாளர் பிரிக்கும் முறை இலக்கணத்தை எளிமைப்படுத்த உதவும். இது பற்றிப் பின்னர் விளக்கப்படும்.

பயிற்சி

பின்வரும் சொற்களைப் பிரித்து அவற்றில் இடம்பெறும் சந்திகளை இனம்காண்க:

மலையில், பத்துப் பேர், கலைத் துறை, மண்ணை, பல்லில், பார்த்துக்கொள், பூவில்

6. விகாரம்

பகுதி, விகுதி, இடைநிலை ஆகியவை புணரும்போது அவற்றின் வடிவத்தில் ஏற்படும் மாற்றம் விகாரம் எனப்படும்.

மரம்+கள்	=	மரங்கள்	-	மரம்	=	மரங்
மரம்+வேர்	=	மரவேர்	-	மரம்	=	மர
தா+வ்+வேன்	=	தருவேன்	-	தா	=	தரு
சா+த்த்+ஏன்	=	செத்தேன்	-	சா	=	செ

இத்தகைய விகாரங்கள் புணரியலில் விளக்கப்படும்.

பயிற்சி

பின்வரும் பகுபதங்களைப் பிரித்து விகாரமடைந்துள்ள பகுபத உறுப்புகளை இனம்காண்க:

கண்டேன்   கற்றான்   ஆற்றுக்கு   வருவேன்
சொற்கள்   பெற்றேன்   தந்தேன்   மரப்பெட்டி

ஒரு பகுபதத்தில் பகுதி, விகுதி, இடைநிலை என்பனவே பொருள் தரும் உறுப்புகளாகும். பகுதி பெரும்பாலும் சொற்பொருளையும் விகுதி, இடைநிலை என்பன இலக்கணப் பொருளையும் தருகின்றன. இவை ன்றும் இணையும்போது ஏற்படும் புணர்ச்சி மாற்றங்களே சாரியை, சந்தி, விகாரம் என்பனவாகும்.

5
சொல் வகைகள்: பெயர்ச்சொற்கள்

தமிழ் இலக்கண நூல்கள் சொற்களைப் பல வகையாகப் பிரித்து நோக்குகின்றன. பகுபதம், பகாப்பதம் எனப் பிரிப்பது அதில் ஒரு வகை. பொருள் தரக்கூடிய உறுப்புகளாகப் பிரிக்க முடியாத சொற்களைப் பகாப்பதம் என்றும் அவ்வாறு பிரிக்கக்கூடிய சொற்களைப் பகுபதம் என்றும் வகைப்படுத்துவது பற்றி இதுவரை பார்த்தோம். இது சொற்களின் அமைப்பை ஒட்டிய வகைப்பாடு.

இயற்சொல், திரிசொல், திசைச்சொல், வடசொல் என்றும், பெயர்ச்சொல், வினைச்சொல், இடைச்சொல், உரிச்சொல் என்றும் தமிழ் இலக்கண நூல்கள் சொற்களை வகைப்படுத்தி நோக்குகின்றன.

இப்பாட நூலிலே, தற்காலத் தமிழ் மொழியின் அமைப்பைப் புரிந்துகொள்ளும் வகையில், சொற்களின் இலக்கணத் தொழிற்பாட்டை ஒட்டி, சொற்கள் ஐந்து வகையாகப் பிரித்து நோக்கப் படுகின்றன.

1. பெயர்ச்சொல்
2. வினைச்சொல்
3. இடைச்சொல்
4. பெயரடை
5. வினையடை

இவற்றின் அமைப்பு, தொழிற்பாடு என்பன பற்றி இனிவரும் பகுதிகளில் விளக்கப்படும்.

1. பெயர்ச்சொல்லும் பெயர்ச்சொல் வகைகளும்

மனிதன், மரம், புத்தகம், நாய், தெய்வம், அன்பு, தண்ணீர் போன்ற சொற்களைப் பெயர்ச்சொற்கள் என்கிறோம். பெயர்ச்சொற்கள் சில தனித்துவமான பண்புகளைக் கொண்டுள்ளன.

1. எல்லாப் பெயர்ச்சொற்களும் ஐ, ஆல், கு, இன் முதலிய வேற்றுமை உருபுகளை ஏற்கும்.

மனிதன்	மனிதனை	மனிதனால்	மனிதனுக்கு	மனிதனின்
மரம்	மரத்தை	மரத்தால்	மரத்துக்கு	மரத்தின்
புத்தகம்	புத்தகத்தை	புத்தகத்தால்	புத்தகத்துக்கு	புத்தகத்தின்

நாய்	நாயை	நாயால்	நாய்க்கு	நாயின்
தெய்வம்	தெய்வத்தை	தெய்வத்தால்	தெய்வத்துக்கு	தெய்வத்தின்
அன்பு	அன்பை	அன்பால்	அன்புக்கு	அன்பின்
தண்ணீர்	தண்ணீரை	தண்ணீரால்	தண்ணீருக்கு	தண்ணீரின்

2. பொதுவாக எல்லாப் பெயர்ச்சொற்களும் நல்ல, புதிய, பெரிய போன்ற பெயரடைகளுள் பொருத்தமானவற்றை ஏற்கும்.

நல்ல மனிதன்   நல்ல மரம்   நல்ல புத்தகம்
நல்ல தெய்வம்   நல்ல அன்பு   நல்ல தண்ணீர்

3. பெயர்ச்சொற்கள் எல்லாம் பொதுவாக எண் அடைகள், சுட்டு, வினா அடைகளை ஏற்கும்.

ஒரு மனிதன், ஒரு மரம், ஒரு புத்தகம், ஒரு தெய்வம்
கொஞ்சம் அன்பு, கொஞ்சம் தண்ணீர்
அந்த மனிதன், இந்த மரம், எந்தப் புத்தகம்
இந்தத் தெய்வம், அந்த அன்பு, எந்தத் தண்ணீர்

4. பெயர்ச்சொற்கள் பொதுவாக -ஆக, -ஆகி என்னும் விகுதிகளைப் பெற்று வினையடையாகச் செயற்படும்.

மனிதனாக, மரமாக, புத்தகமாக, தெய்வமாக, அன்பாக, தண்ணீராக

> தல் விகுதி பெற்ற தொழிற்பெயர், காலங்காட்டும் தொழிற் பெயர், வினையாலணையும் பெயர் என்பன 2,3,4 ஆகியவற்றில் கூறப்பட்ட பண்புகளைப் பெறுவதில்லை. பார்க்க பக். 74, 76

இவ்வகையில், வேற்றுமை உருபு ஏற்கும் சொற்களை எல்லாம் பெயர்ச்சொற்கள் எனலாம். வேற்றுமை ஏற்றல் பெயர்ச்சொற்களின் முக்கிய பண்பாகும்.

பெயர்ச்சொற்களை அவற்றின் அமைப்பு, இலக்கணத் தொழிற்பாடு ஆகியவற்றின் அடிப்படையில் பலவகையாகப் பிரித்து நோக்கலாம்.

1. மாற்றுப் பெயர், 2. ஆக்கப் பெயர், 3. கூட்டுப் பெயர், 4. தொழிற் பெயர், 5. வினையாலணையும் பெயர் என்பன அவற்றுள் சில.

2. மாற்றுப் பெயர்கள்

ஒரு பெயர்ச்சொல்லுக்குப் பதிலாகப் பயன்படுத்தக்கூடிய பெயர்ச் சொல் மாற்றுப் பெயர் எனப்படும். நான், நீ, அவன், யார், யாரோ, யாராவது போன்ற சொற்கள் மாற்றுப் பெயர்களாகும். இவற்றை விடப் பெயர்கள், விடப் பெயர் அல்லாத மாற்றுப் பெயர்கள் என இரண்டாகப் பிரித்து நோக்கலாம்.

விடப் பெயர்கள்

தன்மை, முன்னிலை, படர்க்கைப் பெயர்கள் விடப் பெயர் களாகும். எந்த ஒரு உரையாடலிலும் பேசுவோர், கேட்போர், பேசப்படும் பொருள் என ன்று நிலைகள் உண்டு. பேசுவோரைத் தன்மை என்றும், கேட்போரை முன்னிலை என்றும், பேசப்படுவதை அல்லது பேசப்படுவோரைப் படர்க்கை என்றும் கூறுவோம். அவ்வகையில் பேசுவோரைச் சுட்டும் பெயர் தன்மைப் பெயர், கேட்போரைச் சுட்டும் பெயர் முன்னிலைப் பெயர், பேசப்படுவதைச் சுட்டும் பெயர் படர்க்கைப் பெயர் எனப்படும்.

1. தன்மைப் பெயர். தற்காலத் தமிழில் நான், நாம், நாங்கள் ஆகிய ன்று தன்மைப் பெயர்கள் வழக்கில் உள்ளன. (பழந்தமிழில் யான், யாம், யாங்கள் ஆகிய தன்மைப் பெயர்கள் வழக்கில் இருந்தன. தற்காலத்தில் சிலரே இவற்றைப் பயன்படுத்துகின்றனர்.)

நான்	-	தன்மை ஒருமை
நாம், நாங்கள்	-	தன்மைப் பன்மை

வேற்றுமை உருபு ஏற்கும்போது இவை முறையே என், நம் (எம்), எங்கள் என மாற்றம் அடைகின்றன.

நான்+ஐ	→	என்+ஐ	→	என்னை
நாம்+ஐ	→	நம்+ஐ	→	நம்மை (எம்மை)
நாங்கள்+ஐ	→	எங்கள்+ஐ	→	எங்களை

உளப்பாட்டுத் தன்மைப் பன்மையும், உளப்படுத்தாத் தன்மைப் புன்மையும். நாம், நாங்கள் இரண்டும் தன்மைப் பன்மைப் பெயர்கள் எனினும் பயன்பாட்டில் இவை இரண்டுக்கும் இடையே வேறுபாடு உண்டு. ஓர் எடுத்துக்காட்டைப் பார்ப்போம்.

கண்ணன், மாலன் ஆகிய இரண்டு நண்பர்கள் ஒரு பாடசாலை யில் இருந்து பேசிக்கொண்டிருக்கிறார்கள். கண்ணன் மாலனைப் பார்த்துச் சொல்கிறான்:

இது நம்முடைய பாடசாலை

கண்ணனும் மாலனும் ஒரே பாடசாலையில் படிக்கிறார்கள் என்பது இதன் பொருள். இல்லாவிட்டால் கண்ணன் நம்முடைய என்னும் சொல்லைப் பயன்படுத்த மாட்டான். நாம், நம்முடைய என்பன கேட்போனையும் உள்ளடக்குவது. அதனால் நாம் என்னும் தன்மைப் பன்மைப் பெயரை உளப்பாட்டுத் தன்மைப் பன்மை என்பர்.

கண்ணன் மாலனைப் பார்த்து இது எங்களுடைய பாடசாலை என்றால் மாலன் வேறு பாடசாலையில் படிப்பவன் என்பது பொருள். நாங்கள், எங்களுடைய என்பன கேட்போனை உள்ளடக்குவதில்லை. இதனால் நாங்கள் என்னும் தன்மைப் பன்மைப் பெயரை உளப்படுத்தாத் தன்மைப் பன்மை என்பர்.

சில பிரதேசத்தவருடைய பேச்சிலே குறிப்பாக இலங்கையில் யாழ்ப்பாணத் தமிழிலே நாம், நாங்கள் என்னும் சொற்களுக்கிடையே இந்தப் பொருள் வேறுபாடு காணப்படுவதில்லை. அதனால் அவர்களால் இந்த வேறுபாட்டைப் புரிந்துகொள்ள முடிவதில்லை.

பயிற்சி

அடைப்புக்குள் இருக்கும் சொற்களில் பொருத்தமானவற்றின் கீழ் கீறிடுக.

1. (நாம்/நாங்கள்) கொழும்புக்குப் போகிறோம் நீங்களும் வருகிறீர்களா என்று கண்ணனும் மாலனும் இராமனிடம் கேட்டனர்.
2. (நம்முடைய/ எங்களுடைய) குழந்தைகளின் எதிர்காலத்தை யார் தீர்மானிப்பது என்று மனைவி கணவனிடம் கேட்டாள்.

2. முன்னிலைப் பெயர். தற்காலத் தமிழில் நீ, நீங்கள் ஆகிய இரண்டு முன்னிலைப் பெயர்களே உள்ளன. நீர் என்னும் முன்னிலைப் பெயர் சில கிளை மொழிகளில் குறிப்பாக யாழ்ப்பாணத் தமிழில் வழங்குகின்றது. பழந்தமிழில் வழங்கிய நீவிர், நீயிர், எல்லீர் ஆகிய சொற்கள் இன்று வழக்கில் இல்லை.

முன்னிலைப் பெயர்களில் நீ ஒருமை. நீங்கள் பன்மைப் பெயராகவும் மரியாதைப் பொருளில் ஒருமைப் பெயராகவும் வழங்குகின்றது. ஒருமையில் வழங்கும் போது அதனை மரியாதை ஒருமை என்பர்.

நீ ஒருமையில் சமமரியாதை உள்ளவர்களையும் அந்தஸ்து குறைந்தவர்களையும் சுட்டப் பயன்படுகின்றது. தெய்வத்தைச் சுட்டவும் நீ பயன்படுத்தப்படுகின்றது. கவிதைகளில் மரியாதைக் குரியோரைச் சுட்டவும் நீ பயன்படுத்தப்படுகிறது. மகாத்மா காந்தியைப் பற்றிப் பாடும்போது பாரதி, 'வாழ்க நீ எம்மான்' என வாழ்த்துவதைக் காண்க.

3. படர்க்கைப் பெயர். படர்க்கை இடப்பெயர்கள் அ, இ ஆகிய சுட்டு அடியாகப் பிறக்கின்றன. தன்மை, முன்னிலைப் பெயர்களில் உயர்திணை, அஃறிணை வேறுபாடு இல்லை. படர்க்கைப் பெயர்களில் உயர்திணை, அஃறிணை வேறுபாடு உண்டு. தன்மை,

முன்னிலைப் பெயர்களில் ஆண்பால், பெண்பால் வேறுபாடு இல்லை. படர்க்கைப் பெயர்களில் உண்டு. முன்னிலைப் பெயர்கள் போல் படர்க்கைப் பெயர்களிலும் மரியாதை உணர்த்தும் பெயர், மரியாதை உணர்த்தாப் பெயர் வேறுபாடு உண்டு.

	பால்	அண்மை	சேய்மை
உயர்திணை	ஆண்பால்	இவன்	அவன்
	பெண்பால்	இவள்	அவள்
	மரியாதை ஒருமை	இவர்	அவர்
	பன்மை	இவர்கள்	அவர்கள்
அஃறிணை	ஒருமை	இது	அது
	பன்மை	இவை	அவை

இவன், இவள் முதலிய படர்க்கைப் பெயர்கள் பேசுவோனுக்கு அண்மையில் இருப்போரையும் அவன், அவள் முதலிய படர்க்கைப் பெயர்கள் பேசுவோன், கேட்போன் ஆகியோருக்குச் சேய்மையில் இருப்போரையும் சுட்டுவன. (பழந்தமிழில் உ என்னும் இடைச் சுட்டின் அடியாகப் பிறந்த உவன், உவள், உவர், உவர்கள், உது, உவை ஆகிய படர்க்கைப் பெயர்களும் வழங்கின. யாழ்ப்பாணப் பேச்சுவழக்கில் இவை தற்காலத்திலும் வழங்குகின்றன.)

இவர், அவர் ஆகிய படர்க்கைப் பெயர்கள் தற்காலத்தில் மரியாதைப் பொருளில் ஒருமையில் மட்டுமே வழங்குகின்றன. இவை எழுத்துத் தமிழில் ஆண், பெண் இருபாலுக்கும் பொதுவானவை. (தமிழ் இலக்கண நூல்கள் இவற்றைப் படர்க்கைப் பன்மைப் பெயர்களாகக் கூறும். எனினும், சங்க இலக்கியங்களிலேயே இவை மரியாதைப் பொருளில் ஒருமையிலும் வழங்கியுள்ளன.)

விடப் பெயர் அல்லாத மாற்றுப் பெயர்கள்

1. படர்க்கைத் தற்சுட்டுப் பெயர். தான், தாம், தாங்கள் ஆகிய மாற்றுப் பெயர்கள் தற்காலத் தமிழில் வாக்கியத்தில் எழுவாய்ப் பெயரைச்சுட்டப் பயன்படுகின்றன. இவை படர்க்கையில் மட்டுமே வருகின்றன. இவை வேற்றுமை உருபு ஏற்கும்போது தன், தம், தங்கள் என வடிவ மாற்றம் அடைகின்றன.

தான்+ஐ	→	தன்+ஐ	→	தன்னை
தாம்+ஐ	→	தம்+ஐ	→	தம்மை
தாங்கள்+ஐ	→	தங்கள்+ஐ	→	தங்களை

இவை திணை பால் வேறுபாடு காட்டாமல் உயர்திணை, அஃறிணை, ஆண்பால், பெண்பால் எல்லாவற்றுக்கும் பொதுவாக வழங்குகின்றன.

கண்ணன் தன் வீட்டுக்குப் போனான்
மாலதி தன் பேனாவைத் தொலைத்துவிட்டாள்
குருவி தன் குஞ்சுக்கு இரைதேடச் சென்றது

மேல் உள்ள வாக்கியங்களில் தான் (தன்) என்னும் பெயர் கண்ணன், மாலதி, குருவி ஆகிய எழுவாய்ப் பெயர்களைச் சுட்டி நிற்கின்றது.

இவ்வாக்கியங்களில் தான் என்னும் பெயருக்குப் பதிலாக அவன், அவள், அது ஆகிய படர்க்கைப் பெயர்களையும் பயன்படுத்தலாம்.

கண்ணன் அவனுடைய வீட்டுக்குச் சென்றான்
மாலதி அவளுடைய பேனாவைத் தொலைத்துவிட்டாள்
குருவி அதன் குஞ்சுக்கு இரைதேடச் சென்றது

இவ்வாக்கியங்களில் அவன், அவள், அது ஆகிய படர்க்கைப் பெயர்கள் எழுவாய்ப் பெயர்களான கண்ணன், மாலதி, குருவி ஆகிய வற்றைச் சுட்டுவதாகவும் பொருள் கொள்ளலாம். அல்லது வேறு பெயர்களைச் சுட்டுவதாகவும் பொருள் கொள்ளலாம். இங்கு ஒரு பொருள் மயக்கம் உண்டு. இங்கு தான் என்னும் மாற்றுப் பெயரைப் பயன்படுத்தும்போது இந்தப் பொருள் மயக்கம் ஏற்படுவதில்லை.

தற்காலத்தில் உயர் மரியாதைக்குரியோரைச் சுட்டும் முன்னிலைப் பெயராகவும் தாங்கள் பயன்படுத்தப்படுகின்றது. எடுத்துக்காட்டு:

தாங்கள் எப்பொழுது வருவீர்கள்?
தங்கள் வருகையை ஆவலுடன் எதிர்பார்த்திருக்கின்றோம்

2. வினாப் பெயர்கள். உயர்திணைப் பெயர்கள், அஃறிணைப் பெயர்கள் என வினாப் பெயர்கள் இரு வகைப்படும்.

உயர்திணை	அஃறிணை
யார்	என்ன
எவன்	எது
எவள்	எவை
எவர்	எத்தனை
எவர்கள்	எவ்வளவு

யார் என்னும் பெயரைத் தவிர ஏனைய வினாப் பெயர்கள் எ என்னும் வினா அடியாகப் பிறந்தவை. என்ன, எவை என்னும் வினாப் பெயர்களைத் தவிர ஏனையவை வேற்றுமை உருபு ஏற்கும்போது வடிவம் மாறுவதில்லை, சாரியை ஏற்பதில்லை.

யார்+ஐ → யாரை, எவன்+ஐ → எவனை

என்ன வேற்றுமை உருபு ஏற்கும்போது -அத்து சாரியை பெறும்

என்ன+ஐ → என்ன+அத்து+ஐ → என்னத்தை
என்ன+ஆல் → என்ன+அத்து+ஆல் → என்னத்தால்

என்னத்தை, என்னத்தால் போன்ற வேற்றுமை ஏற்ற வடிவங்கள் பேச்சுத் தமிழிலேயே பெரிதும் வழங்குகின்றன.

எவை வேற்றுமை உருபு ஏற்கும்போது ஐ ஈறுகெட்டு, -அற்று சாரியை பெறும்.

எவை+ஐ → எவ்+அற்று+ஐ → எவற்றை
எவை+ஆல் → எவ்+அற்று+ஆல் → எவற்றால்

யாது, யாவை ஆகிய வினாப் பெயர்கள் தற்காலத்தில் பரீட்சை வினாத்தாள்களில் பெரிதும் பயன்படுத்தப்படுகின்றன.

3. வினாப் பெயர் அடியாகப் பிறக்கும் வேறு மாற்றுப் பெயர்கள்.

வினாப் பெயர்களுடன் -ஓ, -ஆவது ஆகிய விகுதிகளைச் சேர்ப்பதன் லம் மேலும் இரு வகையான மாற்றுப் பெயர்கள் உருவாக்கப் படுகின்றன.

வினாப் பெயர் + ஓ	
உயர்திணை	அஃறிணை
யாரோ	என்னவோ
எவனோ	எதுவோ
எவளோ	எவையோ
எவரோ	எத்தனையோ
எவர்களோ	எவ்வளவோ

ஓ ஈற்றுப் பெயர்கள் பொதுவாக ஐயப்பொருள் தருகின்றன. எத்தனையோ, எவ்வளவோ என்பன வியப்புப் பொருளும் தருகின்றன.

யாரோ வந்திருக்கிறார், என்னவோ சொன்னார்கள்
எவனோ வருவான், யுத்தத்தில் அழிந்தவை எத்தனையோ!

வினாப் பெயர் + ஆவது	
யாராவது	என்னவாவது
எவனாவது	எதுவாவது/ஏதாவது
எவராவது	எவையாவது
எவர்களாவது	எத்தனையாவது
எவ்வளவாவது	

ஆவது ஈற்றுப் பெயர்கள் ஒரு குழுவில் அல்லது கூட்டத்தில் குறிப்பிடாத ஒருவரை அல்லது ஒன்றைச் சுட்டுவதற்குப் பயன்படுகின்றன.

யாராவது வாருங்கள்
எவனாவது இப்படிச் செய்வானா?
இது எத்தனையாவது?

இவை வேற்றுமை உருபு ஏற்கும்போது ஓ, ஆவது ஆகிய விகுதிகள் வேற்றுமை உருபை அடுத்துவரும்.

யாரையோ	எவனையோ
யாரையாவது	எவனையாவது
யாராலோ	எவனாலோ
யாராலாவது	எவனாலாவது

4. அளவுப் பெயர்கள்.

உயர்திணை	அஃறிணை
சிலர்	சில
பலர்	பல
	கொஞ்சம்

மேல் உள்ள பெயர்களுள் சில, பல ஆகியவை வேற்றுமை உருபு ஏற்கும்போது -அற்று சாரியை பெறும்; புணர்ச்சியில் வகர ஒற்று தோன்றும்.

சில+ஐ	→ சில+அற்று+ஐ	→	சிலவற்றை
சில+ஆல்	→ சில+அற்று+ஆல்	→	சிலவற்றால்
பல+ஐ	→ பல+அற்று+ஐ	→	பலவற்றை
பல+ஆல்	→ பல+அற்று+ஆல்	→	பலவற்றால்

- விழாவுக்குப் பலர் வந்தார்கள், சிலர் வரவில்லை
- எனது கோழிகளுள் சில இறந்துவிட்டன
- என்னிடம் இருந்த பணத்தில் கொஞ்சத்தைச் செலவழித்து விட்டேன்

3. ஆக்கப் பெயர்

தொழில், முதல், நோய் என்பன பெயர்ச்சொற்கள். இவற்றுடன் - ஆளி என்ற விகுதியைச் சேர்த்து தொழிலாளி, முதலாளி, நோயாளி முதலிய வேறு பெயர்ச்சொற்களை ஆக்கிக்கொள்கின்றோம்.

படி, நடி, வெறு என்பன வினைச்சொற்கள். இவற்றுடன் -ப்பு என்னும் விகுதியைச் சேர்த்து படிப்பு, நடிப்பு, வெறுப்பு முதலிய பெயர்ச் சொற்களை ஆக்கிக் கொள்கின்றோம்.

இவ்வாறு பெயர் அல்லது வினைச்சொற்களுடன் விகுதிகளைச் சேர்த்து ஆக்கப்படும் பெயர்ச்சொற்கள் ஆக்கப் பெயர்கள் (Derivative noun) எனப்படும். இவ்வாறு பெயர்ச்சொற்களை ஆக்கப்பயன்படும் விகுதிகளை ஆக்கப் பெயர் விகுதிகள் என்பர். தமிழில் ஏராளமான புதிய சொற்கள் இவ்வாறே ஆக்கிக் கொள்ளப்படுகின்றன. பெயர், வினை என்னும் பிரிவைச் சாராத வேறு சில அடிச்சொற்களுடனும் விகுதிகள் சேர்த்து ஆக்கப் பெயர்களை ஆக்கிக்கொள்கின்றோம். நல்லோர், பெரியோர், முன்னோர், மேலோர், கீழோர் போன்ற பெயர்ச் சொற்கள் இத்தகையன. எனினும் பெரும்பாலான ஆக்கப் பெயர்கள் பெயர் அல்லது வினைச்சொற்களில் இருந்தே ஆக்கப்படுகின்றன. வெவ்வேறு ஆக்கப் பெயர் விகுதிகள் சேர்த்து பெயர்ச்சொற்கள் எவ்வாறு ஆக்கப்படுகின்றன என்பதை இங்கு நோக்கலாம்.

அ. பெயர் + விகுதி = பெயர்

1. பெயர் + ஆளி = பெயர்.

முதல்	+ ஆளி	→ முதலாளி
கடன்	+ ஆளி	→ கடனாளி
தொழில்	+ ஆளி	→ தொழிலாளி
உழைப்பு	+ ஆளி	→ உழைப்பாளி
நோய்	+ ஆளி	→ நோயாளி
விருந்து	+ ஆளி	→ விருந்தாளி

2. பெயர் + இயல் = பெயர்.

பொருள்	+ இயல்	→ பொருளியல்
மொழி	+ இயல்	→ மொழியியல்
புவி	+ இயல்	→ புவியியல்
மெய்	+ இயல்	→ மெய்யியல்
உளம்	+ இயல்	→ உளவியல்
அறிவு	+ இயல்	→ அறிவியல்

3. பெயர் + சாலி = பெயர்.

புத்தி	+ சாலி	→ புத்திசாலி
திறமை	+ சாலி	→ திறமைசாலி
தந்திரம்	+ சாலி	→ தந்திரசாலி
அதிர்ஷ்டம்	+ சாலி	→ அதிர்ஷ்டசாலி

4. பெயர் + காரன்/காரி = பெயர்.

கடை	+ காரன்/காரி	→ கடைக்காரன், கடைக்காரி
கடன்	+ காரன்/காரி	→ கடன்காரன், கடன்காரி
மீன்	+ காரன்/காரி	→ மீன்காரன், மீன்காரி

பணம் + காரன்/காரி → பணக்காரன், பணக்காரி
கெட்டி + காரன்/காரி → கெட்டிக்காரன், கெட்டிக்காரி

5. பெயர் + தனம் = பெயர்.

முட்டாள் + தனம் → முட்டாள்தனம்
காடை + தனம் → காடைத்தனம்
கோழை + தனம் → கோழைத்தனம்
புத்திசாலி + தனம் → புத்திசாலித்தனம்
அசடு + தனம் → அசட்டுத்தனம்
வெறி + தனம் → வெறித்தனம்

6. பெயர் + துவம் = பெயர்.

முதலாளி + துவம் → முதலாளித்துவம்
சமம் + துவம் → சமத்துவம்
காலனி + துவம் → காலனித்துவம்
சகோதரம் + துவம் → சகோதரத்துவம்
பிரபு + துவம் → பிரபுத்துவம்

7. பெயர் + இயம் = பெயர்.

மார்க்ஸ் + இயம் = மார்க்சியம்
முதலாளி + இயம் = முதலாளியம்
லெனின் + இயம் = லெனினியம்
பெண் + இயம் = பெண்ணியம்

8. பெயர் + ஆளன் = பெயர்.

எழுத்து + ஆளன் → எழுத்தாளன்
மேற்பார்வை + ஆளன் → மேற்பார்வையாளன்
பேச்சு + ஆளன் → பேச்சாளன்
திறனாய்வு + ஆளன் → திறனாய்வாளன்

இதைப் போல் இன்னும் பல ஆக்கப் பெயர் விகுதிகள் உள்ளன. அவை எவ்வாறு பெயர்ச்சொற்களுடன் இணைந்து ஆக்கப் பெயர் களை உருவாக்குகின்றன என்பதை அறிக.

ஆ. வினை + விகுதி = பெயர்

1. வினை + ச்சி = பெயர்.

மலர் + ச்சி → மலர்ச்சி   நுகர் + ச்சி → நுகர்ச்சி
தேர் + ச்சி → தேர்ச்சி   தொடர் + ச்சி → தொடர்ச்சி
உணர் + ச்சி → உணர்ச்சி   எழு + ச்சி → எழுச்சி

2. வினை + சி = பெயர்.

முயல் + சி → முயற்சி   ஆள் + சி → ஆட்சி

| பயில் | + சி | → பயிற்சி | காண் | + சி | → காட்சி |
| மீள் | + சி | → மீட்சி | நீள் | + சி | → நீட்சி |

3. வினை + ப்பு = பெயர்.
கடு	+ ப்பு → கடுப்பு	நடி	+ ப்பு → நடிப்பு
வெடி	+ ப்பு → வெடிப்பு	அடை	+ ப்பு → அடைப்பு
துடி	+ ப்பு → துடிப்பு	எடு	+ ப்பு → எடுப்பு

4. வினை + ஐ = பெயர்.
நட	+ ஐ → நடை	உடு	+ ஐ → உடை
தடு	+ ஐ → தடை	நில்	+ ஐ → நிலை
கொல்	+ ஐ → கொலை	வில்	+ ஐ → விலை

5. வினை + அம் = பெயர்.
| அகல் | + அம் → அகலம் | உயர் | + அம் → உயரம் |
| நீள் | + அம் → நீளம் | ஆழ் | + அம் → ஆழம் |

6. வினை + வு = பெயர்.
உயர்	+ வு → உயர்வு	பிரி	+ வு → பிரிவு
தாழ்	+ வு → தாழ்வு	கழி	+ வு → கழிவு
எரி	+ வு → எரிவு	கனி	+ வு → கனிவு

7. வினை + க்கை = பெயர்.
அறி	+ க்கை → அறிக்கை	இரு	+ க்கை → இருக்கை
வாழ்	+ க்கை → வாழ்க்கை	எச்சரி	+ க்கை → எச்சரிக்கை
உடு	+ க்கை → உடுக்கை	படு	+ க்கை → படுக்கை

8. வினை + கை = பெயர்.
வா	+ கை → வருகை	கொள்	+ கை → கொள்கை
தா	+ கை → தருகை	செல்	+ கை → செல்கை
செய்	+ கை → செய்கை	நடு	+ கை → நடுகை

9. வினை + மை = பெயர்.
| பொறு | + மை → பொறுமை | இனி | + மை → இனிமை |
| சிறு | + மை → சிறுமை | கொடு | + மை → கொடுமை |

10. வினை + மதி = பெயர்.
ஏற்று	+ மதி → ஏற்றுமதி	வா	+ மதி → வருமதி
இறக்கு	+ மதி → இறக்குமதி	தா	+ மதி → தருமதி
கொடு	+ மதி → கொடுமதி	செல்	+ மதி → செல்மதி

11. வினை + வை = பெயர்.
| போர் | + வை → போர்வை | கோர் | + வை → கோர்வை |

பார்	+ வை	→ பார்வை		தீர்	+ வை	→ தீர்வை

12. வினை + வி = பெயர்.

பிற	+ வி	→ பிறவி		கேள்	+ வி	→ கேள்வி
கல்	+ வி	→ கல்வி		தோல்	+ வி	→ தோல்வி

13. வினை + ச்சல் = பொருள்.

எரி	+ ச்சல்	→ எரிச்சல்		பாய்	+ ச்சல்	→ பாய்ச்சல்
புகை	+ ச்சல்	→ புகைச்சல்		ஓய்	+ ச்சல்	→ ஓய்ச்சல்
குமை	+ ச்சல்	→ குமைச்சல்		அலை	+ ச்சல்	→ அலைச்சல்

14. வினை + அல் = பெயர்.

பொரி	+ அல்	→ பொரியல்		சுண்டு	+ அல்	→ சுண்டல்
வறு	+ வல்	→ வறுவல்		நழுவு	+ அல்	→ நழுவல்
முறுகு	+ அல்	→ முறுகல்		இருமு	+ அல்	→ இருமல்

15. வினை + ஈற்றுமெய் இரட்டித்தல் = பெயர்.

எழுது	→ எழுத்து		பாடு	→ பாட்டு
பேசு	→ பேச்சு		வீசு	→ வீச்சு

16. வினை + ஈற்றுமெய் இரட்டித்தல் + அம் = பெயர்.

நாடு	→ நாட்டம்		சீறு	→ சீற்றம்
கூடு	→ கூட்டம்		ஆடு	→ ஆட்டம்
தேடு	→ தேட்டம்		வாடு	→ வாட்டம்

17. வினை = குறில் நெடிலாதல் = பெயர்.

பெறு	→ பேறு		அடிபடு	→ அடுபாடு
கெடு	→ கேடு		விடுபடு	→ விடுபாடு
படு	→ பாடு		இடிபடு	→ இடிபாடு

இவ்வாறு வினைச்சொற்களுடன் ஆக்கப் பெயர் விகுதிகளைச் சேர்ப்பதன் லம் பெருந்தொகையான பெயர்ச்சொற்கள் ஆக்கப் படுகின்றன.

வினை அடிகளிலிருந்து ஆக்கப்படும் பெயர்ச்சொற்களை யெல்லாம் நமது இலக்கண ஆசிரியர்கள் தொழிற்பெயர் என வகைப் படுத்துவர். எனினும், பொரி, சுடு போன்ற வினை அடிகளிலிருந்து -தல் அல்லது - அது விகுதி சேர்த்து ஆக்கப்படும் பொரித்தல், சுடுதல் மற்றும் பொரிப்பது, சுடுவது போன்ற தொழிற்பெயர்களுக்கும், அதே வினை அடிகளிலிருந்து ஆக்கப்படும் பொரியல், சூடு போன்ற ஆக்கப் பெயர்களுக்கும் இலக்கண அடிப்படையிலும், பொருண்மை அடிப்படையிலும் வேறுபாடு உண்டு. பொருண்மை அடிப்படையில் பொரியல், சூடு ஆகிய ஆக்கப் பெயர்கள் வினையின் விளைவை

அல்லது வினையின் விளைபயனைச் சுட்டுவன. பொரித்தல், சுடுதல், பொரிப்பது, சுடுவது போன்ற தொழிற்பெயர்கள் வினை நிகழ்தலைச் சுட்டுவன. இலக்கண அடிப்படையில் ஆக்கப் பெயர்கள் ஏனைய பெயர்களைப் போல் பெயரடைகளை ஏற்கும். எடுத்துக்காட்டு:
நல்ல பொரியல், நல்ல சூடு

ஆனால் தொழிற்பெயர்கள் பெயரடைகளை ஏற்கா.

*நல்ல பொரித்தல் *நல்ல சுடுதல்
*நல்ல பொரிப்பது *நல்ல சுடுவது

பதிலாக, தொழிற்பெயர்கள் வினையடைகளையே ஏற்று வரும். எடுத்துக்காட்டு:

நன்றாகப் பொரித்தல் வேண்டும்.   நன்றாகச் சுடுதல் வேண்டும்.
நன்றாகப் பொரிப்பது நல்லது.   நன்றாகச் சுடுவது நல்லது.

ஆகவே, வினை அடியாகப் பிறந்தாலும் ஆக்கப் பெயர்கள் பெயர்ச் சொற்களின் பண்பைக் கொண்டிருக்கின்றன என்றும், தொழிற் பெயர்கள் பெரிதும் வினைச்சொற்களின் பண்பைக் கொண்டிருக் கின்றன என்றும் கூறலாம். அவ்வகையில், வினையடியாகப் பிறக்கும் ஆட்டம், வாட்டம், கொலை, நடை, பார்வை, போக்கு, வரவு, மறதி, புணர்ச்சி, நோக்காடு போன்ற சொற்களை எல்லாம் ஆக்கப் பெயர் களாகக் கொள்ளல் வேண்டும். இவை வினையடியாகப் பிறந்தாலும் தொழிற் பெயர்கள் அல்ல.

4. கூட்டுப் பெயர்

இரண்டு அல்லது பல சொற்களை இணைத்து உருவாக்கப்படும் பெயர்ச்சொற்கள் கூட்டுப் பெயர் எனப்படும் (compound noun).

வானொலி, நீர்வீழ்ச்சி, உல்லாசப் பயணம், மின்சாரம் என்பன கூட்டுப் பெயர்கள். இவை வான் + ஒலி, நீர் + வீழ்ச்சி, உல்லாசம் + பயணம், மின் + சாரம் என இரண்டு சொற்கள் இணைந்து உருவாகிய கூட்டுப் பெயர்களுக்கு எடுத்துக்காட்டுகளாகும்.

பல்கலைக்கழகம்   மின்சார நிலையம் பரீட்சைத் திணைக்களம்

இவை ன்று சொற்களால் அமைந்த கூட்டுப் பெயர்கள்.

பல்+கலை+கழகம்   மின்+சாரம்+நிலையம்   பரீட்சை+திணை+களம்

என இவற்றைப் பிரித்து அறியலாம்.

தற்காலத் தமிழில் வழங்கும் பெரும்பாலான கூட்டுப் பெயர்கள் இரண்டு சொற்களால் அமைந்தவை. ஒரு கூட்டுப் பெயர் இரண்டு அல்லது ன்று சொற்களைக் கொண்டிருந்தாலும் அது ஒரு

சொல்லாகவே செயற்படுகின்றது. எடுத்துக்காட்டாக, கடற்கரை என்னும் சொல்லை எடுத்துக்கொள்ளலாம். இதில் கடல், கரை ஆகிய இரண்டு பெயர்ச்சொற்கள் உள்ளன. இவற்றைத் தனிப் பெயர் எனலாம். தனித்தனிப் பெயர்ச்சொற்கள் என்னும் வகையில் ஒரு பெயர்ச் சொல்லுக்குரிய இலக்கணப் பண்புகளையெல்லாம் கொண்டிருக்கின்றன. கடலை, கடலில், கடலுக்கு, கரையை, கரையில், கரைக்கு என இவை தனித்தனியே வேற்றுமை உருபு ஏற்கும். அழகான கடல், அழகான கரை என தனித்தனியே பெயரடைகளை ஏற்கும். இந்தக் கடல், இந்தக் கரை என தனித்தனியே சுட்டு அடைகளை ஏற்கும்.

ஆனால், கடல், கரை ஆகிய இரு சொற்களும் இணைந்து கடற்கரை என்னும் புதிய சொல்லாக உருவாகிய பிறகு அவை தனித்தனியே இயங்கா. வேற்றுமை உருபுகள் இரண்டாவது சொல்லின் இறுதி யிலேயே வரும். கடற்கரையை, கடற்கரையில், கடற்கரைக்கு பெயரடை, சுட்டு அடை என்பன முதலாவது சொல்லின் முன்பு மட்டுமே வரும். எடுத்துக்காட்டு: அழகான கடற்கரை, இந்தக் கடற்கரை.

கூட்டுப் பெயரின் இரண்டு உறுப்புகளுக்கும் இடையில் வேறு ஒரு சொல்லை நாம் நுழைக்க முடியாது.

*கடல் அழகான கரை
*கடல் இந்தக் கரை
*கடலைக் கரை

கடலுக்குக் கரை உண்டு, நான் கடலின் கரையில் அமர்ந்திருந்தேன். ஆகிய வாக்கியங்களில் கடல், கரை என்பன தனித்தனிப் பெயர்ச் சொற்களாகும். கூட்டுப் பெயர் அல்ல. அவை ஒன்றோடு ஒன்று இணைந்து ஒரே சொல்லாக அமையவில்லை.

நாங்கள் கடற்கரைக்குப் போனோம்
எங்கள் ஊரில் அழகான கடற்கரை உண்டு
ஆகிய வாக்கியங்களில் கடற்கரை கூட்டுப் பெயராகும்.

கூட்டுப் பெயரின் அமைப்பு

கூட்டுப் பெயர்கள் பெரும்பாலும் இரண்டு வகையில் அமைக்கப் படுகின்றன.

1. ஒரு பெயர்ச்சொல்லுடன் பிறிதொரு பெயர்ச்சொல்லை இணைத்து ஆக்குவது. இது: பெயர் + பெயர் = பெயர் என்னும் அமைப்பு உடையது.

2. ஒரு வினைச்சொல்லுடன் ஒரு பெயர்ச்சொல்லை இணைத்து ஆக்குவது. இது: வினை+பெயர்=பெயர் என்னும் அமைப்புடையது.

★ உடுக்குறி இலக்கண வழுவுடைய அல்லது ஏற்றுக்கொள்ள முடியாத தொடரைக் குறிக்கும்.

1. பெயர் + பெயர் = பெயர்.

வானொலி	← வான் + ஒலி	புகைவண்டி	← புகை + வண்டி
நீர்வீழ்ச்சி	← நீர் + வீழ்ச்சி	பாடசாலை	← பாடம் + சாலை
மின்சாரம்	← மின் + சாரம்	யானைப்பாகன்	← யானை + பாகன்

2. வினை + பெயர் = பெயர்.

ஏவுகணை	← ஏவு + கணை	எறிகயிறு	← எறி + கயிறு
சுடுசோறு	← சுடு + சோறு	கட்டுரை	← கட்டு + உரை
பறிமுதல்	← பறி + முதல்	கூட்டுறவு	← கூட்டு + உறவு
சுடுகாடு	← சுடு + காடு	எழுதுகோல்	← எழுது + கோல்

தமிழ் இலக்கண நூல்கள் கூட்டுப் பெயர்களைத் தொகை நிலைத் தொடர்கள் அல்லது தொகைச் சொற்கள் என வகைப்படுத்துகின்றன.

பெரும்பாலான கூட்டுப் பெயர்களை வாக்கியத்தில் இருந்து வருவித்துக் காட்ட முடியும். மீன்சந்தை என்னும் சொல்லை எடுத்துக் காட்டாக எடுத்துக்கொள்வோம். மீனை விற்கும் சந்தை என இதன் பொருளை நாம் புரிந்துகொள்கின்றோம். இந்தப் பொருள் நமக்கு எவ்வாறு கிடைக்கின்றது. மீன், சந்தை ஆகிய இரண்டு சொற்களுக்கு இடையிலுள்ள வாக்கிய உறவினாலேயே கிடைக்கின்றது. மீன் சந்தை என்னும் கூட்டுப் பெயர் அல்லது தொகைச் சொல், சந்தையில் மீனை விற்கிறார்கள் என்னும் ல வாக்கியத்தில் இருந்து பிறந்ததாகக் கொள்ளலாம்.

இவ்வாக்கியத்தில் மீன் என்னும் சொல்லுக்கும் சந்தை என்னும் சொல்லுக்கும் இடையே வேற்றுமை உறவு உள்ளது. மீன் என்னும் பெயர்ச்சொல் இங்கு இரண்டாம் வேற்றுமை ஏற்று செயப்படு பொருளாக வந்துள்ளது. சந்தையில் மீனை விற்கிறார்கள் என்னும் வாக்கியத்திலிருந்து மீனை விற்கும் சந்தை என்னும் பெயரெச்சத் தொடர் பிறக்கின்றது. இத்தொடரில் உள்ள ஐ என்னும் இரண்டாம் வேற்றுமை உருபும் விற்கும் என்னும் பெயரெச்சமும் மறைந்து மீன்சந்தை என்ற தொகைநிலைத் தொடர் கிடைக்கின்றது. இதனை இரண்டாம் வேற்றுமைத் தொகை என நமது இலக்கணக்காரர் கூறுவர். ஒரு தொகைச் சொல்லின் முதலாம் உறுப்புக்கும் இரண்டாம் உறுப்புக்கும் இடையில் உள்ள வாக்கிய உறவின் அடிப்படையில் தொகைச் சொற்களை 5 வகையாகப் பாகுபடுத்துவர்.

1. வேற்றுமைத்தொகை, 2. வினைத்தொகை, 3. பண்புத்தொகை,
4. உவமைத்தொகை, 5. உம்மைத்தொகை

இவை பற்றி இங்கு சுருக்கமாக நோக்கலாம்.

வேற்றுமைத்தொகை. ஐ, ஆல், கு, இன், அது, கண் ஆகிய இரண்டு முதல் ஏழாம் வேற்றுமை வரை உள்ள உருபுகள் மறைந்து நிற்க சொற்கள் இணைந்து தொகைச் சொல்லாக (கூட்டுப் பெயராக) அமைவது வேற்றுமைத்தொகை எனப்படும்.

மீன்சந்தை (மீனை விற்கும் சந்தை - 2ஆம் வேற்றுமைத்தொகை)
தங்கக் காப்பு (தங்கத்தால் செய்யப்பட்ட காப்பு - 3ஆம் வேற்றுமைத் தொகை)
சிறுவர் பாடசாலை (சிறுவருக்கு உரிய பாடசாலை - 4ஆம் வேற்றுமைத் தொகை)
கண்ணீர் (கண்ணிலிருந்து வழியும் நீர் - 5ஆம் வேற்றுமைத் தொகை)
கடற்கரை (கடலினது கரை - 6ஆம் வேற்றுமைத்தொகை)
வீட்டுமிருகம் (வீட்டில் வாழும் மிருகம் - 7ஆம் வேற்றுமைத் தொகை)

வினைத்தொகை. காலம் காட்டும் இடைநிலையும் பெயரெச்ச விகுதியும் மறைந்து நிற்க வினையடியும் பெயர்ச்சொல்லும் இணைந்து அமையும் தொகைச் சொல் வினைத்தொகை எனப்படும்.

எறிகயிறு (எறிந்த / எறிகின்ற / எறியும் - கயிறு)
ஏவுகணை (ஏவிய / ஏவுகின்ற / ஏவும் - கணை)

பண்புத்தொகை. ஆகிய / ஆன என்னும் பண்பு உருபு மறைந்து நிற்க பண்பு உணர்த்தும் ஒரு சொல் பிறிதொரு சொல்லோடு இணைந்து உருவாகும் தொகைச் சொல் பண்புத்தொகை எனப்படும். எடுத்துக்காட்டு:

வட்டமேசை (வட்டமான மேசை)
வெண்மணல் (வெண்மையான மணல்)

ஆகிய என்னும் உருபு மறைந்து நிற்க ஒரு சிறப்புப் பெயரும் ஒரு பொதுப் பெயரும் இணைந்து உருவாகும் தொகைச் சொல்லை இருபெயரொட்டுப் பண்புத்தொகை என்பர். எடுத்துக்காட்டு:

சாரைப் பாம்பு (சாரை ஆகிய பாம்பு)
சிட்டுக்குருவி (சிட்டு ஆகிய குருவி)
தென்னை மரம் (தென்னை ஆகிய மரம்)
கோடை காலம் (கோடை ஆகிய காலம்)

உவமைத்தொகை. உவமை உருபு மறைந்து நிற்க இரண்டு பெயர்ச் சொற்கள் இணைந்து உருவாகும் தொகைச் சொல் உவமைத்தொகை

எனப்படும். எ.கா:

இரும்புக்கரம் (இரும்பு போன்ற கரம்)
முத்துப்பல் (முத்துப் போன்ற பல்)
பவளவாய் (பவளம் போன்ற வாய்)

உம்மைத்தொகை. உம் என்னும் இடைச்சொல் மறைந்து நிற்க இரண்டு பெயர்ச் சொற்கள் இணைந்து உருவாகும் தொகைச் சொல் உம்மைத்தொகை எனப்படும்.

இராப்பகல் (இரவும் பகலும்)
தோட்டந்துரவு (தோட்டமும் துரவும்)
மனைவிமக்கள் (மனைவியும் மக்களும்)
இட்டிலிவடை (இட்டிலியும் வடையும்)

தொகைச் சொற்கள் அல்லது தொகைநிலைத் தொடர்களுக்கு இரண்டு பண்புகள் இருக்க வேண்டும். 1. உருபுகள் மறைந்து வருதல், 2. ஒரு சொல் போல் இயங்குதல் (ஒரு சொல் நீர்மைத்து). சோறு உண்டான், என் வீடு போன்றவற்றையும் சிலர் தொகைநிலைத் தொடர்களுக்கு எடுத்துக்காட்டாகக் காட்டுவர். இவற்றில் உருபுகள் மறைந்து வரினும், இவை ஒரு சொல் நீர்மைத்து அல்ல என்பதைக் கருத்தில் கொள்க.

தமிழில் வழங்கும் தொகைச் சொற்கள் (கூட்டுப் பெயர்கள்) எல்லாவற்றையும் இந்த ஐந்து வகைகளுக்குள் அடக்கிவிட முடியாது. எடுத்துக்காட்டாக விடுகதை என்பதை வினைத்தொகையாகக் கொண்டு விட்ட கதை, விடுகின்ற கதை, விடும் கதை என்னும் அடிப்படையில் விரித்துப் பொருள் காணமுடியாது. விடு என்னும் வினையும் கதை என்னும் பெயரும் இணைந்து உருவாகியுள்ள விடுகதை என்னும் கூட்டுப் பெயர் இரண்டு சொற்களின் பொருளிலும் இருந்து வேறு பட்ட புதுப் பொருளைத் தருகின்றது (புதிர், நொடி). அதுபோல் கால்நடை என்னும் சொல்லை காலால் நடக்கும் நடை என்று விரித்து வேற்றுமைத்தொகையாக விளக்க முடியாது. கால்நடை என்பது ஆடு, மாடு முதலிய வளர்ப்பு விலங்குகளைக் குறிப்பது. ன்றாம் வேற்றுமைப் பொருளில் இது வரவில்லை.

அதுபோல் கொள்முதல் என்னும் சொல்லையும் வினைத்தொகை யாக விளக்க முடியாது. கொண்ட முதல், கொள்கின்ற முதல், கொள்ளும் முதல் என்னும் வகையில் இச்சொல்லின் பொருளைப் புரிந்துகொள்ள முடியாது. விற்பனைக்காகப் பொருட்களை வாங்குதல் என்னும் பொருளிலேயே இச்சொல் வழங்குகின்றது.

தொகைச் சொற்கள் பெரும்பாலும் தொடர்களில் இருந்து பிறப் பதனாலும் அவற்றை விரித்து தொடர் அடிப்படையில் பொருள்

கொள்வதனாலும் தமிழ் இலக்கணக்காரர் அவற்றைத் தொகை நிலைத் தொடர்களாகக் கொண்டனர். ஆனால் வாக்கியத்தில் அவை தொடராக அன்றி, ஒரு தனிச் சொல்லாகவே செயற்படுகின்றன. அதனால் தற்கால மொழியியலாளர் அவற்றைக் கூட்டுப் பெயர் என அழைப்பர். தொகைநிலைத் தொடர்களை எல்லாம் கூட்டுப் பெயராக ஒரே வகைக்குக் கொண்டுவருவதன் லம் இலக்கணம் சிக்கல் குறைந்து எளிமைப்படுகின்றது.

5. தொழிற்பெயர்

வினை அடியாகப் பிறந்து வினை நிகழ்வினை அல்லது நிகழாமை யை உணர்த்தும் பெயர் தொழிற்பெயர் எனப்படும்.

நீ விரைவாகப் போதல் நல்லது
நீ போனதைக் கண்டேன்
நீ அங்கே போகாதது நல்லது

மேல் உள்ள வாக்கியங்களில் இடம்பெறும் போதல், போனது, போகாதது என்பன தொழிற்பெயர்கள். இவை போதல் என்னும் வினை நிகழ்வினை அல்லது நிகழாமையை உணர்த்துகின்றன. அமைப்பு அடிப்படையில் தொழிற்பெயர்களை ன்று வகை களாகப் பிரிக்கலாம்:

1. வினையடி + தல் / த்தல் / அல் என்னும் அமைப்புடைய காலம் காட்டாத தொழிற்பெயர்கள்.
2. வினையடி + கால இடைநிலை + அது / மை என்னும் அமைப் புடைய காலம் காட்டும் தொழிற்பெயர்கள்.
3. வினையடி + எதிர்மறை இடைநிலை + அது / மை என்னும் அமைப்புடைய எதிர்மறைத் தொழிற்பெயர்கள்.

1. வினையடி + தல் / த்தல் / அல்

இந்த அமைப்புடைய தொழிற்பெயர்கள் காலம் காட்டுவதில்லை.

வினையடிகளுடன் -தல் அல்லது -த்தல் அல்லது -அல் என்னும் தொழிற்பெயர் விகுதிகளுள் ஏதாவது ஒன்று இணைந்து இவ்வகைத் தொழிற்பெயர்கள் அமைகின்றன. எல்லா விகுதிகளும் எல்லா வினைகளுடனும் இணைந்து வருவதில்லை. தொழிற்பெயர் விகுதி களை ஏற்கும் அடிப்படையில் வினைகளை ன்று தொகுதிகளாகப் பிரிக்கலாம்.

அ. வினையடி + தல் → தொழிற்பெயர்.

| போ + தல் → போதல் | பாய் + தல் → பாய்தல் |
| செய் + தல் → செய்தல் | பெய் + தல் → பெய்தல் |

ஆ. வினையடி + த்தல் → தொழிற்பெயர்.
படி + த்தல் → படித்தல்   நட + த்தல் → நடத்தல்
கொடு + த்தல் → கொடுத்தல்   பார் + த்தல் → பார்த்தல்
இரு + த்தல் → இருத்தல்   படு + த்தல் → படுத்தல்

இ. வினையடி + தல் / அல் → தொழிற்பெயர்.
காண் + தல் / அல் → காணுதல், காணல்
உண் + தல் / அல் → உண்ணுதல், உண்ணல்
வா + தல் / அல் → வருதல், வரல்
சொல் + தல் / அல் → சொல்லுதல், சொல்லல்
ஓடு + தல் / அல் → ஓடுதல், ஓடல்

முதல் தொகுதியில் உள்ள வினைகள் - தல் விகுதியை மட்டும் ஏற்பன, இரண்டாவது தொகுதியில் உள்ள வினைகள் - த்தல் விகுதியை மட்டும் ஏற்பன, ன்றாவது தொகுதியில் உள்ள வினைகள் -தல், -அல் ஆகிய இரு விகுதிகளையும் ஏற்பன.

2. வினையடி + கால இடைநிலை + அது / மை

இந்த அமைப்புடைய தொழிற்பெயர்கள் காலம் காட்டும். இவை -அது அல்லது -மை என்னும் தொழிற்பெயர் விகுதிகளைப் பெற்று வரும். எடுத்துக்காட்டு:

போ + ன் + அது → போனது   போ + கிறு + அது → போகிறது
போ + வ் + அது → போவது

மேல் உள்ள தொழிற்பெயர்களில் போ என்பது வினையடி; -ன்-, -கிறு-, -வ்- ஆகியவை முறையே இறந்தகால, நிகழ்கால, எதிர்கால இடைநிலைகள் -அது என்று தொழிற்பெயர் விகுதி. தொழிற்பெயர்கள் வாக்கிய இணைப்பினாலேயே பிறக்கின்றன.

நீ ஊருக்குப் போனது நல்லது
நீ ஊருக்குப் போகிறது நல்லது
நீ ஊருக்குப் போவது நல்லது

இறந்தகால, நிகழ்காலத் தொழிற்பெயர்களில் -அது என்னும் விகுதிக்குப் பதிலாக -மை விகுதியும் வரும். அவ்வாறு வரும்போது கால இடைநிலைக்கும் -மை விகுதிக்கும் இடையில் பெயரெச்ச விகுதியான -அ வருகின்றது. எடுத்துக்காட்டு:

போன் + ன் + அ + மை → போனமை
போ + கின்று + அ + மை → போகின்றமை

இறந்தகால, நிகழ்காலப் பெயரெச்சங்களுடன் -மை விகுதி சேர்த்து மை ஈற்றுத் தொழிற்பெயர்கள் உண்டாக்கப்படுகின்றன

என்றும் இதனை விளக்கலாம். மையீற்றுத் தொழிற்பெயர்கள் எதிர்காலத்தில் வருவதில்லை. -கிறு- என்ற நிகழ்கால இடைநிலையை அடுத்தும் -மை- விகுதி வருவதில்லை.

3. வினையடி + எதிர்மறை இடைநிலை + அது / மை

இந்த அமைப்புடைய தொழிற்பெயர்கள் எதிர்மறைப் பொருள் உணர்த்துகின்றன. இவை எதிர்மறைத் தொழிற்பெயர் எனப்படும்.

எதிர்மறைத் தொழிற்பெயர்களில் -ஆத்- அல்லது -ஆ- என்னும் எதிர்மறை இடைநிலைகள் எதிர்மறை உணர்த்துகின்றன. -அது என்னும் தொழிற்பெயர் விகுதிக்கு முன் -ஆத்- என்னும் இடைநிலை வருகின்றது. -மை என்னும் தொழிற்பெயர் விகுதிக்கு முன் -ஆ- என்னும் இடைநிலை வருகின்றது. எடுத்துக்காட்டு:

செய் + ஆத் + அது → செய்யாதது   செய்+ஆ+மை → செய்யாமை
போ + ஆத் + அது → போகாதது   போ+ஆ+மை → போகாமை

6. வினையாலணையும் பெயர்

வினையடியாகப் பிறந்து வினையையும், காலத்தையும், வினை புரியும் கருத்தாவையும் உணர்த்தும் பெயர் வினையால் அணையும் பெயர் எனப்படும்.

வந்தவன்   வந்தவள்   வந்தவர்   வந்தவர்கள்   வந்தது   வந்தவை

முதலிய சொற்கள் வருதல் என்னும் வினையையும், இறந்த காலத்தையும் அந்த வினையைப் புரிந்த கருத்தாவையும் உணர்த்துகின்றன. இவற்றையே வினையால் அணையும் பெயர்கள் என்பர். இவை வேற்றுமை உருபுகளை ஏற்கும். எடுத்துக்காட்டு:

வந்தவனை, வந்தவனால், வந்தவனுக்கு, வந்தவனிடம், வந்தவனுடைய

பழந்தமிழில் வினைமுற்று வடிவங்களே வேற்றுமை ஏற்று வினையாலணையும் பெயராகவும் அமைந்தன. எடுத்துக்காட்டு:

வந்தேன் + ஐ → வந்தேனை   வந்தாய் + ஐ → வந்தாயை
வந்தான் + ஐ → வந்தானை

தற்காலத் தமிழில் வினைமுற்று வடிவங்கள் வினையாலணையும் பெயர்களாக அமைவதில்லை. வினையாலணையும் பெயர்கள் தற்காலத் தமிழில் பின்வரும் அமைப்பைக் கொண்டுள்ளன.

வினையடி + கால இடைநிலை + படர்க்கை இடப்பெயர்

1. வா + ந்த் + அவன்   →   வந்தவன்
2. வா + ந்த் + அவர்கள்   →   வந்தவர்கள்

3. வா + ந்த் + அவள் → வந்தவள்
4. வா + ந்த் + அது → வந்தது
5. வா + ந்த் + அவர் → வந்தவர்
6. வா + ந்த் + அவை → வந்தவை

-ஓன், -ஓர் விகுதிகள் பெற்று வந்தோன், வந்தோர், வருவோர் போன்ற வினையாலணையும் பெயர்களும் தற்காலத்தில் சிறுபான்மை யாக வழங்குகின்றன.

வினையாலணையும் பெயர்கள் வாக்கியங்களின் இணைப் பினாலேயே பிறக்கின்றன. மேலே உள்ள வினையாலணையும் பெயர்களின் பிறப்பைப் பின்வருமாறு விளக்கலாம்:

1. நேற்று ஒருவன் வந்தான்; அவன் என் தம்பி →
   நேற்று வந்தவன் என் தம்பி
2. நேற்று ஒருத்தி வந்தாள்; அவள் என் மாணவி →
   நேற்று வந்தவள் என் மாணவி
3. நேற்று ஒருவர் வந்தார்; அவர் என் நண்பர் →
   நேற்று வந்தவர் என் நண்பர்
4. நேற்று சிலர் வந்தார்கள்; அவர்கள் என் உறவினர் →
   நேற்று வந்தவர்கள் என் உறவினர்
5. நேற்று ஒரு நாய் வந்தது; அது இதுதான் →
   நேற்று வந்தது இந்த நாய்தான்
6. நேற்று சில கடிதங்கள் வந்தன; அவை இவைதான் →
   நேற்று வந்தவை இந்தக் கடிதங்கள்தான்

எதிர்மறை வினையாலணையும் பெயர் பின்வரும் அமைப்பைக் கொண்டுள்ளது. வினையடி + எதிர்மறை இடைநிலை + படர்க்கை இடப்பெயர்

செய் + ஆத் + அவன் → செய்யாதவன்
செய் + ஆத் + அவர்கள் → செய்யாதவர்கள்
செய் + ஆத் + அவள் → செய்யாதவள்
செய் + ஆத் + அது → செய்யாதது
செய் + ஆத் + அவர் → செய்யாதவர்
செய் + ஆத் + அவை → செய்யாதவை

வினையடியிலிருந்து ஆக்கப்பெயர், தொழிற்பெயர், வினையாலணை யும் பெயர் ஆகிய வெவ்வேறு வகையான பெயர்ச்சொற்கள் ஆக்கப் படுகின்றன. பின்வரும் அட்டவணையில் சில எடுத்துக்காட்டுகள் தரப்படுகின்றன:

வினையடி	ஆக்கப் பெயர்	தொழிற்பெயர்			வினையாலணையும் பெயர்	
போ	போக்கு	போதல்	போனது போனமை	போகாதது போகாமை	போனவன்	போகாதவன்
வா	வரவு, வருகை	வருதல்	வந்தது வந்தமை	வராதது வராமை	வந்தவன்	வராதவன்
பொரி	பொரியல்	பொரித்தல்	பொரிந்தது பொரித்தமை	பொரிக்காதது பொரிக்காமை	பொரித்தவள்	பொரிக்காதவள்
நட	நடை, நடப்பு	நடத்தல்	நடந்தது நடந்தமை	நடக்காதது நடக்காமை	நடக்கிறவள்	நடக்காதவள்

6

பெயர்ச்சொல்
திணை, எண், பால், இடம் உணர்த்துதல்

1. திணை

தமிழில் பெயர்ச்சொற்கள் உயர்திணைப் பெயர், அஃறிணைப் பெயர் என இரு பெரும் பிரிவுகளாக வகைப்படுத்தப்படுகின்றன. பொது வாக மனிதரைச் சுட்டும் பெயர்கள் உயர்திணை என்றும், மனிதர் அல்லாத ஏனைய உயிருள்ள உயிரற்ற பொருள் அனைத்தையும் சுட்டும் பெயர்கள் அஃறினை என்றும் வகைப்படுத்தப்படும்.

இப்பாகுபாடு வாக்கியத்தில் எழுவாய்க்கும் பயனிலைக்கும் இடையில் உள்ள உறவின் அடிப்படையில் அமைகின்றது. எடுத்துக் காட்டாக, மனிதன், மாடு ஆகிய இரண்டு பெயர்ச்சொற்களும் வா என்னும் வினையைப் பயனிலையாகக் கொள்ளும்போது வெவ்வேறு வினைவிகுதிகளை வேண்டி நிற்கின்றன. எடுத்துக்காட்டு:

மனிதன் வந்தான்
மாடு வந்தது

இவ்வகையில் சில பெயர்ச்சொற்கள் இரு திணைக்கும் பொதுவாக வருகின்றன. எடுத்துக்காட்டாக:

குழந்தை சிரித்தான்
குழந்தை சிரித்தது
சூரியன் உதித்தான்
சூரியன் உதித்தது

மேற்காட்டிய வாக்கியங்களில் குழந்தை, சூரியன் ஆகிய பெயர்ச் சொற்கள் உயர்திணை, அஃறிணை இரண்டுக்கும் பொதுவாக உள்ளன. எனினும், அஃறிணை விகுதி பெற்று வருவதே பெரும்பான்மை வழக்கு.

தெய்வம் வினையில் அஃறிணை விகுதியையே பெற்று வருகின்றது. எடுத்துக்காட்டாக:

தெய்வம் அருளியது தெய்வம் நின்று கொல்லும்

2. எண்

ஒருமை, பன்மை என்ற அடிப்படையில் பெயர்ச்சொற்களை வகைப் படுத்துதல் எண் எனப்படுகின்றது. ஒன்றைக் குறிக்கும் பெயர் ஒருமை, ஒன்றுக்கு அதிகமானவற்றைக் குறிப்பது பன்மை. தமிழில் திணை, எண், பால் ஆகிய பாகுபாடுகள் ஒன்றோடு ஒன்று கலந்துள்ளன. பால் பற்றிய பிரிவில் இது விளக்கப்படுகின்றது.

3. பால்

தமிழில் பால் பாகுபாடு ஆண், பெண் என்னும் அடிப்படையிலும் ஒருமை, பன்மை என்னும் அடிப்படையிலும் அமைந்துள்ளது.

உயர்திணை ஒருமைப் பெயர்கள் ஆண்பால், பெண்பால் எனவும், உயர்திணைப் பன்மைப் பெயர்கள் பலர்பால் எனவும் வகைப் படுத்தப்படுகின்றன. அஃறிணை ஒருமைப் பெயர்கள் ஒன்றன்பால் எனவும், அஃறிணைப் பன்மைப் பெயர்கள் பலவின்பால் எனவும் பாகுபடுத்தப்படுகின்றன. இவ்வகையில் பெயர்ச்சொற்கள் பால் அடிப்படையில் ஐந்து வகைப்படும். பின்வரும் வரைபடம் தமிழ்ச் சொற்களின் திணை, பால் அமைப்பை விளக்கும்:

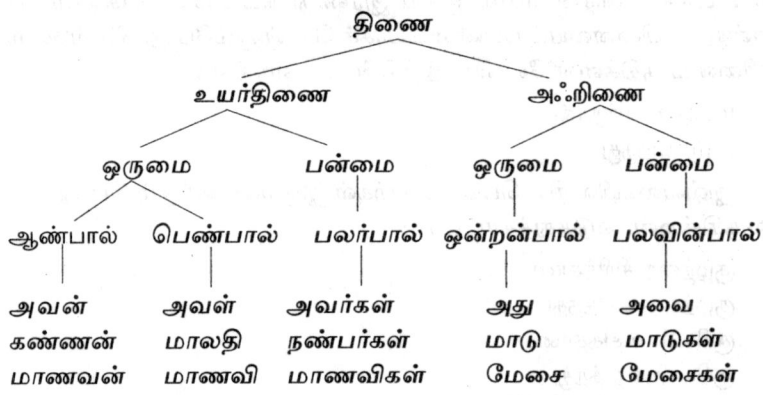

பால் பாகுபாடும் வாக்கியத்தில் எழுவாய் பயனிலை இயைபின் அடிப்படையிலேயே தீர்மானிக்கப்படுகின்றது. எழுவாய்ப் பெயரின் பால் பாகுபாட்டுக்கு ஏற்ப பயனிலையும் அமைகின்றது. எடுத்துக் காட்டாக:

மாணவன் வந்தான்   மாணவி வந்தாள்   மாணவர்கள் வந்தார்கள்

மாடு வந்தது   மாடுகள் வந்தன

ஆண்பால், பெண்பால் பெயர்கள்

ஆன்பால், பெண்பால் பெயர்கள் பால் விகுதி பெற்றும், பெறாமலும் பால் வேறுபாடு காட்டுகின்றன.

பால் காட்டும் விகுதிகள்

ஆண்பால் விகுதி-அன்	பெண்பால் விகுதி -அள்
அவன் நல்லவன் மகன்	அவள் நல்லவள் மகள்
ஆண்பால் விகுதி -அன்	பெண்பால் விகுதி -இ
அரசன் தலைவன் மாணவன் ஒருவன் தோழன் பேரன் செல்வன்	அரசி தலைவி மாணவி ஒருத்தி தோழி பேர்த்தி/பேத்தி செல்வி
ஆண்பால் விகுதி -அன்	பெண்பால் விகுதி -ஐ
ஆசிரியன் பண்டிதன் தமையன் நடிகன்	ஆசிரியை பண்டிதை தமக்கை நடிகை
ஆண்பால் விகுதி -ஆன்	பெண்பால் விகுதி -ஆள்
அடியான் யாழ்ப்பாணத்தான் நல்லான்	அடியாள் யாழ்ப்பாணத்தாள் நல்லாள்
ஆண்பால் விகுதி -ஆன்	பெண்பால் விகுதி -ஆட்டி
சீமான் பெருமான்	சீமாட்டி பெருமாட்டி
ஆண்பால் விகுதி -ஆன்	பெண்பால் விகுதி -ஆத்தி
வண்ணான் தட்டான்	வண்ணாத்தி தட்டாத்தி

பால் விகுதி பெறாத பெயர்கள்

சில பெயர்ச்சொற்கள் பால் விகுதி பெறாது பொருள் அடிப்படை யில் ஆண்பால், பெண்பால் உணர்த்துகின்றன.

ஆண்பால் பெயர்	பெண்பால் பெயர்
ஆண் அப்பா தம்பி	பெண் அம்மா தங்கை

இவற்றில் பால் விகுதி இல்லை. எனினும், சொற்பொருள் அடிப்படையில் இவற்றின் பாலை அறிய முடியும். வாக்கியத்தில் பயனிலை இவற்றுக்குரிய பால் விகுதிகளைப் பெற்று அமையும்.

சில பெயர்ச்சொற்கள் ஆண்பால் பெண்பால் இரண்டுக்கும் பொதுவானவை. எடுத்துக்காட்டு:

நோயாளி, தொழிலாளி, உழைப்பாளி, அப்பாவி, அறிவாளி, நொண்டி, ஊமை, திறமைசாலி.

அவன் ஒரு நோயாளி
அவள் ஒரு நோயாளி
நோயாளி வந்தான்
நோயாளி வந்தாள்

இவ்வாறு வாக்கிய நிலையில் இவை பால் உணர்த்துகின்றன.

உயர்திணை மரியாதை ஒருமைப் பெயர்கள்

-அர், -ஆர் விகுதிகள் பெற்ற உயர்திணைப் பெயர்களைப் பலர்பால் பெயர்கள் என தமிழ் இலக்கண நூல்கள் கூறும்.

அவர், அரசர், நண்பர், கலைஞர், பெரியார்

பழந்தமிழிலேயே இத்தகைய சொற்கள் மரியாதைப் பொருளில் ஒருமையில் வந்துள்ளன. 'ஒருவரைக் கூறும் பன்மைக் கிளவி' என இத்தகைய சொற்களைத் தொல்காப்பியம் கூறும். தற்காலத் தமிழில் இவை முற்றிலும் ஒருமையிலேயே மரியாதைப் பொருளில் வழங்கு கின்றன. அதனால், இவற்றை மரியாதை ஒருமை என்பர். எடுத்துக் காட்டு:

அவர் வந்தார்
அரசர் ஆணையிட்டார்
நண்பர் கூறினார்
பெரியார் பேசினார்

எனினும், வாக்கியத்தில் பயனிலை -அர், ஈறு பெற்றுவரின் -அர்

ஈற்றுப் பெயர்கள் பன்மைப் பொருள் தரக் காணலாம். எடுத்துக் காட்டு:

அறிஞர் போற்றுவார் (ஒருமை)
அறிஞர் போற்றுவர் (பன்மை)
நண்பர் மகிழ்ச்சி அடைவார் (ஒருமை)
நண்பர் மகிழ்ச்சி அடைவர் (பன்மை)

சில ஒருமைப் பெயர்கள் - ஆர் விகுதி பெற்று மரியாதை உணர்த்து கின்றன.

தாயார், தந்தையார்
மாமனார், மாமியார்

சில இயற்பெயர்களுடன் -ஆர் விகுதி சேர்த்து மரியாதை உணர்த்தும் வழக்கும் உண்டு. எடுத்துக்காட்டு:

வரதராசனார், சிவலிங்கத்தார், சித்திரபுத்திரனார்,
மோசிகீரனார், பவணந்தியார்

பலர்பால் பெயர்கள்

உயர்திணைப் பன்மைப் பெயர்கள் பலர்பால் பெயர்கள் எனப் படுகின்றன. உயர்திணை ஒருமைப் பெயர்களுடன் -கள், -அர்கள் -ஆர்கள், -ஓர்கள், -மார் முதலிய பன்மை உருபுகள் சேர்த்து பலர்பால் பெயர்கள் ஆக்கப்படுகின்றன.

-கள் விகுதி பெறும் பெயர்கள்

ஆண்கள், பெண்கள், சிநேகிதிகள், மாணவிகள், மக்கள், தொழிலாளிகள், கூலியாட்கள், பையன்கள்...

-அர்கள் விகுதி பெறும் பெயர்கள்

அவர்கள், அரசர்கள், நண்பர்கள், மனிதர்கள், மாணவர்கள், சிறுவர்கள், பெரியவர்கள், அறிஞர்கள், கலைஞர்கள், நல்லவர்கள், வறியவர்கள்...

இவை -கள் விகுதி அற்ற நிலையில் மரியாதை ஒருமைப் பெயர் களாகும்.

-ஆர்கள், -ஓர்கள் விகுதி பெறும் பெயர்கள்

பெரியார்கள், நல்லார்கள், பெரியோர்கள், எளியோர்கள், கற்றோர்கள், பெற்றோர்கள்...

-மார் விகுதி பெறும் பெயர்கள்

உறவுமுறைப் பெயர்கள், தொழில்முறைப் பெயர்கள் போன்றவையே -மார் விகுதி பெறுகின்றன.

அப்பாமார், அம்மாமார், அண்ணன்மார், தம்பிமார், மாமன்மார், மாமிமார்...

முதலாளிமார், தச்சன்மார், மேசன்மார், தாதிமார், கிளாக்குமார், டாக்குத்தர்மார், செட்டிமார்...

-அர் விகுதி பெறும் பலர்பால் பெயர்கள்

தற்காலத் தமிழிலும் சில உயர்திணைப் பெயர்ச்சொற்கள் -அர் விகுதி பெற்று பலர்பால் உணர்த்துகின்றன.

1. எண்ணுப் பெயர் அடியாகப் பிறக்கும் உயர்திணைப் பெயர்கள்.
   இருவர், வர், ஐவர், எண்மர், பலர், சிலர்

2. சபை, சங்கம், மன்றம் போன்ற பலர் இணையும் நிறுவனப் பெயர்களுடன் இணைந்துவரும் -அர் ஈற்றுப் பெயர்கள் பலர்பால் உணர்த்துகின்றன. எடுத்துக்காட்டு:
   அறிஞர் சபை, ஆசிரியர் சங்கம், மாதர் மன்றம், கவிஞர் கழகம், எழுத்தாளர் சங்கம்.

3. நாடு, ஊர், பிராந்தியப் பெயர்களுடன் -அர் விகுதி சேர்ந்து, உயர்திணைப் பலர்பால் பெயர்களாக வழங்குகின்றன. எடுத்துக் காட்டு:
   இலங்கையர், இந்தியர், தென்னாட்டினர், வடவர், சேரநாட்டினர்

-ஆர் விகுதி பெறும் பலர்பால் பெயர்கள்

ஊர், தேசம், பிராந்தியப் பெயர்களுடன் -ஆர் விகுதி சேர்ந்து உயர்திணைப் பலர்பால் பெயர்கள் உருவாகின்றன. எடுத்துக்காட்டு:
ஊரார், யாழ்ப்பாணத்தார், மட்டக்களப்பார், கேரளத்தார், தேசத்தார், நகரத்தார்...

-ஓர் விகுதி பெறும் பலர்பால் பெயர்கள்

சில பெயர்ச்சொற்கள் -ஓர் விகுதி பெற்றும் பலர்பால் உணர்த்து கின்றன. எடுத்துக்காட்டு: பெரியோர், முதியோர், நல்லோர், பெற்றோர், எளியோர், வலியோர்

ஒன்றல்பால் பெயர்கள்

அஃறிணை ஒருமைப் பெயர்கள் ஒன்றன்பால் பெயர்கள் எனப்படு கின்றன. ஒருமைப் பெயர்களுக்குத் தனியான விகுதிகள் இல்லை. அடிச்சொல்லே ஒருமை உணர்த்தும். எடுத்துக்காட்டு: நாய், பூனை, பூ, புத்தகம், மாடு, கோழி

அது, இது, எது ஆகிய சுட்டு, வினாப் பெயர்களிலும், நல்லது, பெரியது, சிறியது முதலிய பெயர்களிலும் இறுதியில் வரும் -து விகுதி ஒன்றன்பால் விகுதி என தமிழ் இலக்கண நூல்கள் கூறும்.

பலவின்பால் பெயர்கள்

அஃறிணைப் பன்மைப் பெயர்கள் பலவின்பால் பெயர்கள் எனப் படும். ஒருமைப் பெயரின் இறுதியில் -கள் என்னும் பன்மை விகுதி சேர்த்து பலவின்பால் பெயர்கள் ஆக்கப்படுகின்றன.

ஈ, பூ, விழா ஆகிய நெட்டெழுத்துச் சொற்களும், பசு, பரு, தெரு, கொசு போன்ற உகரத்தில் முடியும் இரு குற்றெழுத்துச் சொற்களும் -கள் விகுதி பெறும்போது விகுதியின் முதல் எழுத்து இரட்டிக்கும். அதாவது, -க்கள் விகுதி பெறும்.

ஈ + கள்	→	ஈக்கள்
பரு + கள்	→	பருக்கள்
பூ + கள்	→	பூக்கள்
தெரு + கள்	→	தெருக்கள்
விழா + கள்	→	விழாக்கள்
கொசு + கள்	→	கொசுக்கள்
பசு + கள்	→	பசுக்கள்

ஏனைய அஃறிணைப் பெயர்களுடன் -கள் விகுதி சேரும்போது வல்லினம் மிகுவதில்லை.

நாய் + கள்	→	நாய்கள்
கல் + கள்	→	கற்கள்
பூனை + கள்	→	பூனைகள்
மேசை + கள்	→	மேசைகள்
கால்கள் + கள்	→	கால்கள்
மரம் + கள்	→	மரங்கள்

அவை, இவை, எவை, சிறியவை, பெரியவை, நல்லவை போன்ற -வை விகுதி பெற்ற பலவின்பால் பெயர்களும் தற்காலத்தில் -கள் விகுதி பெறுகின்றன. பன்மைப் பெயர்கள் பிறிதொரு பன்மை விகுதி பெறுவதை இரட்டைப் பன்மை என்பர்.

அவைகள், இவைகள், பெரியவைகள், நல்லவைகள்...

வன்றொடர்க் குற்றியலுகர ஈற்று அஃறிணைப் பெயர்களுடன் -கள் விகுதி சேர்க்கும்போது வல்லினம் மிக எழுதுவது இன்று பெருவழக்காகக் காணப்படுகின்றது. எடுத்துக்காட்டு:

எழுத்து + கள்	→	எழுத்துக்கள்
பூட்டு + கள்	→	பூட்டுக்கள்

சிலர் இவற்றை வல்லினம் மிகாமல் எழுத்துகள், பூட்டுகள் என்றே எழுதுகின்றனர். இரண்டும் தவறு இல்லை. எனினும், இரண்டாவது முறையைப் பின்பற்றி வல்லினம் மிகாமல் எழுதுவதே உச்சரிப்பில்

இயல்பானதாகத் தோன்றுகின்றது. இந்நூலில் இரண்டாவது முறையே பின்பற்றப்படுகிறது.

பால்பகா அஃறிணைப் பெயர்கள்

உயர்திணைப் பன்மைப் பெயர்கள் கட்டாயம் பன்மை விகுதி பெற்று வரும். எடுத்துக்காட்டு:

ஒரு மனிதன்	இரண்டு மனிதர்கள்
ஒரு ஆண்	இரண்டு ஆண்கள்
ஒரு மாணவன்	இரண்டு மாணவர்கள்
ஒரு மாணவி	இரண்டு மாணவிகள்

இரண்டு மனிதன், இரண்டு ஆண், இரண்டு மாணவன், இரண்டு மாணவி என நாம் எழுதுவதில்லை. ஆயின், அஃறிணைப் பன்மைப் பெயர்கள் இவ்வாறு பன்மை விகுதி பெறுவது கட்டாயம் அல்ல. எடுத்துக்காட்டு:

ஒரு ரூபாய்	பத்து ரூபாய்
ஒரு தேங்காய்	நூறு தேங்காய்
ஒரு மாங்காய்	நூறு மாங்காய்

இவற்றை பத்து ரூபாய்கள், நூறு தேங்காய்கள், நூறு மாங்காய்கள் என நாம் எழுதுவது கட்டாயம் இல்லை. இவ்வாறு பன்மை விகுதி பெறாமல் ஒருமைக்கும் பன்மைக்கும் (அதாவது, ஒன்றன் பாலுக்கும், பலவின்பாலுக்கும்) பொதுவாக வரும் அஃறிணைப் பெயர்களைப் *பால்பகா அஃறிணைப் பெயர்* என்று நமது இலக்கண நூல்கள் கூறும்.

4. இடம்

பேசுவோன், கேட்போன், பேசப்படுபொருள் என்பவற்றின் அடிப் படையில் பெயர், வினைச்சொற்களில் காணப்படும் வேறுபாடே இடம் எனப்படுகின்றது.

பேசுவோனைச் சுட்டும் பெயர்கள் தன்மைப் பெயர்கள் என்றும் கேட்போனைச் சுட்டும் பெயர்கள் முன்னிலைப் பெயர்கள் என்றும் பேசுப்படுபொருளைச் சுட்டும் பெயர்கள் படர்க்கைப் பெயர்கள் என்றும் கூறப்படும். தன்மை, முன்னிலைப் பெயர்கள் அல்லாத அனைத்துப் பெயர்களும் படர்க்கைப் பெயர்களாகும்.

தமிழ் வாக்கிய அமைப்பில், பெயர்ச்சொற்களின் திணை, எண், பால், இடம் என்பன (தி.எ.பா.இ) முக்கிய இடம்பெறுகின்றன. எழுவாய்ப் பெயரின் தி.எ.பா.இ என்பவற்றுக்கு ஏற்ப பயனிலை யாக வரும் வினைமுற்றின் விகுதி அமையவேண்டியது கட்டாயம்.

பின்வரும் எடுத்துக்காட்டுகளை நோக்குக:

எழுவாய்	பயனிலை	விகுதி	தி.எ.பா.இ.
நான்	போனேன்	-ஏன்	தன்மை ஒருமை
நாங்கள்	போனோம்	-ஓம்	தன்மைப் பன்மை
நீ	போனாய்	-ஆய்	முன்னிலை ஒருமை
நீங்கள்	போனீர்கள்	-ஈர்கள்	முன்னிலைப் பன்மை
அவன்	போனான்	-ஆன்	படர்க்கை ஆண்பால்
அவள்	போனாள்	-ஆள்	படர்க்கைப் பெண்பால்
அவர்	போனார்	-ஆர்	படர்க்கை மரியாதை
அவர்கள்	போனார்கள்	-ஆர்கள்	படர்க்கைப் பலர்பால்
அது	போனது	-அது	படர்க்கை ஒன்றன்பால்
அவை	போயின	-அ	படர்க்கைப் பலவின்பால்

மேல் உள்ள வினைமுற்றுகளில் இடம்பெறும் விகுதிகளை தி.எ.பா.இ. விகுதிகள் என்பர். இவ்விகுதிகளின் அடிப்படையில் வினைமுற்று பத்து வேறுபட்ட வடிவங்களைப் பெறுகின்றது. இவ்வாறு பெயர்ச்சொற்களின் தி.எ.பா.இ. என்பவற்றுக்கு ஏற்ப வினைச்சொற்கள் விகுதி பெற்று வருவதை எழுவாய் பயனிலை இயைபு என்பர். இதுபற்றி வினையியலிலும் விளக்கப்படும்.

7

வேற்றுமை

வாக்கியத்தில் பெயர்ச்சொற்களின் இலக்கணத் தொழிற்பாடு வேறுபடுவது வேற்றுமை எனப்படும். இலக்கணத் தொழிற்பாடு என்பது ஒரு வாக்கியத்தில் ஒரு பெயர்ச்சொல்லுக்கும் வினைச் சொல்லுக்கும் இடையிலுள்ள வாக்கிய ரீதியான உறவைக் குறிக்கும்.

எடுத்துக்காட்டாக, இராமன் கண்ணனைப் பார்த்தான் என்னும் வாக்கியத்தில் இராமன், கண்ணன் என்னும் இரண்டு பெயர்ச்சொற்கள் உள்ளன. இவ்விரு பெயர்ச்சொற்களும் பார் என்னும் வினையுடன் வாக்கிய ரீதியாக எழுவாய், செயப்படுபொருள் என்னும் வகையில் உறவு கொண்டுள்ளன. அதாவது, இராமன் எழுவாயாகவும் கண்ணன் செயப்படுபொருளாகவும் தொழிற்படுகின்றன. பார்த்தல் என்னும் செயலைப் புரிபவன் இராமன்; அந்தச் செயலுக்கு உட்படுபவன் கண்ணன். பார் என்னும் வினைச்சொல்லோடு இவ்விரு பெயர்ச் சொற்களும் கொண்டுள்ள இந்த உறவின் அடிப்படையிலேயே இந்த வாக்கியத்தின் பொருளை நாம் புரிந்துகொள்கின்றோம்.

கண்ணன் இராமனைப் பார்த்தான் என வாக்கியம் அமையும்போது பார்த்தவனும் பார்க்கப்பட்டவனும் வேறுபடுகிறார்கள். அதாவது இவ்வாக்கியத்தில் கண்ணன் எழுவாய், இராமன் செயப்படுபொருள் என மாறுகின்றன. இவ்வாறு, வாக்கியத்தில் உள்ள வினைக்கும் பெயர்ச்சொற்களுக்கும் இடையிலுள்ள இலக்கண உறவு வேறுபடும் போது வாக்கியத்தின் பொருள் வேறுபடுகின்றது. இந்த வேறுபாடே வேற்றுமை எனப்படுகின்றது.

தமிழில் வேற்றுமை எத்தனை என்பதில் கருத்து வேறுபாடு உள்ளது. தொல்காப்பியம் தமிழில் வேற்றுமை ஏழு என்றும் விளி வேற்றுமையுடன் சேர்த்து எட்டு என்றும் கூறும். நன்னூலும் வேற்றுமை எட்டு எனக் கூறும், பிற்கால மொழி ஆய்வாளர்கள் தமிழில் வேற்றுமை எட்டைவிட அதிகம் என்பர். தமிழ் இலக்கணக் காரர் கூறும் வேற்றுமைப் பாகுபாட்டின் குறைகள் சிலவற்றை அவர்கள் சுட்டிக் காட்டியுள்ளனர். குறிப்பாக ன்றாம் வேற்றுமை என்று தமிழ் இலக்கண நூல்கள் கூறும் வேற்றுமையை இரண்டு வேற்றுமைகளாகக் கொள்ள வேண்டும் என்பர். அவ்வகையில் தமிழில் வேற்றுமை ஒன்பது எனக் கருதுவர்.

வேற்றுமைக்கு எவ்வாறு பெயரிடுவது என்பது தொடர்பாகவும் கருத்து வேறுபாடு உண்டு. வேற்றுமைகளை வரிசைப்படுத்தி முதலாம் வேற்றுமை, இரண்டாம் வேற்றுமை, ன்றாம் வேற்றுமை எனக் கூறும் மரபு உண்டு. தொல்காப்பியம் முதலாம் வேற்றுமையை எழுவாய் வேற்றுமை என்று வேற்றுமைப் பொருள் அடிப்படை யிலும், ஏனைய வேற்றுமைகளை வரிசைப்படுத்தி ஐ வேற்றுமை ஒடு வேற்றுமை கு வேற்றுமை என்று உருபு அடிப்படையிலும் பெயரிட்டு அழைக்கின்றது. தற்கால மொழியியலாளர்கள் வேற்றுமைப் பொருளின் அடிப்படையில் எழுவாய் வேற்றுமை, செயப்படு பொருள் வேற்றுமை, கருவி வேற்றுமை என வகைப்படுத்துவர். நாம் வேற்றுமைப் பொருள் அடிப்படையில் இங்கு வேற்றுமைகளை நோக்கலாம்.

1. எழுவாய் வேற்றுமை

இதனை முதலாம் வேற்றுமை என இலக்கண நூல்கள் கூறும். ஒரு பெயர்ச்சொல் வாக்கியத்தில் எழுவாயாகச் செயற்படுவது எழுவாய் வேற்றுமை எனப்படும். எழுவாய் வேற்றுமைக்கு உருபு இல்லை. உருபு ஏற்காத பெயர்ச்சொல்லே எழுவாயாகச் செயற்படுகின்றது.

கண்ணன் வந்தான்   நான் அழுதேன்   மரம் விழுந்தது

ஆகிய வாக்கியங்களில் கண்ணன், நான், மரம் ஆகிய பெயர்ச் சொற்கள் எழுவாயாக உள்ளன. இவை திரிபு அடையாத பெயர்ச் சொற்கள். கண்ணன் ஓர் ஆசிரியன் என்னும் வாக்கியத்தில் கண்ணன், ஆசிரியன் ஆகிய இரண்டு பெயர்ச்சொற்களும் திரிபு அடையாத சொற்களே. திரிபு அடையாத சொற்கள் எல்லாம் எழுவாய் ஆவதில்லை. இவ்வாக்கியத்தில் கண்ணன் என்பதே எழுவாய். ஆசிரியன் பயனிலை. இதனைப் பெயர்ப் பயனிலை என்போம். ஒரு வாக்கியத்தில் ஒன்றுக்கு அதிகமான பெயர்ச்சொற்கள் இருக்கலாம். இராமன் சீதையோடும் இலக்குமணனோடும் காட்டுக்குப் போனான். இந்த வாக்கியத்தில் இராமன், சீதை, இலக்குமணன், காடு ஆகிய நான்கு பெயர்ச்சொற்கள் உள்ளன. இதில் எழுவாய்ப் பெயர் எது? திரிபு இல்லாத பெயர் என்னும் வகையில் இராமன் என்பதே எழுவாய் எனக் கூறலாம், ஆனால் இராமன், சீதை, இலக்குமணன் ஆகியோரோடு காட்டுக்குப் போனான். இந்த வாக்கியத்தில் இராமன், சீதை, இலக்குமணன் ஆகிய ன்று பெயர்களும் திரிபடையவில்லை. இவற்றுள் எழுவாய் வேற்றுமைப் பெயரை எப்படி அறிவது? போனான் என்னும் வினையோடு திணை, பால், எண், இட உறவு கொண்டுள்ள பெயரே எழுவாய் வேற்றுமைப் பெயர் அல்லது

எழுவாய் எனக் கூறலாம். மேலுள்ள வாக்கியத்தில் இராமன் என்பதே போனான் என்பதுடன் திணை, பால், எண், இட, உறவு கொண்டுள்ளது. ஆகவே இராமன் என்பதே இவ்வாக்கியத்தின் எழுவாய் என்று தீர்மானிக்கலாம். ஒரு வாக்கியத்தின் பயனிலை யுடன் திணை, பால், எண், இட, உறவு கொண்டுள்ள பெயரே அதன் எழுவாய் என பொதுவாகக் கூறலாம்.

எழுவாய்க்குச் சொல்லுருபு உண்டா?

எழுவாய்க்கு உருபு இல்லை எனப் பார்த்தோம். 'எழுவாய் உருபு திரிபில் பெயரே' என நன்னூல் கூறும். (உருபு ஏற்று) திரிபு அடையாத பெயரே எழுவாய் என்பது இதன் பொருள். எனினும் சில பாடநூல் ஆசிரியர்கள் எழுவாய்க்குச் சொல்லுருபு உண்டு எனக் கூறியுள்ளனர். என்பவன், என்பவள், என்பவர், என்பது, என்பவை, ஆனவன், ஆனவள், ஆனவர் முதலியவை எழுவாயின் சொல்லுருபுகள் என இவர்கள் கூறுவர். இது தவறான கருத்தாகும். உண்மையில் இவை எழுவாயின் சொல்லுருபுகள் அல்ல; இவையும் பெயர்ச் சொற்களே. வாக்கியத்தில் ஒரு தலைமைப் பெயரை அடுத்து வந்து அதனை அறிமுகம் செய்யும் பணியை இவை செய்கின்றன. எடுத்துக்காட்டாக,

கண்ணன் உங்களைத் தேடி வந்தார்
கண்ணன் என்பவர் உங்களைத் தேடி வந்தார்

ஆகிய இரண்டு வாக்கியங்களையும் நோக்குக. இவை இரண்டும் ஒருவரால் ஒரே சந்தர்ப்பத்தில் பயன்படுத்தப்படக் கூடிய வாக்கியங்கள் அல்ல. அதாவது, ஒன்றுக்குப் பதிலாக மற்றதை நாம் பயன்படுத்த முடியாது. கண்ணனை நன்கு தெரிந்த ஒருவர்தான் முதலாவது வாக்கியத்தைப் பயன்படுத்துவார். பேசுவோருக்கும் கேட்போருக்கும் அல்லது இருவரில் ஒருவருக்காவது கண்ணன் முன்பின் அறிமுகம் அற்றவராக இருந்தால்தான் இரண்டாவது வாக்கியம் பயன்படுத்தப்படும். இங்கு என்பவர் என்பது அதற்கு முன் உள்ள பெயருடன் இணைந்து அப்பெயரை அறிமுகப்படுத்தும் பணியைச் செய்கின்றது. இதனை அறிமுகச் சொல் எனலாம். இது எழுவாயாக மட்டுமின்றி, விளி தவிர்ந்த பிற எல்லா வேற்றுமை உருபுகளையும் ஏற்றுவரும். பின்வரும் எடுத்துக்காட்டுகளை நோக்குக:

கண்ணன் என்பவரைக் கண்டேன்
கண்ணன் என்பவருடன் பேசினேன்
கண்ணன் என்பவரிடம் கொடுத்தேன்
கண்ணன் என்பவருடைய வீடு

ஒரு வேற்றுமை உருபு அல்லது சொல்லுருபு பிற வேற்றுமை உருபுகளுடன் இணைந்து வருவதில்லை. அவ்வகையில் என்பவன்,

என்பவர் முதலிய சொற்கள் சொல்லுருபுகள் அல்ல; பெயர்ச் சொற்களே என்பது தெளிவு. கண்ணன் என்பவருக்குப் பதிலாக கண்ணன் என்னும் ஒருவர், கண்ணன் என்னும் பெயருடைய ஒருவர் போன்ற தொடர்களையும் நாம் பயன்படுத்த முடியும். எழுவாய் பற்றிய வேறு பிரச்சினைகள் தொடரியலில் விளக்கப்படும்.

2. செயப்படுபொருள் வேற்றுமை

இதனை இரண்டாம் வேற்றுமை என இலக்கண நூல்கள் கூறும். இவ்வேற்றுமை ஐ உருபினால் உணர்த்தப்படும். வாக்கியத்தில் ஒரு பெயர்ச்சொல் செயப்படுபொருளாகத் தொழிற்படுவதை இவ் வேற்றுமை குறிக்கின்றது. கண்ணன் இராமனைப் பார்த்தான், மாலன் மரத்தை வெட்டினான், ஜமால் தலையைச் சொறிந்தான் ஆகிய வாக்கியங் களில் இராமன், மரம், தலை என்பன செயப்படுபொருளாகும். ஒரு வாக்கியத்தில் வினையின் பயனுக்கு உட்படும் பெயர்ச்சொல் செயப்படுபொருள் எனப்படும். மேல் உள்ள வாக்கியங்களில் பார்த்தல் என்னும் வினைக்கு உட்படுவது இராமன், வெட்டுதல் என்னும் வினைக்கு உட்படுவது மரம், சொறிதல் என்னும் வினைக்கு உட்படுவது தலை. இதை வேறு வகையில் சொல்வதானால் பார்க்கப் பட்டவன் இராமன், வெட்டப்பட்டது மரம், சொறியப்பட்டது தலை எனலாம்.

இரண்டாம் வேற்றுமையின் பொருள் ஆக்கல், அழித்தல், அடைதல், நீத்தல், ஒத்தல், உடைமை முதலியன என்று நன்னூல் கூறும்.

வீட்டைக் கட்டினான் - (ஆக்கல்)
ஊரைவிட்டுச் சென்றான் - (நீத்தல்)
வீட்டை இடித்தான் - (அழித்தல்)
தகப்பனைப் போன்றவன் - (ஒத்தல்)
பரிசைப் பெற்றான் - (அடைதல்)
பணத்தை வைத்திருக்கிறான் - (உடைமை)

போன்ற வாக்கியங்களை இதற்கு எடுத்துக்காட்டாகக் காட்டுவர். இவ்வாக்கியங்களில் ஆக்கல், அழித்தல், அடைதல், நீத்தல், ஒத்தல், உடைமை ஆகிய பொருகள் வினையின் பொருள்களே அன்றி வேற்றுமையின் பொருள் அல்ல என தற்கால அறிஞர் கூறுவர். இப்படிப் பார்த்தால், தலையைச் சொறிந்தான், கன்னத்தைக் கிள்ளினான் போன்ற வாக்கியங்களில் இரண்டாம் வேற்றுமையின் பொருளைச் சொறிதல் பொருள், கிள்ளல் பொருள் என்றெல்லாம் விவரிக்க வேண்டியிருக்கும் என கு. பரமசிவம் என்னும் மொழியியல் அறிஞர் தனது 'இக்காலத் தமிழ் மரபு' என்னும் நூலில் கிண்டலாகக்

கூறுகின்றார். காலைப் பிடித்தான், இரும்பை வளைத்தான், கண்ணைச் சிமிட்டினான் என நாம் இன்னும் இவை போன்ற அநேக எடுத்துக் காட்டுகளைத் தரமுடியும். இரண்டாம் வேற்றுமையின் பொருளை இவ்வாறு நீட்டிச் செல்வதைவிட, ஒரு பெயர்ச்சொல் வாக்கியத்தில் செயப்படுபொருளாகத் தொழிற்படுவதே இரண்டாம் வேற்றுமை எனச் சுருக்கமாகக் கூறலாம்.

சில வகையான பெயர்ச்சொற்களுடன் ஐ உருபு எப்போதும் இணைந்தே வரும். எடுத்துக்காட்டு: அப்பாவைப் பார்த்தேன், கண்ணனைக் கண்டேன். இவற்றை -ஐ உருபு இல்லாமல் *அப்பா பார்த்தேன், *கண்ணன் கண்டேன் என எழுத முடியாது. சில பெயர்ச் சொற்களுடன் இரண்டாம் வேற்றுமை உருபு இணைந்தும் வரும் இணையாமலும் வரும். எடுத்துக்காட்டு: மரத்தை வெட்டினேன், மரம் வெட்டினேன். இவ்வாறு வரும்போது ஐ உருபு ஏற்ற பெயர் ஒரு குறிப்பான பொருளைத் தருகின்றது. அதாவது, வெட்டப்பட்ட மரம் பேசுவோனுக்கும் கேட்போனுக்கும் அடையாளம் தெரிந்த மரம் என்னும் பொருள் தருகின்றது. -ஐ உருபு ஏற்காத பெயர் பொதுப் பொருளைத் தருகின்றது. அதாவது, இந்த வாக்கியத்தில் இடம்பெறும் மரம் கேட்போனுக்கும் பேசுவோனுக்கும் அடையாளம் தெரிந்த ஒரு குறிப்பிட்ட மரத்தை அன்றி பொதுவான ஏதோ ஒரு மரத்தைக் குறிக்கின்றது.

பேசுவோனுக்கும் கேட்போனுக்கும் அடையாளம் தெரிந்த குறிப்பான ஒன்றைச் சுட்டும் பெயரைக் குறிப்புடைப் பெயர் (definite noun) என்பர். அவ்வாறு இல்லாத பொதுவான ஒன்றைச் சுட்டும் பெயரைக் குறிப்பிலாப் பெயர் (indefinite noun) என்பர். கண்ணன் ஜமீல் போன்ற இயற்பெயர்கள், அப்பா, அம்மா, சூரியன், சந்திரன் போன்ற குறிப்பான ஒன்றை மட்டும் சுட்டும் பெயர்கள், அந்த, இந்த, எந்த ஆகிய சுட்டு, வினா அடை ஏற்ற பெயர்கள். எனது, உனது போன்ற உடைமைப் பெயர்களை அடுத்துவரும் பெயர்கள் முதலியவை குறிப்புடைப் பெயர்கள் எனப்படும். இத்தகைய பெயர்கள் எப்பொழுதும் ஐ உருபை ஏற்றே வரும். எடுத்துக்காட்டு:

நான் ஜமீலைத் தேடினேன்
அப்பா அம்மாவைத் திட்டினார்
மேகம் சந்திரனை மறைத்தது
நான் அந்த மரத்தை வெட்டினேன்
எனது பேனாவைக் காணவில்லை

மாணவன், ஆசிரியர், மனிதர்கள் போன்ற குறிப்பிலா உயர்திணைப் பெயர்கள் எல்லாம் (சில விதிவிலக்காக) ஐ உருபை ஏற்றே வரும்.

எடுத்துக்காட்டு:

ஆசிரியர் மாணவனை மதிக்க வேண்டும்
மாணவன் ஆசிரியரை மதிக்க வேண்டும்

குறிப்பிலா அஃறிணைப் பெயர்களுடன் ஐ உருபு சேர்ந்து வராது. எடுத்துக்காட்டு:

கண்ணன் படம் பார்க்கப் போனான்
நான் தோசை சாப்பிட்டேன்

-ஐ உருபு சேர்ந்து வரும்போது அஃறிணைப் பெயர்கள் குறிப்புடைப் பெயர்களாகும். எடுத்துக்காட்டு:

கண்ணன் பணம் கொண்டு வந்தான்
கண்ணன் பணத்தைக் கொண்டு வந்தான்

முதல் வாக்கியத்தில் பணம் குறிப்பிலாப் பெயர்; இரண்டாவது வாக்கியத்தில் பணம் குறிப்புடைப் பெயர்.

சில உயர்திணைப் பெயர்கள் -ஐ உருபு ஏற்காமல் குறிப்பிலாப் பெயராக வருகின்றன. எடுத்துக்காட்டு: நாங்கள் பெண் பார்க்கப் போனோம், கமலாவுக்கு மாப்பிள்ளை பார்க்கிறார்கள். இங்கு *பெண், மாப்பிள்ளை* ஆகிய உயர்திணைப் பெயர்கள் குறிப்பான ஒரு பெண்ணை அல்லது மாப்பிள்ளையைச் சுட்டாது குறிப்பிலாப் பெயர்களாக வந்துள்ளன. நாங்கள் பெண்ணைப் பார்க்கப் போனோம், நாங்கள் மாப்பிள்ளையைப் பார்த்தோம் ஆகிய வாக்கியங்களில் ஐ உருபு ஏற்ற பெண், மாப்பிள்ளை ஆகிய பெயர்கள் குறிப்புடைப் பெயர்களாகும். அதாவது ஒரு குறிப்பிட்ட பெண்ணை, ஒரு குறிப்பிட்ட மாப்பிள்ளையை அவை சுட்டுகின்றன.

3. கருவி வேற்றுமை

இதனை ன்றாம் வேற்றுமை என இலக்கண நூல்கள் சுட்டும். இவ்வேற்றுமை -ஆல் என்னும் உருபினால் உணர்த்தப்படுகின்றது. ஒரு வாக்கியத்தில் ஒரு பெயர்ச்சொல் வினை நிகழ்வுக்குரிய கருவியாக அல்லது கருத்தாவாகச் செயற்படுவதை இவ்வேற்றுமை சுட்டும். -ஆல் உருபு கருவி, கருத்தாப் பொருள்களில் வரும் என இலக்கண நூல்களும் கூறுகின்றன.

நான் சாவியால் கதவைத் திறந்தேன்
மணி பென்சிலால் ஓவியம் வரைந்தான்

மேல் உள்ள வாக்கியங்களில் சாவி திறப்பதற்குரிய கருவியாகவும் பென்சில் வரைவதற்குரிய கருவியாகவும் தொழிற்படுகின்றன.

சிலப்பதிகாரம் இளங்கோவடிகளால் பாடப்பட்டது
கண்ணனால் ஆங்கிலம் பேச முடியும்

மேல் உள்ள வாக்கியங்களில் இளங்கோவடிகள், கண்ணன் ஆகிய பெயர்ச்சொற்கள் கருத்தாப் பொருளில் வந்துள்ளன.

ஆல் உருபு கருவி கருத்தாப் பொருளில் மட்டுமின்றி பின்வரும் வேறு சில பொருள்களிலும் வருகின்றது.

காரணப் பொருள்

மலீஹா மகிழ்ச்சியால் துள்ளிக் குதித்தாள்
மாலன் நோயால் மெலிந்துவிட்டான்
நிசார் உழைப்பால் உயர்ந்தவன்

மேல் உள்ள வாக்கியங்களில் துள்ளிக் குதித்ததற்கு மகிழ்ச்சி காரணம், மெலிந்ததற்கு நோய் காரணம், உயர்ச்சிக்கு உழைப்பு காரணம்.

லப் பொருள்

தங்கத்தால் செய்த காப்பு
மரத்தால் செய்த மேசை
கோதுமை மாவால் செய்த இடியப்பம்

மேல் உள்ள தொடர்களில் தங்கம் காப்புச் செய்வதற்குரிய லப் பொருள், மரம் மேசை செய்வதற்குரிய லப்பொருள். கோதுமைமா இடியப்பம் செய்வதற்குரிய லப்பொருள்.

-ஆல் உருபு சிறுபான்மை நீங்கல் பொருளிலும் வருகின்றது.

மரத்தால் விழுந்தவனை மாடேறி மிதித்ததுபோல்

மேற்காட்டிய பழமொழியில் மரத்தால் என்பது மரத்திலிருந்து என்னும் பொருளில் வந்துள்ளது. யாழ்ப்பாணப் பேச்சுத் தமிழில் ஆல் உருபு நீங்கற்பொருளில் வரக் காணலாம். எடுத்துக்காட்டு: நான் இப்போதுதான் கொழும்பால் வந்தேன். இவ்வாக்கியத்தில் கொழும்பால் என்பது கொழும்பில் இருந்து என்று பொருள் தரும்.

பழந்தமிழில் - ஆல் உருபோடு -ஆன் உருபும் கருவிப் பொருளில் பயன்பட்டது. எடுத்துக்காட்டு:

கத்தியால் வெட்டினான்
கத்தியான் வெட்டினான்

தற்காலத் தமிழில் ஆன் உருபு வழக்கில் இல்லை.

கொண்டு, லம் ஆகிய சொல்லுருபுகள் தற்காலத் தமிழில் கருவிப் பொருளில் வழங்குகின்றன. எடுத்துக்காட்டு:

கத்தி கொண்டு மரத்தை வெட்டினான்

புகைவண்டி லம் கொழும்புக்குச் சென்றோம்

கொண்டு என்னும் சொல்லுருபு பொதுவாக ஐ உருபு பெற்ற பெயர்ச் சொல்லை அடுத்து வருகின்றது. எடுத்துக்காட்டு:

கத்தியைக் கொண்டு மரத்தை வெட்டினான்

அமைச்சரைக் கொண்டு காரியத்தைச் சாதித்துக்கொள்ளலாம்

4. உடன் நிகழ்ச்சி வேற்றுமை

தமிழ் இலக்கண நூல்கள் இதனையும் ன்றாம் வேற்றுமையுள் அடக்கிக் கூறுகின்றன. ஆயினும், தற்கால மொழியியல் அறிஞர்கள் இவ்வேற்றுமை உருபாலும் பொருளாலும் வேறுபடுவதனால் தனியான வேற்றுமையாகக் கொள்வர். ஓடு, உடன் ஆகிய உருபு களால் இவ்வேற்றுமை உணர்த்தப்படுகின்றது. பழந்தமிழில் ஒடு என்னும் உருபும் வழக்கில் இருந்தது. தற்காலத் தமிழில் இவ்வுருவு வழங்குவதில்லை.

இரண்டு அல்லது பல பெயர்ச்சொற்கள் ஒரே சமயத்தில் ஒரு வினை நிகழ்வுக்கு உள்ளாவதைச் சுட்டுவது உடன் நிகழ்ச்சி வேற்றுமை எனலாம்.

கணவனோடு மனைவி வந்தாள்

மனைவியோடு கணவன் வந்தான்

மேல் உள்ள வாக்கியங்கள் கணவன், மனைவி ஆகிய இருவரின் வருகையும் ஒன்றாக நிகழ்ந்தமையை உணர்த்துகின்றன. முதல் வாக்கியத்தில் வினை கொண்டு முடியும் பெயர் மனைவி. அதுவே இவ்வாக்கியத்தின் எழுவாயாகும். கணவன் உடன் நிகழ்ச்சிப் பொருளில் வந்துள்ள பெயர். இரண்டாம் வாக்கியத்தில் வினை கொண்டு முடியும் பெயர் கணவன்; அதுவே இவ்வாக்கியத்தின் எழுவாயாகும். இவ்வாக்கியத்தில் உடன் நிகழ்ச்சிப் பொருளில் வந்துள்ள பெயர் மனைவியாகும். ஓடு உருபு ஏற்ற பெயர்களே இவ் வாக்கியங்களின் முதன்மைப் பெயர்களாகும். முதல் வாக்கியத்தில் கணவன் முதன்மைப் பெயர்; இரண்டாவது வாக்கியத்தில் மனைவி முதன்மைப் பெயர். ஓடு அல்லது உடன் உருபு ஏற்று உடன் நிகழ்ச்சிப் பொருளில் வரும் பெயர்கள் கவன ஈர்ப்புப் பெறுவதனாலேயே அவை முதன்மைப் பெயர் எனப்படுகின்றன.

உடன் நிகழ்ச்சிப் பொருளுக்கு வேறு சில எடுத்துக்காட்டுகள் கீழே தரப்படுகின்றன: மரம் வேரோடு சாய்ந்தது, பெரும் காற்றுடன் மழை பெய்தது, பயிரோடுகளையும் வளர்ந்தது, கண்ணன் தன் நாயோடு உலாவச் சென்றான்.

ஓடு உருபு உடன் நிகழ்ச்சிப் பொருளில் மட்டுமின்றி வாக்கியத்தில் வேறு பொருள்களிலும் வருகின்றது.

1. அடைமொழிப் பொருள்

அவர் அன்போடு பார்த்தார்
அப்பா கோபத்தோடு பேசினார்
தம்பி மகிழ்ச்சியோடு வந்தான்
அண்ணன் பசியோடு இருக்கிறான்

மேல் உள்ள வாக்கியங்களில் ஓடு உருபு ஏற்ற பெயர்கள் வினைக்கு அடைமொழியாகச் செயற்படுவதால் இதனை அடைமொழிப் பொருள் எனலாம்.

2. கலப்புறு பொருள்

பாலோடு தண்ணீர் கலந்து விற்கிறார்கள்
அரிசியோடு மண் கலந்திருக்கிறது
இனவெறி அவன் இரத்தத்தோடு கலந்திருக்கிறது
எதிர்க் கட்சியினர் சிலர் அரசாங்கத்தோடு சேர்ந்துவிட்டனர்

மேல் உள்ள வாக்கியங்களில் ஓடு உருபு ஏற்ற பெயர்கள் பிறிதொன்றுடன் கலப்புறுவது உணர்த்தப்படுவதால் இவற்றைக் கலப்புறு பொருள் எனலாம்.

(அடைமொழிப் பொருள், கலப்புறு பொருள் என்பன ஆறுமுக நாவலர் நன்னூல் காண்டிகை உரையில் பயன்படுத்தும் கலைச்சொற்கள்.)

3. கூட்டல் அல்லது சேர்த்தல் பொருள்

ஏழோடு ன்றைக் கூட்டினால் பத்து
இன்றோடு பத்து நாளாகிறது
இரண்டு தோசையோடு ஒரு வடையும் சாப்பிட்டால் போதும்
இதனோடு அதைச் சேர்க்க வேண்டாம்

மேல் உள்ள தொடர்களில் ஒன்றோடு பிரிதொன்றைக் கூட்டுதல், சேர்த்தல் அல்லது இணைத்தல் என்னும் பொருளில் - ஓடு உருபு பயன்படுகின்றது.

4. ஓர் இடத்தில் தொடர்ந்திருத்தல்

நண்பன் இடமாற்றம் பெற்று ஊரோடு போய்விட்டான்
ஓய்வு பெற்றபின் அப்பா வீட்டோடு இருக்கிறார்
நோயாளியானபின் அவர் வாழ்க்கை கட்டிலோடுதான் கழிந்தது

மேல் உள்ள வாக்கியங்களில் ஓடு உருபு ஏற்ற ஊர், வீடு, கட்டில் ஆகிய சொற்கள் ஒருவர் அந்த இடத்திலேயே தரித்திருத்தல் என்னும் பொருளைத் தருகின்றன.

5. வரையறைப் பொருள்

அடுத்த மாதத்துடன் நான் வேலையிலிருந்து ஓய்வு பெறுகிறேன்
ஐந்து இடியப்பத்துடன் அவரது காலை உணவு முடிந்தது
இவ்வளவோடு நிறுத்திக்கொள்கிறேன்

மேல் உள்ள வாக்கியங்களில் ஓடு, உடன் உருபு ஏற்ற பெயர்கள் வரையறைப் பொருளைத் தருகின்றன.

6. வினையடை ஆக்கி

இரவோடு இரவாக
மக்களோடு மக்களாக
காற்றோடு காற்றாக
கதையோடு கதையாக
காதோடு காதாக
தோளோடு தோள் சேர்ந்து
மண்ணோடு மண்ணாக

மேற்காட்டிய அடுக்கு வினையடைகளில் ஒரே பெயர் இரட்டித்து வருகின்றது. அவ்வாறு வரும்போது முதற்பெயருடன் ஓடு உருபு இணைந்து வந்து வெவ்வேறு வினையடைப் பொருளைத் தருகின்றது. இங்கு ஓடு உருபு வினையடை ஆக்கியாகத் தொழிற்படுகின்றது எனலாம்.

5. கொடை வேற்றுமை

இவ்வேற்றுமையைத் தமிழ் இலக்கண நூல்கள் நான்காம் வேற்றுமை எனக் கூறும். -கு என்னும் உருபினால் இவ்வேற்றுமை உணர்த்தப் படுகின்றது. இவ்வுருபுக்கு -க்கு, -அக்கு, -உக்கு ஆகிய மாற்று வடிவங்கள் உள்ளன.

1. *-கு உருபு இன் அல்லது அன் சாரியை பெறும் பெயர்ச்சொற்களை அடுத்து வருகின்றது. எடுத்துக்காட்டு:*

   நாடு + இன் + கு → நாட்டிற்கு
   வீடு + இன் + கு → வீட்டிற்கு
   அது + அன் + கு → அதற்கு
   இது + அன் + கு → இதற்கு
   எது + அன் + கு → எதற்கு

2. *-அக்கு உருபு என், எம், நம், உன், உம், தன், தம் ஆகிய விடப் பெயர்களின் வேற்றுமை ஏற்கும் வடிவங்களுடன் வருகின்றது.*

   என் + அக்கு → எனக்கு

எம் + அக்கு → எமக்கு
நம் + அக்கு → நமக்கு
தம் + அக்கு → தமக்கு

3. -க்கு உருபு இ, ஈ, ஐ, ய் ஈற்றுப் பெயர்களை அடுத்தும் குற்றியலுகர ஈற்றுப் பெயர்களை அடுத்தும் வருகின்றது.

எலி + க்கு → எலிக்கு
நாய் + க்கு → நாய்க்கு
ஈ + க்கு → ஈக்கு
க்கு + க்கு → க்குக்கு
தலை + க்கு → தலைக்கு
காற்று + க்கு → காற்றுக்கு

4. -உக்கு உருபு ஏனைய எல்லாப் பெயர்ச்சொற்களையும் அடுத்து வருகின்றது.

அப்பா + உக்கு → அப்பாவுக்கு
அவர்கள் + உக்கு → அவர்களுக்கு
ஆண் + உக்கு → ஆணுக்கு
கடல் + உக்கு → கடலுக்கு
அண்ணன் + உக்கு → அண்ணனுக்கு

மகர ஈற்றுப் பெயர்கள் அத்து சாரியை பெற்றும், அவை, இவை, எவை என்பன அற்று சாரியை பெற்றும் -உக்கு உருபு ஏற்கின்றன.

பணம் + அத்து + உக்கு → பணத்துக்கு
அவை + அற்று + உக்கு → அவற்றுக்கு

இவ்வேற்றுமை கொடை, பகை, நேர்ச்சி (நட்பு), தகவு (தகுதி), அதுவாதல், பொருட்டு (நோக்கம், காரணம்) முறை ஆகிய பொருள்களில் வரும் என நன்னூல் கூறுகின்றது.

கொடை

கொடைப் பொருள் இவ்வேற்றுமையின் பிரதான பொருளாதலால் இது கொடை வேற்றுமை எனப்படுகின்றது. கொடை என்பது ஒருவர் கொடுத்ததைப் பிறிதொருவர் கொள்ளுதலைக் குறிக்கும். இது எத்தகைய கொடுக்கல் வாங்கலையும் உள்ளடக்கும். எடுத்துக் காட்டு: அப்பா தம்பிக்குப் பணம் கொடுத்தார். இவ்வாக்கியத்தில் பணத்தைக் கொடுத்தவர் அப்பா; அதைப் பெற்றவன் தம்பி. ஆசிரியர் மாணவர்களுக்குக் கணிதம் கற்பித்தார். இவ்வாக்கியத்தில் கற்பித்தவர் ஆசிரியர்; கற்றுக்கொண்டவர்கள் மாணவர்கள். குமார் கண்ணனுக்குக் கடிதம் எழுதினான். இவ்வாக்கியத்தில் கடிதம் எழுதியவன் குமார்;

அதனைப் பெறுபவன் கண்ணன். தம்பி அண்ணனுக்கு அடித்தான். இவ்வாக்கியத்தில் அடித்தவன் தம்பி, அடியைப் பெற்றவன் அண்ணன். (இறுதி வாக்கியம் இலங்கை வழக்கு).

இவ்வாக்கியங்களிலெல்லாம் -கு உருபு ஏற்ற பெயர்கள் கொடுப்பதைப் பெறுபவையாக உள்ளன. -கு உருபு ஏற்ற பெயர் 'எப்பொருளாயினும் கொள்ளும்' என தொல்காப்பியர் கூறுவார். அவ்வகையில், கொடைப் பொருளில் -கு உருபு ஏற்ற பெயர்கள் வினையின் பயனைப் பெறுபவையாக உள்ளன.

பகை, நட்பு, முறைப் பொருள்கள்

இவை ன்றும் தொடர்புடையன. அதாவது அவுக்கு ஆவோடு உள்ள உறவின் தன்மையை இது சுட்டும்.

இராமனுக்கு இராவணன் எதிரி (பகை உறவு)
மாலாவுக்கு மலீஹா சிநேகிதி (நட்பு உறவு)
ஜமீலா எனக்குத் தங்கை (முறை உறவு)

இவை ன்றையும் சேர்த்து உறவுப் பொருள் எனலாம். வேறு பல உறவுகளையும் -கு உருபு சுட்டலாம்.

நீங்கள்தான் எனக்குக் குரு (குரு சீட உறவு)
எங்களுக்குத் தலைவர் கண்ணன் (தலைமை)

தகுதிப் பொருள்

ஒருவருக்குத் தகுதி உடையதை, பொருத்தமானதைச் சுட்டுவது தகுதிப் பொருள் எனப்படும். இதைச் சுட்டுவதற்கு -கு உருபு பயன் படுத்தப்படுகின்றது. எடுத்துக்காட்டு:

கற்றவர்களுக்கு அழகு அடக்கம்
அரசனுக்கு உரியது மணிமுடி
படிப்புக்கு ஏற்ற வேலை தேடுகிறான்
வேலைக்கு ஏற்ற கூலி கிடைக்கவில்லை

அதுவாதல் பொருள்

அதுவாதல் என்பதை முதல் காரணப் பொருள் என இலக்கண ஆசிரியர் கூறுவர். அதாவது ஒன்றைச் செய்வதற்குரிய லப் பொருள் அப்பொருளாக மாறுவதை இது குறிக்கும். இதனைச் சுட்டுவதற்கும் -கு உருபு பயன்படுத்துகிறது.

அம்மா பிட்டுக்கு மாக்குழைக்கிறார்

இங்கு மா லப்பொருள். அது பிட்டாக மாறுவது அதுவாதலாகும். வேறு சில எடுத்துக்காட்டுகள் பின்வருமாறு:

அக்கா சட்டைக்குத் துணி வாங்கினாள்

தாலிக்குப் பொன் உருக்கினார்கள்
கறிக்கு மீன் வாங்க வேண்டும்

காரணப் பொருள் (பொருட்டு)

ஒரு காரணம் அல்லது நோக்கத்தின் பொருட்டு (purpose) ஒரு காரியம் நிகழ்வதை இது குறிக்கும். இப்பொருளை உணர்த்துவதற்கும் -கு உருபு பயன்படுகின்றது. இப்பொருளைப் புலப்படுத்த -கு உருபோடு ஆக, பொருட்டு, நிமித்தம் ஆகிய சொல்லுருபுகளும் பயன்படுகின்றன.

எல்லாரும் பணத்துக்குத்தான் வேலை செய்கிறார்கள்
அம்மா குழந்தைக்குப் பால் வாங்கினார்

இவ்வாக்கியங்களில் -கு உருபு ஏற்ற பெயர்கள் வேலை செய்வதற்குரிய நோக்கம் பணம் என்பதையும், பால் வாங்கியது குழந்தை குடிப்பதற்கு என்பதையும் உணர்த்துகின்றன. காரணப் பொருளில் கு உருபோடு ஆக என்னும் சொல்லுருபும் இணைந்துவரும்.

எல்லாரும் பணத்துக்காகத்தான் வேலை செய்கிறார்கள்
அம்மா குழந்தைக்காகப் பால் வாங்கினார்

காரணப் பொருளில் -கு, ஆக என்பவற்றுக்குப் பதிலாக (இன்) பொருட்டு (இன்) நிமித்தம் ஆகிய சொல்லுருபுகளும் சிறுபான்மை பெயர்ச்சொற்களோடு இணைந்து வருகின்றன. எடுத்துக்காட்டு: ஜனாதிபதியின் வருகையின் பொருட்டு பாதுகாப்பு பலப்படுத்தப்பட்டது. ஒரு முக்கிய அலுவலின் நிமித்தம் அவர் வெளியூர் போயிருக்கிறார்.

மேற்குறிப்பிட்ட பொருள்களில் மட்டுமின்றி வேறு பல பொருள்களிலும் -கு உருபு வருகின்றது.

எல்லைப் பொருள்

இலங்கைக்கு வடக்கில் இந்தியா இருக்கிறது
எங்கள் வீட்டுக்கு முன்னால் மாமரம் நிற்கிறது
ஜமீலுக்கு வலது புறத்தில் இருப்பவர்தான் மீரான்
பூனை கட்டிலுக்குக் கீழே படுத்திருக்கிறது

வடக்கு, கிழக்கு முதலிய திசைப் பெயர்கள் முன், பின், மேல், கீழ், உள்ளே, வெளியே முதலிய சொற்கள் -கு உருபு ஏற்ற பெயரை அடுத்து வந்து எல்லைப் பொருளைத் தருகின்றன.

ஓர் இடம் நோக்கி நகர்தல்

வா, போ, ஓடு, நட முதலிய வினைகளைப் பயனிலையாகக் கொள்ளும் வாக்கியங்களில், இடப்பெயர்களுடன் சேர்ந்து வரும் -கு உருபு அவ்விடத்தை நோக்கிச் செல்வதை உணர்த்தப் பயன்படுகின்றது. எடுத்துக்காட்டு:

நான் கொழும்புக்குப் போகிறேன்
கண்ணன் இன்று பாடசாலைக்கு வரவில்லை
நேற்று உங்கள் வீட்டுக்கு வந்தோம்
இந்த பஸ் கண்டிக்குப் போகுமா?
தம்பி வீட்டுக்கு ஓடினான்

அனுபவப் பேறு

உண்டு, இல்லை, வேண்டும், தெரியும், பிடிக்கும், பசிக்கிறது போன்ற வினைகளுடன் -கு உருபு ஏற்ற பெயர்கள் வரும்போது அப்பெயர்கள் லம் உடல், உள நிலை அனுபவம் என்பன உணர்த்தப் படுகின்றன. எடுத்துக்காட்டு:

அவருக்கு மருத்துவத்தில் அனுபவம் உண்டு
உனக்கு முதிர்ச்சி இல்லை
அவனுக்கு நிறையச் சொத்து இருக்கிறது
எனக்கு மாம்பழம் பிடிக்கும்
கண்ணனுக்கு ஆங்கிலம் தெரியும்
பிள்ளைக்குப் பசிக்கிறது

காலக் குறிப்பு

காலம் உணர்த்தும் பெயர்களுடன் -கு உருபு வந்து கால வரை யறையை உணர்த்துகின்றது. எடுத்துக்காட்டு:

ஆசிரியர் ன்று மணிக்கு வரச்சொன்னார்
ஒரு வாரத்துக்கு இரண்டு நாள் விடுமுறை உண்டு
ஒரு நாளைக்கு ன்று வேளை மருந்து சாப்பிட வேண்டும்
எத்தனை நாட்களுக்கு இங்கு இருப்பீர்கள்?

வீதம், விகிதாசாரம்

எண்ணுப் பெயர்களுடன் -கு உருபு சேர்ந்து நூற்று வீதம், விகிதா சாரம் ஆகியவற்றை உணர்த்தப் பயன்படுகின்றது. எடுத்துக்காட்டு:

நூற்றுக்கு எண்பது
ஆறுக்கு ஒன்று
பத்துப் பேருக்கு ன்று பேர்

இலங்கையில் நூற்றுக்கு எண்பது பேர் எழுத்தறிவு பெற்றுள்ளனர்
ஆறு வாளி மண்ணுக்கு ஒரு வாளி சிமெந்து கலக்கிறார்கள்
பத்துப் பேருக்கு ன்று பேர்தான் வந்துள்ளனர்

வினையடை ஆக்கும்

வீட்டுக்கு வீடு

நாளுக்கு நாள்
ஆளுக்கு ஆள்
ஊருக்கு ஊர்
நாட்டுக்கு நாடு
இடத்துக்கு இடம்

போன்ற அடுக்கு வினையடைகளை ஆக்குவதிலும் -கு உருபு பயன் படுகின்றது.

6. நீங்கல் வேற்றுமை

இதனை இலக்கண நூல்கள் ஐந்தாம் வேற்றுமை எனக் கூறுகின்றன. -இல், இன் என்பவற்றை இவ்வேற்றுமை உருபாக நன்னூல் கூறும். நீங்கல் பொருள் தவிர ஒப்புப் பொருள், எல்லைப் பொருள், ஏதுப் பொருள் ஆகியவற்றையும் இவ்வேற்றுமை உருபுகள் சுட்டும் என்பர். பழந்தமிழில் இன் உருபு நீங்கல் பொருள் உணர்த்தியது.

தலையின் இழிந்த மயிரனையர் மாந்தர்
நிலையின் இழிந்தக் கடை

மேல் உள்ள குறளில் தலையின், நிலையின் ஆகிய சொற்கள் தலையி லிருந்து, நிலையிலிருந்து என்னும் பொருளைத் தருகின்றன. இக்காலத் தமிழில் இன் உருபு நீங்கல் பொருளில் வருவதில்லை. இல்- இருந்து என்னும் சொல்லுருபே இப்பொருளைத் தருகிறது.

நீங்கல் என்பது ஓர் இடத்திலிருந்து விலகுவதைக் குறிக்கும். இந்த இடம் பருப்பொருள் சார்ந்ததாக அல்லது பருப்பொருள் சாராததாக இருக்கலாம்.

பருப்பொருள் சார்ந்த இடம்

மாமா ஊரிலிருந்து வந்தார்
மரத்திலிருந்து தேங்காய் விழுந்தது
பாம்பு புற்றிலிருந்து புறப்பட்டது
குருவிக்குஞ்சு கூட்டிலிருந்து பறந்துவிட்டது

பருப்பொருள் சாராத இடம்

தூக்கத்திலிருந்து விழித்தேன்
கவலையிலிருந்து என்னால் விடுபட முடியவில்லை
உன் நினைவை என் ஞாகபத்திலிருந்து அகற்றிவிட்டேன்
பொய்யிலிருந்து உண்மையை வேறுபடுத்த வேண்டும்

அங்கு, இங்கு, மேல், கீழ் முதலிய பெயர்ச்சொற்களுடன் -இருந்து என்னும் சொல்லுருபு இணைந்தும் நீங்கல் பொருள்

உணர்த்துகின்றது. எடுத்துக்காட்டு:

அங்கிருந்து, இங்கிருந்து, மேலிருந்து, கீழிருந்து

உயர்திணைப் பெயர்களுடன் -இலிருந்து என்னும் உருபுக்குப் பதிலாக, -இடமிருந்து என்னும் உருபு இணைந்து வருகின்றது. எடுத்துக்காட்டு:

அப்பாவிடமிருந்து கடிதம் வந்தது
அம்மாவிடமிருந்து பணம் பெற்றேன்
தாயிடமிருந்து பிள்ளையைப் பிரிக்க முடியாது

உயிருள்ள அஃறிணைப் பெயர்களுடனும் இடமிருந்து உருபு இணைந்து வருகின்றது. எடுத்துக்காட்டு:

பாம்பிடமிருந்து தேரை தப்பிச் சென்றது
பூனையிடமிருந்து புறாவைக் காப்பாற்றினேன்

ஒப்புப் பொருள்

பழந்தமிழில் -இல் உருபு ஒப்புப் பொருளிலும் வந்துள்ளது. ஊழிற் பெருவலி யாவுள என்னும் குறள் வரியில் இல் உருபு ஒப்புப் பொருள் தருகின்றது. இக்காலத் தமிழில் இது ஊழைவிட என்று அமையும். ஐ உருபு ஏற்ற பெயரை அடுத்து விட, காட்டிலும், பார்க்கிலும் போன்ற இடைச்சொற்கள் இணைந்தே இக்காலத் தமிழில் ஒப்புப் பொருள் தருகின்றன. எடுத்துக்காட்டு:

என்னைவிட அவன் கெட்டிக்காரன்
மாலாவைப் பார்க்கிலும் மாலதி அழகானவள்
கவிதையைக் காட்டிலும் நாவலையே பலரும் விரும்புகின்றனர்

இக்காலத் தமிழில் ஒப்புப் பொருள் -இல் உருபினால் உணர்த்தப் படுவதில்லை.

எல்லைப் பொருள்

வடக்கு, கிழக்கு முதலிய திசைப் பெயர்கள், முன், பின், மேல், கீழ், உள்ளே, வெளியே முதலிய சொற்கள் -இன் உருபு ஏற்ற பெயரை அடுத்து வந்து எல்லைப் பொருள் அல்லது இடக்குறிப்பை உணர்த்துகின்றன.

இலங்கையின் வடக்கில் இந்தியா இருக்கிறது
வீட்டின் முன்னால் கோயில் இருக்கிறது

இப்பொருளை உணர்த்த -இன் உருபுக்குப் பதிலாக -கு உருபும் பயன்படுவது கொடை வேற்றுமை பற்றிய பகுதியில் விளக்கப்பட்டது.

ஏதுப் பொருள்

ஒன்றின் உயர்வு அல்லது தாழ்வு போன்றவற்றுக்குக் காரணமாய் அமையும் பொருள் ஏதுப் பொருள் எனப்படுகின்றது. பழந்தமிழில் -இல் உருபு ஏதுப் பொருளில் வந்துள்ளது. கல்வியில் பெரியன் கம்பன் என்னும் தொடரில் கல்வி கற்ற காரணத்தால் கம்பன் பெரியவன் என்னும் பொருள் புலப்படுகின்றது. தற்காலத்தில் -இல் உருபுக்குப் பதிலாக -ஆல் உருபு ஏதுப் பொருளில் வருவது கருவி வேற்றுமை என்னும் பிரிவில் விளக்கப்பட்டது. எனினும் பாடல்களில் இக்காலத்திலும் -இல் உருபு ஏதுப் பொருளில் வழங்கக் காணலாம். இதற்குப் பின்வரும் பாரதி பாடலை எடுத்துக்காட்டாகத் தரலாம்.

ஞானத்திலே பர மோனத்திலே -உயர்
மானத்தில் அன்ன தானத்திலே
கானத்திலே அமுதாக நிறைந்த
கவிதையிலே உயர் நாடு

7. உடைமை வேற்றுமை

தமிழ் இலக்கண நூல்கள் இதனை ஆறாம் வேற்றுமை எனக் கூறும். -இன், -அது, -உடைய என்பன இதன் உருபுகள்.

ஆறாம் வேற்றுமைக்கும் ஏனைய வேற்றுமைகளுக்கும் ஒரு முக்கியமான வேறுபாடு உண்டு. ஏனைய வேற்றுமைகள் பெயருக்கும் வினைக்கும் இடையில் உள்ள உறவைச் சுட்டி நிற்கின்றன. எடுத்துக்காட்டு:

கண்ணன் வந்தான்
கண்ணனைப் பார்த்தேன்
கண்ணனால் மகிழ்ந்தேன்
கண்ணனுடன் வந்தேன்
கண்ணனுக்குக் கொடுத்தேன்
கண்ணனிடமிருந்து விலகினேன்

ஆனால், ஆறாம் வேற்றுமை இரண்டு பெயர்ச்சொற்களுக்கு இடையே உள்ள உறவைச் சுட்டி நிற்கின்றது. எடுத்துக்காட்டு:

கண்ணனுடைய புத்தகம்
கண்ணனுடைய வீடு

இங்கு கண்ணனுக்கும் புத்தகம், வீடு ஆகியவற்றுக்கும் இடையே உள்ள உறவை (உடைமை உறவு) உடைய என்னும் உருபு சுட்டி நிற்கின்றது. இவ்வுருபு ஏற்ற பெயர் புத்தகம், வீடு ஆகிய

பெயர்களுக்கு அடையாகத் தொழிற்படுகின்றது. அது, உடைய ஆகிய உருபுகள் ஒரே பெயர்ச்சொல்லுடன் ஒன்றுக்குப் பதிலாக மற்றது வரமுடியும். எடுத்துக்காட்டு:

கண்ணனது புத்தகம்
கண்ணனுடைய புத்தகம்
எனது தந்தை
என்னுடைய தந்தை

வேற்றுமை உருபு ஏற்கும்போது திரிபடையும் பெயர்ச் சொற்களின் திரிந்த வடிவம் அது, உடைய ஆகிய உருபுகளை ஏற்காமலே உடைமைப் பொருள் உணர்த்தும். எடுத்துக்காட்டு:

என் புத்தகம்
எங்கள் வீடு
நம் தேசம்
மரக் கொப்பு
மாட்டுச் சாணம்

-இன் என்பதையும் உடைமை வேற்றுமை உருபாகக் கொள்ளலாமா?

மரத்தின் கிளை
மாட்டின் கொம்பு

மேற்காட்டிய தொடர்களில் -இன் உடைமைப் பொருள் உணர்த்துவதாகத் தோன்றுகின்றது. ஆயினும், இன் உருபை அடுத்து அது அல்லது உடைய உருபு வரமுடியும். எடுத்துக்காட்டு:

மரத்தினது கிளை
மாட்டினது கொம்பு

மேற்காட்டிய எடுத்துக்காட்டுகளில் இன், அது இரண்டும் வந்துள்ளன. ஒரு பெயர்ச்சொல்லோடு இரண்டு வேற்றுமை உருபுகள் வருவதில்லை. ஆகவே இங்கு -இன் சாரியை எனக் கொள்ளலாம்.

விடப் பெயர்கள் தவிர்ந்த ஏனைய திரிபடையும் பெயர்கள் அது, உடைய ஆகிய உருபு ஏற்கும்போது இன் சாரியை பெறும். எடுத்துக்காட்டு:

வீட்டினது கூரை
காற்றினது வேகம்
நாட்டினுடைய முன்னேற்றம்

இவை வேற்றுமை உருபு இல்லாமல் இன் சாரியை மட்டும் பெற்று வரலாம்.

வீட்டின் கூரை

காற்றின் வேகம்
நாட்டின் முன்னேற்றம்

இவை -இன் சாரியை இல்லாமலும் உடைமைப் பொருள் உணர்த்தும்.

வீட்டுக் கூரை
காற்று வேகம்
நாட்டு முன்னேற்றம்

வேற்றுமைக்குத் திரிபடையாத பெயர்ச்சொற்களும் -இன் உருபு பெற்று வருகின்றன.

கண்ணனின் அப்பா
புத்தகத்தின் பக்கங்கள்
அமைச்சரின் வருகை

இத்தொடர்களில் -இன் சாரியையை அடுத்து -அது, உடைய ஆகிய உருபுகள் வருதல் தற்காலத்தில் மிகவும் அரிது, -இன் சாரியை இல்லாமல் இவற்றை

கண்ணன் அப்பா
புத்தகம் பக்கங்கள்
அமைச்சர் வருகை

என நாம் எழுதுவதில்லை. அவ்வாறு எழுதினால் உடைமைப் பொருள் உணர்த்தப்படுவதில்லை. (தமிழ்நாட்டில் இவ்வாறு எழுதுகின்றனர்).

ஆகவே, தற்கால வழக்கைப் பொறுத்தவரை, இன் என்பதை உடைமை வேற்றுமை உருபுகளுள் ஒன்றாகக் கொள்வதில் தவறில்லை. பழந்தமிழில் சாரியையாக இருந்த -இன், தற்காலத் தமிழில் சாரியையாகவும் வேற்றுமை உருபாகவும் தொழிற்படுகிறது எனலாம். பின்வரும் எடுத்துக்காட்டில் இன், அது உடைய ஆகிய ன்றும் ஒன்றுக்குப் பதில் மற்றது வரக் காணலாம்.

கண்ணனின் அப்பா
கண்ணனுடைய அப்பா
கண்ணனது அப்பா

8. இடவேற்றுமை

இதனை ஏழாம் வேற்றுமை என்பர். இடவேற்றுமையின் 28 உருபுகளை நன்னூல் கூறுகின்றது. தற்காலத்தில் இல், இடம் ஆகிய இரண்டுமே இடவேற்றுமை உருபுகளாகப் பெரிதும் பயன் படுகின்றன.

இடப் பொருள் என்பது ஒரு பொருள் ஓர் இடத்தில் இருப்பதைச் சுட்டுவதாகும்.

அப்பா வீட்டில் இருக்கிறார்
புத்தகம் மேசையில் இருக்கிறது
அம்மா பணத்தைப் பெட்டியில் வைத்தார்
குருவி வானத்தில் பறக்கிறது

இடம் என்பது பருப்பொருள் சார்ந்த இடத்தை மட்டுமின்றி பருப்பொருள் சாராதவற்றையும் உள்ளடக்கும். உணர்வு, நினைவு எல்லாம் இதனுள் அடங்கும்.

நீ கூறியவற்றை என் நினைவில் வைத்திருக்கிறேன்
என் வாழ்வில் பல மறக்க முடியாத சம்பவங்கள்
அவரது சிந்தனையில் தெளிவு உண்டு
தமிழில் நல்ல இலக்கிய நூல்கள் உள்ளன

-இல் உருபு கால வரையறையையும் உணர்த்தப் பயன்படுகின்றது.

இந்த வேலையை ஒரு வாரத்தில் முடித்துவிடலாம்
ன்று நாள்களில் திரும்பிவிடுவேன்.

ஒரு குழுவினுள் அமையும் பிறிதொரு குழுவைச் சுட்டவும் -இல் உருபு பயன்படுகின்றது.

ஜானகிராமனின் நாவல்களில் மோகமுள்தான் சிறந்தது
ஐந்து தொழிலாளர்களில் இருவர் வரவில்லை
என் மாணவர்களில் பலர் இன்றும் என்னை மதிக்கின்றனர்
அவர் மனிதரில் மாணிக்கம்

இங்கு -இல் உருபுக்குப் பதிலாக -உள் என்னும் உருபும் வரும். எடுத்துக்காட்டு: நாவல்களுள், தொழிலாளர்களுள், மாணவர்களுள், மனிதருள்.

இடம் என்னும் சொல்லுருபு உயர்திணைப் பெயர்களுடன் வருகின்றது. எடுத்துக்காட்டு:

அப்பாவிடம் பணம் இருக்கிறது
கண்ணனிடம் புத்தகம் இருக்கிறது
கமால் ஜாமலிடம் கடன் கேட்டான்
கண்ணன் ஆசிரியரிடம் முறையிட்டான்

கற்பனைக் கதைகளில் அஃறிணைப் பெயர்களுடனும் இடம் உருபு வருகின்றது. எடுத்துக்காட்டு:

முயல் சிங்கத்திடம் சென்றது
பூனை பசுவிடம் பால் கேட்டது
குருவி மரத்திடம் உதவி கேட்டது

இடம் உருபும், -கு உருபும் ஒரே சூழலில் வந்து பொருள் வேறுபடுத்தும் சந்தர்ப்பங்களும் உண்டு. எடுத்துக்காட்டு:

நான் கண்ணனிடம் பணம் கொடுத்தேன்
நான் கண்ணனுக்குப் பணம் கொடுத்தேன்

முதல் வாக்கியத்தில் வரும் இடம் உருபு கொடுக்கப்பட்ட பணம் கண்ணனின் சொந்தப் பயன்பாட்டுக்கு உரியதல்ல என்பதை உணர்த்துகின்றது. இரண்டாம் வாக்கியத்தில் வரும் -கு உருபு, கொடுக்கப்பட்ட பணம் கண்ணனின் சொந்தப் பயன்பாட்டுக்கு உரியது என்பதை உணர்த்துகின்றது.

9. விளி வேற்றுமை

தமிழ் இலக்கண நூல்கள் இதனை எட்டாம் வேற்றுமை எனக் கூறும். பேசுவோன், படர்க்கை இடத்துக்குரியவரை முன்னிலைப்படுத்தி அழைத்துப் பேசுவதே விளி வேற்றுமை எனப்படும்.

கண்ணா, (நீ) எங்கே போகிறாய்?
அப்பா, (நீங்கள்) கொஞ்சம் நில்லுங்கள்

மேல் உள்ள வாக்கியங்களில் கண்ணன், அப்பா என்பன விளிக்கப் படும் பெயர்களாகும். அவை படர்க்கைப் பெயர்கள், இங்கு முன்னிலைப்படுத்தி விளிக்கப்படுகின்றன.

விளி வேற்றுமைக்கு தனியான உருபுகள் இல்லை. பெயர்ச் சொற்களின் ஈறு அடையும் திரிபினால் இது உணர்த்தப்படுகின்றது.

விளி வேற்றுமைக்கும் ஏனைய வேற்றுமைகளுக்கும் ஒரு முக்கிய மான வேறுபாடு உண்டு. ஏனைய வேற்றுமை ஏற்ற பெயர்கள் வாக்கியத்துக்குள் எழுவாய், செயற்படுபொருள் போல் வாக்கிய உறுப்புகளாகத் தொழிற்படுகின்றன. ஆனால், விளி வேற்றுமைப் பெயர் வாக்கியத்துக்கு வெளியே நிற்கின்றது. அது வாக்கியத்தின் உறுப்பு அல்ல. எடுத்துக்காட்டாக, கண்ணா நீ எங்கே போகிறாய் என்னும் தொடரில் 'நீ எங்கே போகிறாய்' என்பதே வாக்கியம். நீ எழுவாய், எங்கே போகிறாய் என்பது பயனிலைத் தொடர். கண்ணா என்னும் விளி வாக்கியத்துக்கு வெளியே நிற்கின்றது. இதனைப் பின்வருமாறு படத்தில் விளக்கலாம்.

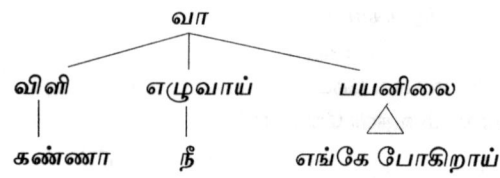

வினைக்கும் விளிக்கப்படும் பெயருக்கும் இடையே நேரடி உறவு இல்லை. இதனால், தற்கால மொழியியலாளர் சிலர் விளி வேற்றுமையை ஒரு வேற்றுமையாகக் கொள்வதில்லை.,

நீ, நான், அவன் முதலிய விடப் பெயர்கள் விளிக்கப்படுவ தில்லை. விடப் பெயர் அல்லாத படர்க்கைப் பெயர்களே விளிக்கப்படுகின்றன. விளிக்கப்படும் சில பெயர்ச்சொற்கள் ஏகார ஈறு பெறுகின்றன; சில சொற்களின் ஈறு திரிபடைகின்றது. சில சொற்கள் எவ்வித திரிபும் அடைவதில்லை.

ஏகார ஈறு பெறுதல்

மகன் + ஏ → மகனே   தந்தை + ஏ → தந்தையே

ஈற்று இகரம் ஈகாரமாதல்

கமலி → கமலீ   தம்பி → தம்பீ

ஈற்று அயல் திரிதல்

மக்கள் → மக்காள்   புலவர்கள் → புலவர்காள்

ஐ ஈற்றுப் பெயர்கள் ஆய் விகுதிபெறுதல்

அன்னை → அன்னாய்   நாரை → நாராய் தங்கை → தங்காய்
(தற்காலத்தில் ஆய் விகுதி பயன்படுத்தப்படுவதில்லை.)

8
சொல் வகைகள்: வினைச்சொற்கள்

1. வினைச்சொல் பற்றிய விளக்கம்

நட, வா, போ, நில்
நடந்தான், வந்தான், போனான், நின்றான்
நடந்த, வந்த, போன, நின்ற
நடந்து, வந்து, போய், நின்று

போன்ற சொற்களை வினைச்சொற்கள் என்கிறோம். வினைச்சொற்கள் சில தனித்துவமான பண்புகளைக் கொண்டுள்ளன. அவை பின்வருமாறு:

1. வினைச்சொற்கள் வேற்றுமை உருபு ஏற்பதில்லை

நட, நடந்தான், நடந்த, நடந்து முதலிய வினைகள் வேற்றுமை உருபுகளை ஏற்கா. வேற்றுமை ஏற்காமை வினைச்சொற்களின் ஒரு முக்கியப் பண்பு என இலக்கண நூலார் கூறுவர். 'வினை எனப்படுவது வேற்றுமை கொள்ளது' என்று தொல்காப்பியமும் கூறுகின்றது. நடந்தான் என்பது நடந்தானை என்று பழந்தமிழில் வேற்றுமை உருபு ஏற்கும். அவ்வாறு ஏற்கும்போது அதனை வினையால் அணையும் பெயர் என்பர்.

நல்ல, அழகான முதலிய பெயரடைகளும், நன்றாக, வேகமாக முதலிய வினையடைகளும், அந்த, இந்த போன்ற சுட்டு அடைகளும் கூட வேற்றுமை உருபு ஏற்பத்தில்லை. அவ்வகையில் வேற்றுமை உருபு ஏற்காத சொற்கள் எல்லாம் வினைச்சொற்கள் என்று சொல்ல முடியாது. ஆனால் வினைச்சொற்கள் வேற்றுமை உருபு ஏற்ப தில்லை என்று கூறலாம்.

2. வினைச்சொற்கள் செயலை உணர்த்தும்

நட, வா, இரு, நில் என்பன செயல்களை உணர்த்துகின்றன. போனேன், பார்த்தேன், ஓடினேன், எழுதுகிறேன் என்பனவெல்லாம் செயல்களையே உணர்த்துகின்றன. அவ்வகையில் வினைச்சொற்களின் பொதுவான பண்பு செயலை உணர்த்துவது எனலாம்.

நினைத்தேன், மகிழ்ந்தேன், குளிர்கிறது, வலிக்கிறது, பசிக்கிறது என்பனவும் வினைச்சொற்களே. இவை முன் குறிப்பிட்ட சொற் களைப் போல் வெளிப்படையான செயலை உணர்த்துவதில்லை.

பதிலாக, உள, உடல் நிலையை உணர்த்துகின்றன. எனினும், செயலை உணர்த்துதல் பெரும்பாலான வினைச்சொற்களின் பண்பு எனலாம். மேற்குறிப்பிட்டவையும் உள, உணர்வுச் செயற்பாடுகளே என்றும் கூறலாம்.

3. வினைச்சொற்கள் ஏவல் பொருளில் வருவன

நட, வா, நில், இரு, நடங்கள், வாருங்கள், நில்லுங்கள், இருங்கள் முதலிய வினைகள் முன் நிற்போரை ஒரு செயலைச் செய்யுமாறு பணிக் கின்றன. இதனை ஏவல் என்போம். பெரும்பாலான வினைகள் ஏவல் பொருளில் வருவன. எனினும் குளிர், பசி போன்ற வினைகள் ஏவல் பொருளில் பயன்படுத்தப்படுவதில்லை.

4. வினைச்சொற்கள் காலம் காட்டுவன

நடந்தேன், நடக்கிறேன், நடப்பேன், வந்தேன், வருகிறேன், வருவேன் முதலிய வினைகள் செயல் நிகழ்ந்த காலத்தை உணர்த்துகின்றன. இவ்வாறு காலம் உணர்த்துவது வினைச்சொற்களின் பொதுப்பண்பு எனலாம். தமிழ் இலக்கண நூல்கள் கூறும் குறிப்பு வினைகள் காலம் காட்டுவதில்லை. இதுபற்றிய விளக்கத்தைக் குறிப்பு வினை என்ற பகுதியில் காண்க (பக். 114-116).

5. வினைச்சொற்கள் வினை விகுதிகளைப் பெற்று வரும்

திணை, பால், எண், இட விகுதிகள்; பெயரெச்ச, வினையெச்ச விகுதிகள்; ஏவல், வியங்கோள் வினை விகுதிகள்; எதிர்மறை இடைநிலைகள் முதலியவற்றை வினைச்சொற்கள் பெற்றுவரும்.

வந்தேன், வந்தோம், வந்தாய், வந்தான், வந்தாள் முதலிய வினைகள் ஏன், ஓம், ஆய், ஆன், ஆள் ஆகிய திணை, பால், எண், இட விகுதி களைப் பெற்றுவந்துள்ளன. வந்த, வருகின்ற, வரும் ஆகிய பெயரெச் சங்கள் -அ, உம் என்னும் பெயரெச்ச விகுதிகள் பெற்றுவந்துள்ளன. வந்து, ஓடி ஆகிய வினை எச்சங்கள் - உ, இ ஆகிய வினை எச்ச விகுதிகளைப் பெற்றுவந்துள்ளன. இவ்வாறு வினை விகுதிகளைப் பெற்றுவரும் சொற்களை எல்லாம் வினைச்சொற்கள் எனலாம்.

6. வினைச்சொற்கள் வினையடைகளைப் பெற்றுவரும்

வேகமாக ஓடினான், மெதுவாக ஓடினான். இவ்வாறு வினையடை களைப் பெற்றுவரும் சொற்களை வினைச்சொற்கள் எனலாம்.

இதுவரை நோக்கியதிலிருந்து, வேற்றுமை உருபு ஏற்காமை, செயலை உணர்த்துதல், ஏவல் பொருளில் வருதல், வினைவிகுதி களைப் பெற்றுவருதல், காலம் காட்டுதல், வினை அடைகளை ஏற்றுவருதல் ஆகிய பண்புகளில் ஒன்றையோ பலவற்றையோ கொண்டுள்ள ஒரு சொல்லை வினைச்சொல் எனலாம்.

2. வினைச்சொல்லின் அமைப்பு

ஒரு வினைச்சொல் வினையடி + (இடைநிலை) + (விகுதி) என்னும் அமைப்பைக் கொண்டிருக்கும், வினையடி கட்டாயமானது. இடைநிலையும் விகுதியும் இருக்கலாம் அல்லது இல்லாதிருக்கலாம்; அல்லது அவற்றில் ஏதாவது ஒன்று இருக்கலாம்.

ஓடு என்னும் வினைச்சொல்லில் வினையடி மட்டுமே உண்டு. ஓடுங்கள் என்னும் வினையில் ஓடு என்னும் வினையடியும் -ங்கள் என்னும் ஏவல் பன்மை விகுதியும் உள்ளன. ஓடினான் என்ற வினைச்சொல்லில் ஓடு என்னும் வினையடியும் -இன்- என்னும் இறந்தகால இடைநிலையும் -ஆன் என்னும் ஆண்பால் படர்க்கை விகுதியும் உள்ளன. ஓடுகின்ற என்னும் வினைச்சொல்லில் ஓடு என்னும் வினையடியும் -கின்று- என்னும் நிகழ்கால இடை நிலையும் -அ என்னும் பெயரெச்ச விகுதியும் உள்ளன. ஓடாத என்னும் வினைச்சொல்லில் ஓடு என்னும் வினையடியும் -ஆத்- என்னும் எதிர்மறை இடைநிலையும் -அ என்னும் பெயரெச்ச விகுதியும் உள்ளன.

இவற்றைப் பின்வருமாறு அட்டவணையில் காட்டலாம்:

வினை	வினையடி	இடைநிலை	விகுதி
ஓடு	ஓடு	-	-
ஓடுங்கள்	ஓடு	-	-ங்கள்
ஓடினான்	ஓடு	-இன்-	-ஆன்
ஓடுகின்ற	ஓடு	-கின்று-	-அ
ஓடாத	ஓடு	-ஆத்-	-அ

3. வினைச்சொல் வகைகள்

வினைச்சொற்களை அவற்றின் அமைப்பு, பொருள், வாக்கியத்தில் அவற்றின் தொழிற்பாடு முதலிய அடிப்படைகளில் பல வகையாகப் பாகுபடுத்தலாம். அடுத்துவரும் பகுதிகளில் சில முக்கியமான வினை வகைகள் விளக்கப்படும்.

தனிவினையும் கூட்டுவினையும்

வினைச்சொற்களை அவற்றின் அமைப்பின் அடிப்படையில் தனி வினை, கூட்டுவினை என இரு வகைப்படுத்தலாம்.

தனிவினை. ஓடு, ஓடுங்கள், ஓடுகிறார்கள் என்பன தனிவினைகள். இவற்றில் ஓடு என்னும் வினையடியும் சில ஒட்டுகளும் உள்ளன. ஓடு என்னும் வினையடி பகாப்பதமாகும். அதை மேலும் பொருள்

தரக்கூடிய கூறுகளாகப் பிரிக்க முடியாது. இவ்வாறு பகாப்பதமாக அமையும் வினையடியைத் தனி வினையடி எனலாம். அவ்வகையில் தனி வினையடிகளை அல்லது தனி வினையடிகளைக் கொண்ட வினைச் சொற்களைத் தனிவினை என்பர்.

வா, போ, நில், குந்து, ஆடு, நட, வந்தேன், வருகிறேன், வருவேன், போகிறேன், போகின்ற, போய், நின்று, நின்ற, நிற்பேன்; இவையெல்லாம் தனி வினைகளாகும்.

கூட்டுவினைகள். ஆசைப்பட்டேன், கண்டுபிடித்தார்கள், முன்னேறினோம், தந்தியடித்தேன், கைதுசெய்தார்கள், தோல்வியடைந்தோம் போன்ற வினைகள் கூட்டு வினைகளாகும்.

ஆசைப்படு, கண்டுபிடி, முன்னேறு, தந்தியடி, கைதுசெய், தோல்வியடை என்பன இவற்றின் வினையடிகளாகும்.

இவை பகுபதங்களாகும். இவற்றைப் பின்வருமாறு பிரிக்கலாம்:

ஆசை + படு	→	ஆசைப்படு
தந்தி + அடி	→	தந்தியடி
கண்டு + படி	→	கண்டுபிடி
கைது + செய்	→	கைதுசெய்
முன் + ஏறு	→	முன்னேறு
தோல்வி + அடை	→	தோல்வியடை

இவ்வாறு பகுபதமாகவுள்ள வினையடிகளைக் கூட்டு வினை யடிகள் என்போம். அவ்வகையில், கூட்டு வினையடியைக் கொண்ட வினைச்சொற்களைக் கூட்டுவினைகள் என்போம்.

கூட்டுவினை ஆக்கம்

கூட்டுவினைகள் பொதுவாக ன்று வகையாக ஆக்கப்படுகின்றன.

1. ஒரு பெயர்ச்சொல்லுடன் ஒரு வினைச்சொல்லைச் சேர்த்து கூட்டுவினை ஆக்குதல். இது பெயர் + வினை = வினை என்னும் அமைப்புடையது.

தந்தியடி	←	தந்தி + அடி
தோல்வியடை	←	தோல்வி + அடை
கைதுசெய்	←	கைது + செய்
சீரழி	←	சீர் + அழி
கைப்பிடி	←	கை + பிடி
சூறையாடு	←	சூறை + ஆடு
கேள்விப்படு	←	கேள்வி + படு
உத்தரவிடு	←	உத்தரவு + இடு

2. ஒரு வினைச்சொல்லுடன் ஒரு வினைச்சொல்லைச் சேர்த்து கூட்டுவினை ஆக்குதல். இது வினை + வினை = வினை என்னும் அமைப்புடையது.

காத்திரு   ← காத்து + இரு
கண்டுபிடி   ← கண்டு + பிடி
கட்டிப்பிடி   ← கட்டி + பிடி
காட்டிக்கொடு ← காட்டி + கொடு
ஏற்றுக்கொள்   ← ஏற்று + கொள்
சுட்டிக்காட்டு ← சுட்டி + காட்டு
தட்டிக்கேள்   ← தட்டி + கேள்
சொல்லிக்கொடு ← சொல்லி + கொடு

3. ஒரு இடைச்சொல்லுடன் ஒரு வினைச்சொல்லைச் சேர்த்து கூட்டுவினை ஆக்குதல். இது இடை + வினை = வினை என்னும் அமைப்புடையது.

முன்னேறு   ← முன் + ஏறு
பின்வாங்கு ← பின் + வாங்கு
பின்னடை   ← பின் + அடை
சரிபார்   ← சரி + பார்
பின்பற்று   ← பின் + பற்று
சரிக்கட்டு   ← சரி + கட்டு

தெரிநிலை வினையும் குறிப்பு வினையும்

தமிழ் இலக்கண நூல்கள் வினைச்சொற்களைத் தெரிநிலை வினை என்றும், குறிப்பு வினை என்றும் இரு வகையாகப் பாகுபடுத்து கின்றன.

தெரிநிலை வினை. கால இடைநிலைகளைப் பெற்றுக் காலங் காட்டும் இயல்புடைய வினைகளே தெரிநிலை வினைகள் எனப் படும். இதுவரை நாம் நோக்கிய வினைகள் எல்லாம் தெரிநிலை வினைகளாகும். வா, போ, இரு போன்ற வினையடிகள் காலங் காட்டும் இடைநிலைகளைப் பெற்றுக் காலங்காட்டும் இயல் புடையன. எடுத்துக்காட்டு:

வந்தேன், வருகிறேன், வருவேன்
போனான், போகிறான், போவான்
இருந்தார், இருக்கிறார், இருப்பார்

இவையெல்லாம் தெரிநிலை வினைகளாகும். இவற்றையே பொதுவாக நாம் வினைச்சொல் என்போம். பெரும்பாலான தெரி நிலை வினையடிகள் ஏவல் பொருளில் வரும். எடுத்துக்காட்டு: வா,

போ, இரு, நில், குந்து, உண், பார், திரும்பு, வாருங்கள், போங்கள், இருங்கள், நில்லுங்கள், குந்துங்கள், உண்ணுங்கள், பாருங்கள், திரும்புங்கள்.

இதிலிருந்து தெரிநிலை வினைக்கு இரண்டு முக்கியப் பண்புகள் உள்ளன என்று கூறலாம். 1. காலங்காட்டுதல், 2 ஏவல் பொருளில் வருதல்

குறிப்பு வினை. நல்லன், கரியன், பெரியன், ஊரன், குழையன் போன்ற சொற்களை, தமிழ் இலக்கண ஆசிரியர் குறிப்பு வினை எனக் கூறுவர். நேற்று நல்லன், இன்று நல்லன், நாளை நல்லன் என இவை குறிப்பால் காலம் உணர்த்தும் என்றும் கூறுவர். உண்மையில் இவை காலம் உணர்த்து வதாகக் கூற முடியாது. நேற்று, இன்று, நாளை என்னும் சொற்களே காலக் குறிப்பை உணர்த்துகின்றன. பழந்தமிழில் இவை வாக்கியத்தில் பயனிலையாக வந்தன. எடுத்துக்காட்டு:

அவன் நல்லன்
அவன் கரியன்
அவன் பெரியன்
இவன் எம் ஊரன்
இவன் குழையன்

இலக்கண ஆசிரியர் இவற்றைக் குறிப்பு வினைமுற்று என்று அழைப்பர். தற்காலத் தமிழில் இவை பயனிலையாக வருவதில்லை. இன்று இவற்றை நாம் பின்வருமாறு எழுதுவோம்:

அவன் நல்லவன்
அவன் கரியவன் / கறுப்பன்
அவன் பெரியவன்
அவன் ஊரவன்,
(இவன் குழை அணிந்தவன்)

இவற்றை நாம் பெயர்ப் பயனிலை என்று சொல்லுவோம். பழந் தமிழில் நல்லன், கரியன் போன்ற சொற்கள் எழுவாயாகவும், ஏனைய வேற்றுமை உருபுகள் ஏற்றும் வந்தன. எடுத்துக்காட்டு:

நல்லன் வந்தனன்
கரியன் வந்தனன்
பெரியன் வந்தனன்
ஊரன் வந்தனன்
குழையன் வந்தனன்

நல்லனை	நல்லனால்	நல்லனுக்கு	நல்லனொடு
கரியனை	கரியனால்	கரியனுக்கு	கரியனொடு
ஊரனை	ஊரனால்	ஊரனுக்கு	ஊரனொடு
குழயனை	குழையனால்	குழையனுக்கு	குழையனொடு

இவ்வாறு வேற்றுமை ஏற்று வரும்போது இச்சொற்களைத் தமிழ் இலக்கண ஆசிரியர் குறிப்பு வினையாலணையும் பெயர் என்று அழைத்தனர்.

குறிப்பு வினை என்னும் பாகுபாடு பழந்தமிழ் மொழி அமைப்பை அடிப்படையாகக் கொண்டது. பழந்தமிழில் வினைச்சொற்கள் மட்டுமின்றி பெயர்ச்சொற்கள், பண்புச் சொற்கள் போன்ற வினை அல்லாத சொற்களும் பயனிலையாக வரும்போது எழுவாய்க்கு ஏற்ப வினை விகுதிகளைப் பெற்றுவந்தன. பின்வருவனவற்றை எடுத்துக்காட்டாகத் தரலாம்:

வா	நல்	குழை
யான் வந்தேன்	யான் நல்லேன்	யான் குழையேன்
நாம் வந்தோம்	நாம் நல்லோம்	நாம் குழையோம்
நீ வந்தாய்	நீ நல்லை	நீ குழையை
நீர் வந்தீர்	நீர் நல்லீர்	நீர் குழையீர்
அவன் வந்தனன்	அவன் நல்லன்	அவன் குழையன்
அவள் வந்தனள்	அவள் நல்லள்	அவள் குழையள்
அவர் வந்தனர்	அவர் நல்லர்	அவர் குழையர்
அது வந்தது	அது நன்று	அது (குழையது)
அவை வந்தன	அவை நல்ல	அவை (குழையன)

இவ்வாறு வினை விகுதிகளைப் பெற்று பயனிலையாக வந்த வினை யல்லாத சொற்களையே தமிழ் இலக்கண ஆசிரியர் குறிப்புவினை என்றனர். தற்காலத் தமிழில் வினையல்லாத சொற்கள் பயனிலை யாக வரும்போது வினை விகுதிகளைப் பெற்றுவருவதில்லை. பெயர்ப் பயனிலைகளாகவே வருகின்றன. எடுத்துக்காட்டாக தற்காலத் தமிழில் நல் என்னும் பண்படியாகப் பிறக்கும் பயனிலைகள் பின்வருமாறு அமையும்:

நான்	நல்லவன் / நல்லவள்	நாங்கள்	நல்லவர்கள்
நீ	நல்லவன் / நல்லவள்	நீங்கள்	நல்லவர்கள்
அவன்	நல்லவன்	அவள்	நல்லவள்
அவர்	நல்லவர்	அவர்கள்	நல்லவர்கள்
அது	நல்லது	அவை	நல்லவை

நல்லவன், நல்லவள், நல்லவர், நல்லவர்கள், நல்லது, நல்லவை. இவற்றை நாம் பெயர்ச்சொற்கள் என்போம். இவை எல்லாம் படர்க்கைப் பெயர்கள். படர்க்கைப் பெயர்களே தன்மை, முன்னிலைக்கும் பயனிலையாக வருகின்றன. இவற்றைப் பெயர்ப் பயனிலைகள் என்போம்.

பழந்தமிழில் குறிப்பு வினை என்னும் பாகுபாடு அவசியமாகும். தற்காலத் தமிழில் அவசியமில்லை. யாழ்ப்பாணத்தான், மட்டக் களப்பான், இலங்கையன், இந்தியன் போன்ற சொற்களை தற்கால மொழிப்பாட நூல்கள் சிலவற்றில் குறிப்பு வினை என்று எழுதி இருக்கின்றனர். இவை பெயர்ச்சொற்களே. ஆக்கப் பெயர்கள் என்னும் பிரிவுள் இவற்றை அடக்க வேண்டும்.

9
முற்றுவினை: அதன் அமைப்பும் வகைகளும்

வினைச்சொற்களை அவற்றின் அமைப்பின் அடிப்படையில் முற்று வினை என்றும் எச்சவினை என்றும் இருவகையாகப் பாகுபடுத்துவர். இவ்வதிகாரத்தில் முற்றுவினையின் அமைப்பு, அதன் வகைகள் என்பன விளக்கப்படுகின்றன.

முற்றுவினையை வினைமுற்று என்றும் சொல்வர். பிறிதொரு சொல்லை எஞ்சி நிற்காமல் தன்னளவில் பொருள் முடிவு உணர்த்தி நிற்கும் வினை, முற்றுவினை அல்லது வினைமுற்று எனப்படும்.

வருவான், வரமாட்டான், வா, வாருங்கள், வருக என்பன முற்று வினைக்கு எடுத்துக்காட்டுகள். பொருள் அடிப்படையிலும், அமைப்பு அடிப்படையிலும் முற்றுவினையை ன்று வகையாகப் பிரிப்பர்.

1. தெரிநிலை வினைமுற்று
2. ஏவல் வினைமுற்று
3. வியங்கோள் வினைமுற்று

தெரிநிலை வினைமுற்று, ஏவல் வினைமுற்று இரண்டிலும் உடன்பாட்டு வினை, எதிர்மறை வினை என இருவகைகள் உள்ளன. அடுத்துவரும் பகுதிகளில் அவை பற்றி நோக்கலாம்.

1. தெரிநிலை வினைமுற்று

வந்தான்	வருகிறான்	வருவான்
போனான்	போகிறான்	போவான்
நின்றான்	நிற்கிறான்	நிற்பான்

போன்ற வினைகள் தெரிநிலை வினைமுற்று எனப்படும். இவை:

1. ஒரு வாக்கியத்தில் பயனிலையாக வருகின்றன.

    கண்ணன் வந்தான்
    தம்பி வருகிறான்
    அவன் வருவான்

2. எழுவாய்ப் பெயரின் திணை, பால், எண், இடம், என்பவற்றை உணர்த்தும் விகுதியைப் பெற்றுள்ளன. -ஆன் விகுதி மேல் உள்ள வினைகளின் இறுதியில் வந்து எழுவாய்ப் பெயர் உணர்திணை, ஆண்பால், ஒருமை, படர்க்கை என்பவற்றை உணர்த்துகின்றது.

3. கால இடைநிலைகளைப் பெற்றுக் காலம் உணர்த்துகின்றன.

வந்தான்	- இறந்தகாலம்	-ந்த்-	இறந்தகாலம் உணர்த்துகின்றது
வருகிறான்	- நிகழ்காலம்	-கிறு-	நிகழ்காலம் உணர்த்துகிறது
வருவான்	- எதிர்காலம்	-வ்-	எதிர்காலம் உணர்த்துகிறது

தெரிநிலை வினைமுற்றின் அமைப்பு

தெரிநிலை வினைமுற்று ன்று கூறுகளாகக் கொண்டிருக்கும்.

1. வினையடி
2. கால இடைநிலை
3. திணை, பால், எண், இடவிகுதி.

இதனைப் பின்வருமாறு விளக்கலாம்.

வினையடி + கால இடைநிலை + விகுதி.

எடுத்துக்காட்டு:

ஓடுகிறான் → ஓடு + கிறு + ஆன்
ஓடுவான் → ஓடு + வ் + ஆன்
ஓடினான் → ஓடு + இன் + ஆன்

மேற்காட்டிய எடுத்துக்காட்டுகளில் ஓடு வினையடி, -கிறு-, -வ்-, -இன்- என்பன காலம் காட்டும் இடைநிலைகள், -ஆன் திணை பால் எண் இடவிகுதி.

தெரிநிலை வினைமுற்று காலம் காட்டுதல்

தெரிநிலை வினைமுற்று காலம்காட்டும் இடைநிலைகள் லம் காலம்காட்டுகின்றது. இறந்தகாலம், நிகழ்காலம், எதிர்காலம் என காலம் ன்று வகைப்படும். வினை நிகழ்ந்து முடிந்ததை உணர்த்தும் வினை இறந்தகால வினை, வினை நிகழ்ந்து கொண்டிருப்பதை உணர்த்தும் வினை நிகழ்கால வினை, வினை நிகழப் போவதை உணர்த்தும் வினை எதிர்கால வினை.

நிகழ்கால இடைநிலை

தமிழ் இலக்கண நூல்கள் -ஆனின்று-, -கின்று-, -கிறு- ஆகிய ன்று நிகழ்கால இடைநிலைகளைத் தருகின்றன. இவற்றுள் -ஆனின்று- தற்காலத்தில் வழக்கில் இல்லை. -கிறு-, கின்று- ஆகிய இரண்டு இடை நிலைகளும் எல்லா வினைகளுடனும் வருகின்றன.

அஃறிணைப் பலவின்பால் வினைகளில் -கின்று- மட்டும் வரும்; -கிறு- வருவதில்லை. எடுத்துக்காட்டு:

	-கிறு-	-கின்று-
நான்	போகிறேன்	போகின்றேன்
நாங்கள்	போகிறோம்	போகின்றோம்
நீ	போகிறாய்	போகின்றாய்
நீங்கள்	போகிறீர்கள்	போகின்றீர்கள்
அவன்	போகிறான்	போகின்றான்
அவள்	போகிறாள்	போகின்றாள்
அவர்	போகிறார்	போகின்றார்
அவர்கள்	போகிறார்கள்	போகின்றார்கள்
அது	போகிறது	போகின்றது
அவை	-	போகின்றன

-கிறு-, -கின்று- ஆகிய இடைநிலைகளின் இறுதி உகரம் சொற் புணர்ச்சியின் போது கெடுவதாக இலக்கண ஆசிரியர் விளக்குவர். தற்கால மொழியியல் அறிஞர்கள் இவற்றை ஈற்று உகரம் அற்ற -கிற்-, -கின்ற்- என்னும் வடிவமாகவே கொள்வர். சில வகையான வினை களுடன் இந்த இடைநிலைகள் சேரும்போது இவற்றின் முதலில் உள்ள ககர மெய் இரட்டிக்கக் காணலாம். எடுத்துக்காட்டு:

படி	படிக்கிறான்	படிக்கின்றான்
நட	நடக்கிறேன்	நடக்கின்றேன்
கொடு	கொடுக்கிறாள்	கொடுக்கின்றாள்

தமிழ் இலக்கண ஆசிரியர் இதனைச் சந்தி என்பர். தற்கால மொழியியல் அறிஞர்கள் இவற்றை -க்கிற்-, -க்கின்ற்- எனக் கொண்டு நிகழ்கால இடைநிலைகளின் மாற்று வடிவமாகக் கொள்வர்.

எதிர்கால இடைநிலை

தமிழ் இலக்கண நூல்கள் -ப்-, -வ்- ஆகிய இரண்டு எதிர்கால இடைநிலைகளைத் தருகின்றன. சில வகையான வினைச்சொற்கள் (வல்வினைகள்) எதிர்கால இடைநிலையாக -ப்ப்- என்பதை ஏற்கின்றன. அவ்வகையில், எதிர்கால இடைநிலைகள் ன்று எனக் கொள்ளவேண்டும். நிகழ்கால இடைநிலைகளைப் போல், எல்லா வினைச்சொற்களும் இம்ன்று இடைநிலைகளையும் ஏற்பதில்லை. சில வினைகள் -ப்- இடைநிலையையும், சில வினைகள் -ப்ப்- இடைநிலையையும், சில வினைகள் -வ்- இடைநிலையையும் ஏற்கின்றன. இவ்வகையில் தமிழ் வினைச்சொற்களை ன்று தொகுதி களாக வகைப்படுத்தலாம்.

தொகுதி 1. படி, கொடு, பார், இரு, நட போன்ற வினைகள் எதிர்காலம் காட்ட -ப்ப்- இடைநிலையை ஏற்கின்றன.

```
படிப்பான்     ← படி+ப்ப்+ஆன்
இருப்பான்    ← இரு+ப்ப்+ஆன்
கொடுப்பான்  ← கொடு+ப்ப்+ஆன்
நடப்பான்     ← நட+ப்ப்+ஆன்
பார்ப்பான்    ← பார்+ப்ப்+ஆன்
```

இவ்வாறு எதிர்காலம் காட்ட -ப்ப்- இடைநிலை ஏற்கும் எல்லா வினைகளையும் தற்கால மொழியியல் அறிஞர் வல்வினை (strong verb) என்பர்.

தொகுதி 2. உண், தின், நில், கேள், காண் போன்ற வினைகள் எதிர்காலம் காட்ட -ப்- என்னும் இடைநிலையை ஏற்கின்றன. எடுத்துக்காட்டு:

```
உண்பேன்    ← உண்+ப்+ஏன்
கேட்போம்   ← கேள்+ப்+ஓம்
தின்பேன்    ← தின்+ப்+ஏன்
காண்பேன்   ← காண்+ப்+ஏன்
நிற்பான்     ← நில்+ப்+ஆன்
```

இவ்வாறு எதிர்காலம் காட்ட -ப்- இடைநிலை ஏற்கும் வினைகளையெல்லாம் தற்கால மொழியியல் அறிஞர் இடைவினை (middle verb) என்பர். இத்தகைய வினைகள் மிகச் சிலவே உள்ளன.

தொகுதி 3. வா, தா, எழுது, செய், அழு போன்ற வினைகள் எதிர்காலம் காட்ட -வ்- என்னும் இடைநிலையை ஏற்கின்றன. எடுத்துக்காட்டு:

```
வருவான்    ← வா+வ்+ஆன்
செய்வோம்   ← செய்+வ்+ஓம்
தருவேன்    ← தா+வ்+ஏன்
அழுவான்   ← அழு+வ்+ஆன்
எழுதுவார்  ← எழுது+வ்+ஆர்
```

இவ்வாறு எதிர்காலம் காட்ட -வ்- இடைநிலை ஏற்கும் வினைகளையெல்லாம் தற்கால மொழியியல் அறிஞர் மெல்வினை (weak verb) என்பர்.

ஒன்றன்பால், பலவின்பால் வினைமுற்றுகள் இடைநிலை ஏற்காமல் -உம் விகுதிபெற்று எதிர்காலம் காட்டுகின்றன. எடுத்துக்காட்டு:

அது வரும்   அவை வரும்

பயிற்சி

பின்வரும் சொற்களைப் பிரித்து எதிர்கால இடைநிலைகளை வேறுபடுத்துக.

போவேன், குடிப்பான், செய்வான், உண்போம், பார்ப்பார்கள், சொல்வேன், நடிப்பான், கற்பார்கள், கேட்பேன், தடுப்பீர்கள்

இறந்தகால இடைநிலை

தமிழ் இலக்கண நூல்கள் த், ட், ற், இன் என்பவற்றை இறந்தகால இடைநிலைகளாகக் கூறும். எடுத்துக்காட்டு:

செய்தான்	←	செய்+த்+ஆன்
உண்டான்	←	உண்+ட்+ஆன்
உறங்கினான்	←	உறங்கு+இன்+ஆன்
சென்றான்	←	செல்+ற்+ஆன்

இவற்றொடு -இன்- இடைநிலை இறுதிகொட்டு -இ- ஆகவும், முதல் கெட்டு -இன்- ஆகவும் சிறுபான்மை வழங்கும் என்றும் இலக்கண ஆசிரியர் கூறுவர். எடுத்துக்காட்டு:

எஞ்சியது	←	எஞ்சு+இ+அது
போனது	←	போ+ன்+அது

இவற்றைவிட படுத்தான், கொடுத்தான், அடித்தான் போன்ற வல்வினைகளில் -த்த்- என்னும் இடைநிலை வருகின்றது. இவற்றைத் தமிழ் இலக்கண ஆசிரியர் பின்வருமாறு பிரிப்பர்:

படுத்தான்	→	படு+த்+த்+ஆன்
கொடுத்தான்	→	கொடு+த்+த்+ஆன்
அடித்தான்	→	அடி+த்+த்+ஆன்

இங்கு வினை அடியை அடுத்துவரும் -த்- சந்தி என்பர். அதனை அடுத்துவரும் -த்- இடைநிலை என்பர். தற்கால மொழியியலாளர் இவை இரண்டையும் சேர்த்து -த்த்- என்பதை இடைநிலையாகக் கொள்வர். வல்வினைகளே -த்த்- என்பதை இடைநிலையாக ஏற்கின்றன. இவ்வாறு கொள்வது இலக்கணத்தை எளிமைப்படுத்த உதவுகின்றது.

வேறுசில வினைகளில் -ந்த்- இறந்தகால இடைநிலையாக வருகின்றது.

எடுத்துக்காட்டு: வந்தான், தந்தேன், இருந்தார், முடிந்தது. இவற்றைத் தமிழ் இலக்கண ஆசிரியர் பின்வருமாறு பிரிப்பர்:

வந்தான்	→	வா+த்+த்+ஆன்
இருந்தார்	→	இரு+த்+த்+ஆர்

தந்தேன் → தா+த்+த்+ஏன்
முடிந்தது → முடி+த்+த்+அது

இங்கு வினையடியை அடுத்து வரும் -த்- சந்தி என்றும், அது விகாரப்பட்டு -ந்- ஆக மாறுகின்றது என்றும் தமிழ் இலக்கண ஆசிரியர் விளக்குவர். தற்கால மொழியியல் அறிஞர்கள் -ந்த்- என்பதை இறந்தகால இடைநிலைகளுள் ஒன்றாகக் கொள்வர். ஒரு குறிப்பிட்ட வகை வினைகளே -ந்த்- என்பதை இடைநிலையாக ஏற்கின்றன. ஆகையால், -ந்த்- என்பதைத் தனி இடைநிலையாகக் கொள்வது இலக்கணத்தை எளிமைப்படுத்த உதவுகின்றது. இதுவரை நோக்கியதிலிருந்து பின்வருவனவற்றை இறந்தகால இடைநிலை களாகக் கொள்ளலாம்:

-த்-, -த்த்-, -ந்த்-, -ட்-, ற்-, -இன்-, -இ-, -ன்-

இவற்றுள் -இ- இடைநிலை -இன்- இடைநிலையை ஏற்கும் வினைகளின் அஃறிணை ஒன்றன்பால் வடிவத்தில் மட்டும் வருகின்றது. எடுத்துக்காட்டு:

ஓடினேன் → ஓடு+இன்+ஏன்
ஓடினோம் → ஓடு+இன்+ஓம்
ஓடினாய் → ஓடு+இன்+ஆய்
ஓடினீர்கள் → ஓடு+இன்+ஈர்கள்
ஓடினான் → ஓடு+இன்+ஆன்
ஓடினாள் → ஓடு+இன்+ஆள்
ஓடினார் → ஓடு+இன்+ஆர்
ஓடினார்கள் → ஓடு+இன்+ஆர்கள்
ஓடியது → ஓடு+இ+அது
ஓடின → ஓடு+இன்+அ

ஆகவே, -இ- இடைநிலையை -இன் இடைநிலையுடன் சேர்த்து விடலாம். -த்-, -த்த்-, -ந்த்-, -ட்-, -ற்-, -இன்-, -ன்- ஆகிய ஏழையும் இறந்தகால இடைநிலைகளாகக் கொள்ளலாம். இவை வெவ்வேறு வினைகளுடன் வருகின்றன. அவை பின்வருமாறு:

1. செய், அழு, உழு, நெய் போன்ற வினைகளுடன் -த்- இடைநிலை வருகின்றது.

   செய்தேன், செய்தோம், செய்தது, செய்தாய்
   அழுதேன், அழுதோம், அழுதது, அழுதாய்
   உழுதேன், உழுதோம், உழுதது, உழுதாய்

2. படி, எடு, கொடு, பார், சாய் போன்ற வினைகளுடன் -த்த்- இடைநிலை வருகிறது.

படித்தேன், படித்தான், படித்தோம், படித்தாள்
எடுத்தேன், எடுத்தான், எடுத்தோம், எடுத்தாள்
கொடுத்தேன், கொடுத்தான், கொடுத்தோம், கொடுத்தாள்
பார்த்தேன், பார்த்தான், பார்த்தோம், பார்த்தாள்
சாய்த்தேன், சாய்த்தான், சாய்த்தோம், சாய்த்தாள்

3. நட, விழு, வா, இரு, எழு போன்ற வினைகளுடன் -ந்த்- இடைநிலை வருகிறது.

நடந்தேன், நடந்தோம், நடந்தான், நடந்தது
விழுந்தேன், விழுந்தோம், விழுந்தான், விழுந்தது
வந்தேன், வந்தோம், வந்தான், வந்தது
இருந்தேன், இருந்தோம், இருந்தான், இருந்தது
எழுந்தேன், எழுந்தோம், எழுந்தான், எழுந்தது

4. உண், காண், கொள் போன்ற வினைகள் -ட்- இடைநிலையை ஏற்கின்றன.

உண்டேன், உண்டோம், உண்டார், உண்டாய்
கண்டேன், கண்டோம், கண்டார், கண்டாய்
கொண்டேன், கொண்டோம், கொண்டார், கொண்டாய்

5. செல், நில், வெல், கல் போன்ற வினைகள் -ற்- இடைநிலை ஏற்கின்றன.

சென்றேன், சென்றோம், சென்றாய், சென்றது
நின்றேன், நின்றோம், நின்றாய், நின்றது
வென்றேன், வென்றோம், வென்றாய், வென்றது
கற்றேன், கற்றோம், கற்றாய், கற்றது

6. ஓடு, எழுது, சீறு, மீறு போன்ற வினைகள் -இன்- இடைநிலை ஏற்கின்றன.

ஓடினேன், ஓடினார், ஓடினோம், ஓடினாய்
எழுதினேன், எழுதினார், எழுதினோம், எழுதினாய்
சீறினேன், சீறினான், சீறினோம், சீறினாய்
மீறினேன், மீறினான், மீறினோம், மீறினாய்

7. போ, சொல், ஆகு ஆகிய வினைகள் -ன்- இடைநிலை ஏற்கின்றன.

போனேன், போனோம், போனான், போனார்
சொன்னேன், சோன்னோம், சொன்னான், சொன்னார்
ஆனேன், ஆனோம், ஆனான், ஆனார்

8. கு, டு, று என முடியும் சில வினைச்சொற்கள் உகரம் கெட்டு, ஈற்று அயல் மெய் இரட்டித்து இறந்தகாலம் காட்டுகின்றன. இவை

இடைநிலைகளால் காலம் காட்டுவதில்லை. எடுத்துக்காட்டு:

நடு	→	நட்டான்
விடு	→	விட்டான்
போடு	→	போட்டான்
சாப்பிடு	→	சாப்பிட்டான்
புகு	→	புக்கான்
நகு	→	நக்கான்
பெறு	→	பெற்றான்
துன்புறு	→	துன்புற்றான்
நடைபெற்று	→	நடைபெற்றது

சாய், சேர், பணி, படி போன்ற சில வினைகள் வல்வினைகளாகவும், மெல்வினைகளாகவும் உள்ளன. அவற்றின் பொருளுக்கேற்ப அவை வெவ்வேறு கால இடைநிலைகளை ஏற்கின்றன. எடுத்துக்காட்டு:

சாய்	-	சாய்த்தேன், சாய்க்றேன், சாய்ப்பேன்
		சாய்ந்தேன், சாய்கிறேன், சாய்வேன்
சேர்	-	சேர்த்தேன், சேர்க்கிறேன், சேர்ப்பேன்
		சேர்ந்தேன், சேர்கிறேன், சேர்வேன்
பணி	-	பணித்தேன், பணிக்கிறேன், பணிப்பேண்
		பணிந்தேன், பணிகிறேன், பணிவேன்
படி	-	படித்தேன், படிக்கிறேன், படிப்பேன்
		படிந்தது, படிகிறது, படியும்

பயிற்சி

பின்வரும் சொற்களைப் பிரித்து இறந்தகால இடைநிலைகளை வேறுபடுத்துக.

வந்தேன், செய்தான், ஓடினான், இருந்தது, போனான், தின்றான், விற்றார்கள், கொடுத்தோம், அழுதது, படித்தேன், எழுதினார்கள், ஓடியது, சொன்னார்கள், பதுங்கியது, கண்டோம், உண்டார்கள்.

காலப் பயன்பாடு

வினைச்சொற்கள் கால அடிப்படையில் நிகழ்கால, எதிர்கால, இறந்தகால வினைகள் என்று பொதுவாக ன்று பிரிவுக்குள் அடக்கப்பட்டாலும் பேச்சுச் சூழலைப் பொறுத்து ஒவ்வொரு கால வினையும் வேறு காலப் பொருளில் பயன்படுவதையும் காணலாம்.

நிகழ்கால வினை

ஒரு வாக்கியம் சொல்லப்படும் அதே நேரத்தில் ஒரு வினை

நிகழ்வதைப் பொதுவாக நிகழ்காலம் என்போம்.

அதோ பார், குருவி வானத்தில் பறக்கிறது
இன்னும் ஏன் விளக்கு எரிகிறது. அதை அணைத்துவிடு
நாய் குரைக்கிறது; ஆட்கள் யாரோ வருகிறார்கள் போலும்

மேல் உள்ள வாக்கிங்களில் பறக்கிறது, எரிகிறது, குரைக்கிறது, வருகிறார்கள் ஆகிய வினைகள், வினை அதே சமயத்தில் நிகழ்வதை உணர்த்துகின்றன.

இவ்வாறு அன்றி, தொடர்ந்து நிகழும் நிகழ்வுகளையும், நிலைமைகளையும் சுட்டுவதற்கும் நிகழ்கால வினை பயன்படுத்தப் படுகிறது.

எங்கள் நாட்டில் வருடம் முழுவதும் மழை பெய்கிறது
எனக்கு அடிக்கடி காய்ச்சல் வருகிறது
நான் கடந்த இரண்டு வருடங்களாக கொழும்பில் தொழில் செய்கிறேன்
அவர்கள் மகிழ்ச்சியாக வாழ்கிறார்கள்

மேல் உள்ள வாக்கியங்களில் பெய்கிறது, வருகிறது, செய்கிறேன், வாழ்கிறார்கள் ஆகிய வினைகள் உடன் நிகழ்காலத்தை அன்றி எப்போதும் உள்ள நிலைமையை உணர்த்துகின்றன.

நிகழ்கால வினைகள் எதிர்காலப் பொருளிலும் பயன்படுத்தப் படுகின்றன.

அப்பா நாளைக்கு வருகிறார்
நான் அடுத்த மாதம் கொழும்புக்குப் போகிறேன்

மேல் உள்ள வாக்கியங்களில் வருகிறார், போகிறேன் ஆகிய நிகழ்கால வினைகள் எதிர்காலம் உணர்த்துகின்றன. நிகழ்கால வினையை எதிர்காலப் பொருளில் பயன்படுத்தும்போது அதில் உறுதிப்பாடு உணர்த்தப்படுகின்றது என்பர். எடுத்துக்காட்டாக அப்பா நாளைக்கு வருகிறார் என்னும் வாக்கியத்தை அப்பா கட்டாயம் நாளைக்கு வருகிறார் என்றும் சொல்லலாம். ஆனால், அப்பா சில வேளை நாளைக்கு வருகிறார் என்று நாம் சொல்வதில்லை. சிலவேளை என்னும் உறுதிப்பாடு அற்ற சொல்லுடன் எதிர்கால வினையையே நாம் பயன்படுத்துகிறோம். அப்பா சிலவேளை நாளைக்கு வருவார். இதிலிருந்து, நிகழ்கால வினை எதிர்காலத்தில் பயன்படுத்தப்படும் போது உறுதிப்பொருள் உணர்த்தப்படுகின்றது என்பதை அறியலாம்.

எதிர்கால வினை

எதிர்கால வினை எதிர்கால நிகழ்வை உணர்த்துவதோடு வழமையான நிகழ்வுகளை உணர்த்தவும் பயன்படுகின்றது.

நான் தினமும் அதிகாலையில் எழும்புவேன்
அவன் ஒரு படமும் விடாமல் பார்ப்பான்
அவர் புகைபிடிப்பார், மது அருந்த மாட்டார்
அப்பா இறால் விரும்பிச் சாப்பிடுவார்
அவர் முன்பு தினமும் எங்கள் வீட்டிற்கு வருவார்

மேல் உள்ள வாக்கியங்களில் எழும்புவேன், பார்ப்பான், புகை பிடிப்பார், சாப்பிடுவார், வருவார் ஆகிய எதிர்கால வினைகள் எதிர்காலப் பொருளை அன்றி வழமையான நிகழ்வையே உணர்த்து கின்றன.

இறந்தகால வினை

இறந்தகால வினை பொதுவாக நிகழ்ந்து முடிந்த நிகழ்வைச் சுட்டவே பயன்படுத்தப்படுகின்றது. எனினும் சிறுபான்மை விரைவுப் பொருளை உணர்த்த எதிர்காலத்திலும் பயன்படுத்தப்படுகின்றது.

கொஞ்சம் பொறுங்கள்; இதோ வந்துவிட்டேன்

வந்துவிட்டேன் என்னும் வினை அமைப்பு ரீதியில் இறந்தகாலமே. எனினும் இங்கு விரைவுப் பொருளில் எதிர்காலம் உணர்த்துகின்றது.

தொடர்கால வினை

நான் நேற்று இந்த நேரம் கொழும்புக்குப் போய்க்கொண்டிருந்தேன்
நான் இப்போது ஒரு கடிதம் எழுதிக்கொண்டிருக்கிறேன்
அப்பா இப்போது வந்துகொண்டிருப்பார்

மேல் உள்ள வாக்கியங்களில் போய்க்கொண்டிருந்தேன், எழுதிக் கொண்டிருக்கிறேன், வந்துகொண்டிருப்பார் ஆகிய வினைகள் முக்காலத் திலும் வினை முடிவுறாமல் தொடர்ந்து நிகழ்வதை உணர்த்து கின்றன. இதனைத் தொடர்காலம் எனலாம். தற்காலத் தமிழில் இத்தொடர்காலப் பயன்பாடு மிக அதிகமானது. கொண்டிரு என்னும் துணைவினை தொடர்காலத்தை உணர்த்தப் பயன்படுகின்றது. இது வினையடியுடன் நேராக இணைவதில்லை. செய்து என்னும் வாய்ப்பாட்டு வினை எச்ச வடிவத்துடனேயே இணைகின்றது. தொடர்கால வினையின் அமைப்பை பின்வருமாறு விளக்கலாம்:

செய்து (வினையெச்சம்) + கொண்டிரு + கால இடைநிலை + விகுதி.

பயிற்சி

ஓடு, செய், படு, சாப்பிடு, குளி ஆகிய வினைகளுடன் கொண்டிரு என்னும் துணைவினையைச் சேர்த்து ன்று காலத்திலும் தொடர் கால வினைமுற்றுகளை ஆக்குக.

தெரிநிலை வினைமுற்று திணை, பால், எண், இடம் உணர்த்துதல்

தெரிநிலை வினையின் இறுதி உறுப்பான விகுதி எழுவாய்ப் பெயரின் திணை, பால், எண், இடம் என்பவற்றை உணர்த்தும். அதனால் இவ்விகுதியைத் திணை, பால், எண், இட விகுதி என்பர். தற்காலத் தமிழில் வழங்கும் திணை பால் எண்ணிட விகுதிகள் பின்வருமாறு:

1. தன்மை ஒருமை (நான்) -ஏன்
2. தன்மைப் பன்மை (நாங்கள்) - ஓம்
3. முன்னிலை ஒருமை (நீ) - ஆய்
4. முன்னிலைப் பன்மை (நீங்கள்) - ஈர்கள்
5. உணர்திணை ஆண்பால் ஒருமை (அவன்) - ஆன்
6. உயர்திணை பெண்பால் ஒருமை (அவள்) - ஆள்
7. உணர்திணை மரியாதை ஒருமை (அவர்) - ஆர்
8. உயர்திணைப் பலர்பால் (அவர்கள்) - ஆர்கள்
9. அஃறிணை ஒன்றன்பால் (அது) - அது / உம்
10. அஃறிணை பலவின்பால் (அவை) - அ / உம்

எடுத்துக்காட்டாக, ஓடு என்னும் வினையின் முற்று வடிவம் பின்வருமாறு:

எழுவாய்	இறந்தகாலம்	நிகழ்காலம்	எதிர்காலம்
நான்	ஓடினேன்	ஓடுகிறேன்	ஓடுவேன்
நாங்கள்	ஓடினோம்	ஓடுகிறோம்	ஓடுவோம்
நீ	ஓடினாய்	ஓடுகிறாய்	ஓடுவாய்
நீங்கள்	ஓடினீர்கள்	ஓடுகிறீர்கள்	ஓடுவீர்கள்
அவன்	ஓடினான்	ஓடுகிறான்	ஓடுவான்
அவள்	ஓடினாள்	ஓடுகிறாள்	ஓடுவாள்
அவர்	ஓடினார்	ஓடுகிறார்	ஓடுவார்
அவர்கள்	ஓடினார்கள்	ஓடுகிறார்கள்	ஓடுவார்கள்
அது	ஓடியது	ஓடுகிறது	ஓடும்
அவை	ஓடின	ஓடுகின்றன	ஓடும்

ஒவ்வொரு வினையும் திணை, பால், எண், இட அடிப்படையில் பத்து வடிவங்களைக் கொண்டுள்ளது. (அஃறிணை) ஒன்றன்பால், பலவின்பால் எதிர்கால வினைமுற்றுகளுக்கு ஒரு வடிவம்தான் உண்டு (ஓடும்) இது வினையடி + உம் என்னும் அமைப்புடையது. பாடும், நடக்கும், இருக்கும் போன்றவை ஒன்றன்பால், பலவின்பால் இரண்டுக்கும் பொது.

இறந்தகாலம், நிகழ்காலம் காட்டும் பெரும்பாலான பலவின் பால் வினைமுற்றுகள் - அ என்னும் விகுதி சேர்க்கும்போது - அன் சாரியை பெறுகின்றன. எடுத்துக்காட்டாக ஓடுகின்றன என்னும் வினையைப் பின்வருமாறு பிரிக்கலாம்: ஓடு + கின்று + அன் + அ. இடைநிலைக்கும் விகுதிக்கும் இடையில் உள்ள -அன்- சாரியை எனலாம். பிடித்தன, பார்த்தன, நடக்கின்றன, வருகின்றன, வந்தன ஆகியவை -அன்- சாரியை பெற்றுள்ளன. தற்கால மொழியியலாளர் சிலர், -அன்- சாரியையுடன் சேர்த்து -அன என்பதை பலவின்பால் விகுதியாகக் கொள்வர். -இன்- இடைநிலை பெற்றுவரும் இறந்த காலப் பலவின்பால் வினைமுற்று வடிவங்கள் அன் சாரியை பெறுவ தில்லை. எடுத்துக்காட்டு, ஓடின. இது ஓடு+இன்+அ என அமையும். ஆடின, பாடின, தேடின என்பன இத்தகைய வடிவங்கள். ஆகையால், -அ என்பதை பலவின்பால் விகுதியாகக் கொண்டு -அன்- என்பதைச் சாரியையாகக் கொள்ளலாம். அல்லது பலவின்பால் விகுதி -அன, -அ என்னும் இரண்டு மாற்றுவடிவங்களைக் கொண்டுள்ளது என விளக்கலாம்.

பயிற்சி

பின்வரும் வினைமுற்றுகளை வினையடி, காலஇடைநிலை, திணை, பால் விகுதி எனப் பிரித்து அவற்றை அட்டவணையில் தருக.

வருவேன், செய்தான், செத்தது, போகும், நடந்தோம், எழுதி னார்கள், போகின்றோம், ஆடின, இருக்கின்றன, நடப்பார்கள்.

2. எதிர்மறை வினைமுற்று

போகவில்லை, போகாது, போகமாட்டான் போன்றவற்றை எதிர்மறை வினைமுற்று என்போம். இவை வினை நிகழாமையை உணர்த்து கின்றன. போனேன், போனது, போவேன் என்பனபோல் வினை நிகழ்வினை உணர்த்தும் வினைகள் உடன்பாட்டு வினைகள். வினை நிகழாமையை உணர்த்தும் வினைகள் எதிர்மறை வினைகள்.

தற்காலத் தமிழில் பின்வரும் ன்று வகைகளில் எதிர் மறை வினைமுற்றுகள் அமைகின்றன.

1. -ஆ-, -ஆத்- ஆகிய எதிர்மறை இடைநில்ை பெறுவன.

அஃறிணை ஒன்றன்பால், பலவின்பால் வினைகள் மட்டும் -ஆ- இடைநிலை பெறுகின்றன. எடுத்துக்காட்டு:

அது வராது / நிற்காது / போகாது
அவை வரா / நிற்கா / போகா

இது எதிர்காலத்திலும், வழமைப் பொருளிலும் மட்டும் பயன் படுத்தப்படும்.

எதிர்மறை ஏவல் வினைமுற்று -ஆத்- என்னும் இடைநிலை பெறுகின்றது. எடுத்துக்காட்டு:

வராதே, போகாதே

2. -மாட்டு- என்னும் எதிர்மறை இடைநிலை பெறுவன. இவ் எதிர்மறை வினைகள் பின்வரும் அமைப்பு உடையன: (செய்ய) வினைஎச்சம்+மாட்டு+திணை, பால், விகுதி

எடுத்துக்காட்டு:

செய்யமாட்டேன்	செய்யமாட்டோம்	செய்யமாட்டாய்
செய்யமாட்டான்	செய்யமாட்டாது	செய்யமாட்டார்கள்

இது எதிர்காலத்திலும், வழமைப் பொருளிலும் பயன்படுத்தப் படும்.

3. இல்லை என்னும் எதிர்மறை வினை பெற்றுவருவன. இவ்வினைகள் பின்வரும் அமைப்பு உடையன (செய்ய) வினை எச்சம்+இல்லை. எடுத்துக்காட்டு:

நான் போகவில்லை
நீ போகவில்லை
அவன் போகவில்லை
அது போகவில்லை

இது தன்மை, முன்னிலை, படர்க்கை எல்லாவற்றுக்கும் பொது வானது. முக்காலத்துக்கும் பொதுவானது. எடுத்துக்காட்டு:

நான் நேற்றுப் போகவில்லை
நான் இப்போது போகவில்லை
நான் நாளைக்குப் போகவில்லை

(இல்லை என்ற எதிர்மறை பற்றிய விரிவான விளக்கத்திற்கு தொடரியல்-எதிர்மறை வாக்கிம் என்ற பிரிவைப் பார்க்கவும் பக். 200-204).

3. ஏவல் வினைமுற்று

முன்னிலையில் இருப்போரை ஒரு வினையை நிகழ்த்துமாறு ஏவுதற்குப் பயன்படும் வினை வடிவம் ஏவல் வினை எனப்படும். ஏவல் வினைகளை ஏவல் ஒருமை, ஏவல் பன்மை என இரு வகைப் படுத்தலாம்.

ஏவல் ஒருமை வினைமுற்று

வினையடிகளே ஏவல் ஒருமை வினைகளாவும் பயன்படுகின்றன. வா, போ, இரு, நில், எழுது, நடத்து, உருட்டு, புரட்டு, கைவிடு, எடுத்துக் கொள், செய்துகாட்டு என்பன ஏவல் ஒருமை வினைமுற்றுகளாகும்.

எதிர்மறை ஏவல் ஒருமை வினைமுற்று

இது வினையடி+ஆத்+ஏ என்னும் அமைப்புடையது. இங்கு -ஆத்- என்பது எதிர்மறை ஏவல் இடைநிலையாகும். -ஏ என்பது எதிர்மறை ஏவல் விகுதியாகும்.

செய்யாதே	←	(செய்+ஆத்+ஏ)	போகாதே	←	(போ+ஆத்+ஏ)
நில்லாதே	←	(நில்+ஆத்+ஏ)	கைவிடாதே	←	(கைவிடு+ஆத்+ஏ)

ஏவல் பன்மை வினைமுற்று

வினையடியுடன் ஏவல் பன்மை விகுதிகள் இணைந்து ஏவல் பன்மை வினைமுற்று அமைகின்றது. இதன் அமைப்பைப் பின்வருமாறு விளக்கலாம்:

வினையடி+ஏவல் பன்மை விகுதி

-(உ)ங்கள் என்பது ஏவல் பன்மை விகுதியாகும். சில வினைகளுடன் -உங்கள் வருகின்றது. சில வினைகளுடன் -ங்கள் வருகின்றது.

போங்கள் ← (போ+ங்கள்)
எடுங்கள் ← (எடு+ங்கள்)
நடத்துங்கள் ← (நடத்து+ங்கள்)
செய்யுங்கள் ← (செய்+உங்கள்)
நில்லுங்கள் ← (நில்+உங்கள்)
பாருங்கள் ← (பார்+உங்கள்)
வாருங்கள் ← (வா(ர்)+உங்கள்)

ஏவல் பன்மை வினைமுற்று பன்மையை உணர்த்தவும், ஒருமைப் பெயர்களுடன் மரியாதை உணர்த்தவும் பயன்படுகின்றன.

மாணவர்களே வாருங்கள்(பன்மை)
அப்பா வாருங்கள் (மரியாதை ஒருமை)

எதிர்மறை ஏவல் பன்மை வினைமுற்று

எதிர்மறை ஏவல் பன்மை வினைமுற்று பின்வரும் அமைப்புடையது: வினையடி+ஆத்+ஈர்கள். -ஆத்- என்பது எதிர்மறை இடைநிலை. -ஈர்கள் முன்னிலைப் பன்மை விகுதி. எடுத்துக்காட்டு:

செய்யாதீர்கள் ← (செய்+ஆத்+ஈர்கள்)
போகாதீர்கள் ← (போ(க்)+ஆத்+ஈர்கள்)
ஓடாதீர்கள் ← (ஓடு+ஆத்+ஈர்கள்)

எதிர்மறைப் பன்மை ஏவலும் பன்மைப் பொருளிலும், மரியாதை ஒருமையிலும் பயன்படுத்தப்படுகின்றது. எடுத்துக்காட்டு:

பிள்ளைகளே இங்கு நிற்காதீர்கள் (பன்மை)
தம்பி இங்கு நிற்காதீர்கள் (மரியாதை ஒருமை)

கடப்பாட்டு ஏவலும் விருப்பு ஏவலும்

ஏவல் வினையைக் கடப்பாட்டு ஏவல், விருப்பு ஏவல் என இரண்டாகப் பிரிப்பர். இதுவரை நோக்கிய ஏவல் வினை வடிவங்கள் எல்லாம் கடப்பாட்டு ஏவல் வகையைச் சேர்ந்தவை.

நட, வா, நில்
நடங்கள், வாருங்கள், நில்லுங்கள்
நடக்காதே, வராதே, நிற்காதே
நடக்காதீர்கள், வராதீர்கள், நிற்காதீர்கள்

இந்த ஏவல் வினைகளைப் பயன்படுத்துபவர், கேட்பவர் இவற்றுக்கு ஏற்ப செயற்பட வேண்டும் என்று எதிர்பார்க்கிறார். கேட்போர் இவற்றுக்கேற்ப செயற்படாது இருக்கலாம். ஆனால், ஏவுவோர் அதைக் கட்டாயம் எதிர்பார்க்கிறார். ஆகையினால், இவ்வகை ஏவல்கள் கடப்பாட்டு ஏவல் எனப்படுகின்றன.

வாவேன், நில்லேன், செய்யேன்
வாருங்களேன், நில்லுங்களேன், செய்யுங்களேன்

என்பன போன்று -ஏன் விகுதி பெற்ற ஏவல்கள் விருப்பு ஏவல் எனப்படும். இவ்வினைகள் வினையடி + (பன்மை விகுதி) + ஏன் என்னும் அமைப்புடையன. இவை ஏவுவோரின் கட்டளையாக இல்லாமல் விருப்பத்தைத் தெரிவிப்பனவாக உள்ளன. அதனால் இவை விருப்பு ஏவல் எனப்படும். எடுத்துக்காட்டு:

நாளைக்கு வீட்டுக்கு வாவேன்; நிறையப் பேசலாம்
துணைக்கு நீங்கள்கூடப் போங்களேன்

இவ்வாக்கியங்களில் வாவேன், போங்களேன் என்பவை பேசுவோனின் கட்டளையாக அன்றி, விருப்பத்தை வெளிப்படுத்துபவையாக அமையக் காணலாம். இத்தகைய விருப்பு ஏவல் வடிவங்கள் பேச்சுத் தமிழிலேயே பெரிதும் வழங்குகின்றன.

4. வியங்கோள் வினைமுற்று

வருக, வாழ்க, வளர்க, ஒழிக, வீழ்க, செல்க, எழுதுக என வினையடியுடன் -க விகுதி பெற்றுவரும் வினைகள் வியங்கோள் வினை எனப்படும்.

இவ்வினை வடிவம் ஒருவரை வாழ்த்துதற்கு, அல்லது அவர் மீதுள்ள எதிர்ப்பை அல்லது வெறுப்பைத் தெரிவிப்பதற்கு, அல்லது

ஒருவரிடம் ஒரு காரியத்தைச் செய்யுமாறு வினயமாக வேண்டிக் கொள்வதற்குப் பயன்படுத்துகின்றது.

நீங்கள் நீடூழி வாழ்க
உங்கள் வாழ்வில் இன்பம் மலர்க
நீங்கள் எல்லாச் செல்வமும் பெறுக
கல்வியில் இன்னும் இன்னும் முன்னேறுக

இங்கு வாழ்க, மலர்க, பெறுக, முன்னேறுக என்பன ஒருவரை வாழ்த்துவதற்குப் பயன்பட்டுள்ளன.

வறுமை ஒழிக
கொடுங்கோல் அரசு வீழ்க
அறியாமை இருள் அழிக
நீ நாசமாய்ப் போக

இங்கு ஒழிக, வீழ்க, அழிக, நாசமாய்ப்போக என்பன வெறுப்பை, எதிர்ப்பைத் தெரிவிக்கப் பயன்பட்டுள்ளன.

ஐந்து வினாக்களுக்கு மட்டும் விடை எழுதுக
உங்கள் பிரச்னைகளை அமைச்சரிடம் கூறுக
விண்ணப்பங்களை என்னிடம் தருக

இங்கு எழுதுக, கூறுக, தருக என்பன ஒருவரிடம் வினயமாக வேண்டிக் கொள்வதற்குப் பயன்பட்டுள்ளன.

பழந்தமிழில் -இய, -இயர் ஆகிய விகுதிகளும் வியங்கோள் வினை விகுதிகளாக வழங்கின. எடுத்துக்காட்டு: வாழிய, வாழியர்

தற்காலத்தில் இவை வழங்குவதில்லை. வாழிய கவிதைகளில் அரிதாக வழங்குகின்றது. எடுத்துக்காட்டு:

வாழ்க நிரந்தரம் வாழ்க தமிழ்மொழி
வாழிய வாழியவே *(பாரதியார் பாடல்)*

தற்காலத் தமிழில் - அட்டும் என்பதும் வியங்கோள் வினை விகுதியாகப் பயன்படுகின்றது.

அவர்கள் நீடூழி வாழட்டும்
அவர்கள் வாழ்வில் இன்பம் மலரட்டும்
அறியாமை இருள் அகலட்டும்
அநியாயக்காரர்கள் அழிந்து ஒழியட்டும்
மழை பொழியட்டும்
வையம் செழிக்கட்டும்

-அட்டும் வேண்டுதல் பொருளில் வருவதில்லை. வாழ்த்து, வெறுப்பு, விருப்பு ஆகிய பொருள்களிலேயே வருகின்றது. வியங் கோள் வினைகள் முன்னிலையிலும் படர்களையிலுமே வருகின்றன.

பயிற்சி

பின்வரும் வாக்கியங்களில் வரும் வியங்கோள் வினைகள் யாவை? அவை எப்பொருளில் வந்துள்ளன என்பதைக் குறிப்பிடுக:

1. உங்கள் வாழ்வில் துன்பம் அகன்று இன்பம் பெருகுக.
2. அவரது ஆன்மா சாந்தி அடைக.
3. எல்லா வினாக்களுக்கும் விடை தருக.
4. இனவெறி ஒழிக.
5. சமத்துவம் ஓங்குக.
6. அமைச்சரிடம் முறையிடுக.

10

எச்சவினை: அதன் அமைப்பும் வகைகளும்

இவ்வதிகாரத்தில் எச்சவினையின் அமைப்பு, அதன் வகைகள் என்பன விளக்கப்படுகின்றன.

திணை, பால், எண், இட விகுதி பெறாது, எச்சவினை விகுதிகளைப் பெற்றுவரும் வினைகள் எச்சவினைகள் எனப்படும்.

வந்த, வருகின்ற, வரும்
வர, போக, இருக்க
வந்து, போய், இருந்து
வந்தால், போனால், இருந்தால்

போன்ற அமைப்பில் வரும் வினைகள் எச்சவினைகளாகும். தமிழ் இலக்கணக்காரர் எச்சவினைகளைப் பெயரெச்சம், வினையெச்சம் என இரு வகைப்படுத்துவர்.

1. பெயரெச்சம்

செய்த, செய்கின்ற, செய்யும் என்னும் அமைப்பில் வரும் எச்ச வினைகளைப் பெயரெச்சம் என்பர். இவை பெயர்ச்சொற்களைக் கொண்டு முடிவதனால் பெயெரச்சம் எனப்படுகின்றன. எடுத்துக் காட்டு:

செய்த வேலை செய்கின்ற வேலை செய்யும் தொழில்

பெயரெச்சங்கள் இறந்தகாலம், நிகழ்காலம், எதிர்காலம் ஆகிய ன்று காலங்களையும் உணர்த்துகின்றன. இறந்தகால, நிகழ்காலப் பெயரெச்சங்கள் இடைநிலைகளால் காலம் உணர்த்தும். எதிர்காலப் பெயரெச்சம் விகுதியால் காலம் உணர்த்தும். அவ்வகையில் இறந்த கால நிகழ்காலப் பெயரெச்சங்கள் ஒருவகை அமைப்பும், எதிர் காலப் பெயரெச்சங்கள் வேறுவகை அமைப்பும் உடையன.

இறந்தகால, நிகழ்காலப் பெயரெச்சங்கள் பின்வரும் அமைப் புடையன:

வினையடி+கால இடைநிலை+-அ

இங்கு -அ பெயரெச்ச விகுதியாகும். எடுத்துக்காட்டாக,

இறந்தகாலப் பெயரெச்சம்:

செய்த → செய்+த்+அ

வந்த	→ வா+ந்த்+அ	→ (வ+ந்த்+அ)
படித்த	→ படி+த்த்+அ	
கண்ட	→ காண்+ட்+அ	→ (கண்+ட்+அ)
நின்ற	→ நில்+ற்+அ	→ (நின்+ற்+அ)
ஓடிய	→ ஓடு+இ+அ	
போன	→ போ+ன்+அ	

நிகழ்காலப் பெயரெச்சம்:

செய்கிற	→ செய்+கிற்+அ	
வருகிற	→ வா+கிற்+அ	→ (வரு+கிற்+அ)
படிக்கிற	→ படி+க்கிற்+அ	
காண்கிற	→ காண்+கிற்+அ	
நிற்கிற	→ நில்+கிற்+அ	→ (நிற்+கிற்+அ)
ஓடுகிற	→ ஓடு+கிற்+அ	
போகிற	→ போ+கிற்+அ	

இப்பெயரெச்சங்களில் -கிற்- இடைநிலைக்குப் பதிலாக -கின்ற்- இடைநிலையும் வரலாம்.

எதிர்காலப் பெயரெச்சம்:

எதிர்காலப் பெயரெச்சம் வினையடி + உம் என்னும் அமைப்புடையது.

செய்யும்	→ செய்+உம்	
வரும்	→ வா+உம்	→ (வர்+உம்)
படிக்கும்	→ படி+உம்	→ (படி+க்க்+உம்)
காணும்	→ காண்+உம்	
நிற்கும்	→ நில்+உம்	→ (நிற்+க்+உம்)
ஓடும்	→ ஓடு+உம்	
போகும்	→ போ+உம்	→ (போ+க்+உம்)

எதிர்காலப் பெயரெச்சமும், அஃறிணை ஒன்றன்பால், பலவின்பால் வினைமுற்றும் ஒரே வடிவம் உடையன என்பது கவனிக்கத் தக்கது. அதாவது அவையெல்லாம் வினையடி + உம் என்னும் அமைப்புடையன.

நாளை வரும் மனிதன்
நாளை வரும் பிள்ளைகள்
நாளை வரும் கடிதம்
நாளை வரும் மாடுகள்

மேல் உள்ள தொடர்களில் வரும் என்பது பெயரெச்சமாகும்.

நாளை கடிதம் வரும்
நாளை பணம் வரும்

நாளை வண்டி வரும்

மேல் உள்ள வாக்கியங்களில் வரும் என்பது அஃறிணை ஒன்றன் பால் எதிர்கால வினைமுற்று.

இனி பறவைகள் கூட்டுக்கு வரும்
நாளைக்கு எனக்குக் கடிதங்கள் வரும்
துன்பங்கள் தொடர்ந்து வரும்

மேல் உள்ள வாக்கியங்களில் வரும் என்பது அஃறிணைப் பலவின்பால் எதிர்கால வினைமுற்று.

பயிற்சி

பின்வரும் வினைகள் ஒவ்வொன்றும் பெயரெச்சமாகவும், ஒன்றன் பால், பலவின்பால் வினைமுற்றுகளாகவும் வர வாக்கியம் அமைக்குக.

1. பறக்கும் 2. நடக்கும் 3. போகும் 4. இனிக்கும் 5. ஓடும்

எதிர்மறைப் பெயரெச்சம்

செய்யாத, வராத, போகாத போன்ற எச்சம் எதிர்மறைப் பெயரெச்சம் எனப்படும். எதிர்மறைப் பெயரெச்சம் கால இடைநிலை பெற்றுக் காலம் காட்டுவதில்லை. அது முக்காலத்துக்கும் பொதுவானது.

எடுத்துக்காட்டு:

நேற்றுச் செய்யாத வேலை
இப்போது செய்யாத வேலை
நாளைக்குச் செய்யாத வேலை

எதிர்மறைப் பெயரெச்சம் வினையடி+ஆத்+அ என்னும் அமைப்புடையது.

செய்யாத	→	செய்+ஆத்+அ	
வராத	→	வா+ஆத்+அ	→ (வர்+ஆத்+அ)
படிக்காத	→	படி+ஆத்+அ	→ (படி+க்க்+ஆத்+அ)
காணாத	→	காண்+ஆத்+அ	
நிற்காத	→	நில்+ஆத்+அ	→ (நிற்+க்+ஆத்+அ)
ஓடாத	→	ஓடு+ஆத்+அ	

பயிற்சி

பின்வரும் எதிர்மறைப் பெயரெச்சங்களைப் பிரித்துக் காட்டுக.

இருக்காத, பார்க்காத, கொடுக்காத, உண்ணாத, இல்லாத, எடுக்காத, சாகாத, நில்லாத, மின்னாத

2. வினையெச்சம்

செய்ய, செய்து, செய்தால் என்னும் அமைப்பைக் கொண்ட எச்ச வினைகளை வினை எச்சம் என்பர். இவை வினைச்சொற்களைக் கொண்டு முடிவதனால் வினை எச்சம் எனப்படுகின்றன. சில எடுத்துக்காட்டுகள்:

செய்ய வேண்டும்
தரச் சொன்னார்
போக விரும்பினேன்
செய்து முடித்தேன்
வந்து தருகிறேன்
போய்ப் பார்க்கிறேன்
செய்தால் தருவேன்
போனால் வரமாட்டாய்
இருந்தால் பார்க்கலாம்

நன்னூல் பின்வரும் 12 வினை எச்ச வாய்ப்பாடுகளைத் தருகின்றது:

செய்து, செய்பு, செய்யா, செய்யூ, செய்தென, செய, செயின், செய்யிய, செய்யியர், வான், பான், பாக்கு

இவற்றுள் தற்காலத் தமிழில் செய்து, செய(செய்ய), செயின் (செய்யின், செய்தால்) ஆகிய வடிவங்களே வழக்கில் உள்ளன.

வினை எச்சங்கள் காலம்காட்டும் என்று இலக்கண நூல்கள் கூறுகின்றன. செய்து, செய்பு, செய்யா, செய்யூ, செய்தென ஆகிய ஐந்து வினையெச்ச வடிவங்களும் இறந்தகாலம் காட்டும் என்றும், செய (செய்ய) என்பது நிகழ்காலம் காட்டும் என்றும், செயின் (செய்தால்), செய்யிய, செய்யியர், வான், பான், பாக்கு ஆகிய ஆறும் எதிர்காலம் காட்டும் என்றும் நன்னூல் கூறுகின்றது. தற்கால மொழியியல் அறிஞர்கள் வினையெச்சம் காலம்காட்டுவதில்லை என்பர். அவை முக்காலத்திலும் பயன்படுத்தப்படுகின்றன என விளக்குவர். பின்வரும் எடுத்துக்காட்டுகளை நோக்குக:

நான் இந்த வேலையை நேற்றுச் செய்து முடித்தேன்
நான் இந்த வேலையை இப்பொழுது செய்து கொண்டிருக்கிறேன்
நான் இந்த வேலையை நாளைக்குச் செய்து முடிப்பேன்

மேல் உள்ள வாக்கியங்களில் செய்து என்னும் வினையெச்சம் ன்று காலத்திலும் வருகின்றது. அதனை அடுத்துவரும் முடிக்கும் வினைச்சொல்லே வெவ்வேறு காலங்களை உணர்த்துகின்றது. செய்து என்னும் வினையெச்சத்தில் உள்ள இடைநிலை -த்- (செய்+த்+உ) இங்கு இறந்தகாலத்தை உணர்த்தவில்லை.

நான் நேற்று இதைச் செய்ய நினைத்தேன்
நான் இப்பொழுதே இதைச் செய்ய வேண்டும்
நான் நாளைக்கு இதைச் செய்ய வேண்டும்

மேல் உள்ள வாக்கியங்களில் செய்ய என்னும் வினையெச்சம் முக்காலத்திலும் வந்திருக்கக் காணலாம்.

3. வினை எச்சங்களின் அமைப்பும் பயன்பாடும்

செய்து, செய்ய, செய்தால் ஆகிய ன்று வகையான வினை எச்சங்களின் அமைப்பையும் அவற்றின் பயன்பாட்டையும் இங்கு நோக்கலாம்.

செய்து என்னும் வாய்ப்பாட்டு வினை எச்சம்

செய்து, படித்து, நடந்து, கண்டு, கற்று, விட்டு, ஓடி, போய் என்பன செய்து என்னும் வாய்ப்பாட்டு வினை எச்ச வகையைச் சேர்ந்தவை. இவற்றுள் பல வினையடி + இறந்தகால இடைநிலை + உ என்னும் அமைப்புடையவை. எடுத்துக்காட்டு:

செய்து	→	செய்+த்+உ
படித்து	→	படி+த்த்+உ
நடந்து	→	நட+ந்த்+உ
கண்டு	→	காண்+ட்+உ
கற்று	→	கல்+ற்+உ
விட்டு	→	விடு → விட்ட்+உ

ஓடி என்னும் வினை எச்சம் ஓடு+இ என்ற அமைப்புடையது. இதில் வரும் இயும் இறந்தகால இடைநிலையாகும். இறந்தகாலம் காட்ட இன்/இ என்னும் இடைநிலை ஏற்கும் வினைகள் எல்லாம் (எடுத்துக்காட்டு: ஓடு, பாடு, காட்டு, தேடு, வருந்து, அருந்து) செய்து என்னும் வாய்ப்பாட்டு வினை எச்ச வடிவம் பெற வினையடியுடன் இகர ஈறு பெறுகின்றன (எடுத்துக்காட்டு: ஓடி, பாடி, கூடி, தேடி, வருந்தி, அருந்தி) போ என்னும் வினை மட்டும் போய் என்னும் வினை எச்ச வடிவத்தைப் பெறுகின்றது.

செய்து என்னும் வாய்ப்பாட்டு வினை எச்சங்கள் இறந்தகால இடைநிலை பெற்றிருந்தாலும் அவை இறந்தகாலம் காட்டுவதில்லை. முக்காலத்துக்கும் பொதுவானவை என்பது முன்பு விளக்கப்பட்டது. இவ்வினை எச்சங்களில் உள்ள கால இடைநிலைகள் காலப் பெருண்மையை இழந்தவை எனலாம்.

பயிற்சி

பின்வரும் வினையடிகளைச் செய்து என்னும் வாய்ப்பாட்டு வினை எச்சமாக மாற்றுக.

வா, சா, தா, பார், பெய், நில், ஆகு, நீட்டு,
சொல், கொல், எடு, ஆடு, குளிர், பசி, அருள்

எதிர்மறை வினை எச்சம்

செய்து என்னும் வாய்ப்பாட்டு வினை எச்சங்களுக்கு செய்யாமல், செய்யாது என இருவகையான எதிர்மறை வினை எச்ச வடிவங்கள் உள்ளன. செய்யாமல் என்னும் எதிர்மறை வினை எச்சம் வினையடி+ ஆ+மல் என்னும் அமைப்புடையது. இங்கு -ஆ- எதிர்மறை இடை நிலையாகும். -மல் என்பது எதிர்மறை வினை எச்ச விகுதியாகும். செய்யாது என்னும் எதிர்மறை வினை எச்சம் வினையடி+ஆத்+உ என்னும் அமைப்புடையது. இங்கு -ஆத்- என்பது எதிர்மறை இடை நிலை, -உ என்பது வினை எச்ச விகுதியாகும்.

செய்யாமல்	செய்யாது	படிக்காமல்	படிக்காது
நடக்காமல்	நடக்காது	காணாமல்	காணாது
கற்காமல்	கற்காது	விடாமல்	விடாது
ஓடாமல்	ஓடாது	போகாமல்	போகாது

பயிற்சி

மேலே தரப்பட்ட வினை எச்சங்களை வினையடி, எதிர்மறை இடை நிலை, வினை எச்ச விகுதி எனப் பிரித்துக்காட்டுக.

செய்து என்னும் வாய்ப்பாட்டு வினை எச்சங்களின் பயன்பாடு

செய்து என்னும் வாய்ப்பாட்டு வினை எச்சங்கள் 1. கூட்டுவினை களை ஆக்குவதற்கும், 2. வாக்கிங்களை ஒன்றோடு ஒன்று இணைப் பதற்கும் பயன்படுகின்றன.

1. கூட்டுவினை ஆக்கம். வினை+வினை = வினை என்னும் அமைப் புடைய கூட்டு வினைகளில் முதல் வினை செய்து என்னும் வாய்ப்பாட்டு வினை எச்ச வடிவில் அமைகின்றது. எடுத்துக்காட்டு:

எடுத்துவை	←	எடுத்து+வை
செய்து முடி	←	செய்து+முடி
பார்த்துக்கொள்	←	பார்த்து+கொள்
ஓடிப்போ	←	ஓடி+போ
போய்த்தொலை	←	போய்+தொலை
எண்ணிப்பார்	←	எண்ணி+பார்

2. வாக்கிய இணைப்பு. இரண்டு வாக்கியங்களை இணைப்பதற்கு தமிழில் பல வழிகள் உள்ளன. அவற்றில் ஒன்று, வினை எச்சங் களைப் பயன்படுத்தி இணைப்பதாகும். இவ்வகையில், செய்து வினை எச்சம் வாக்கிய இணைப்புக்குப் பயன்படுகின்றது.

தம்பி வீட்டுக்கு வந்தான், தம்பி அம்மாவைப் பார்த்தான். இவ்விரு வாக்கியங்களும் தம்பி வீட்டுக்கு வந்து அம்மாவைப் பார்த்தான் என இணைக்கப்படுகின்றன. முதல் வாக்கியத்தின் பயனிலையான வந்தான் என்னும் இறந்தகால வினைமுற்று இணைக்கப்பட்ட வாக்கியத்தில் வந்து என்னும் வினை எச்சமாக மாற்றப்படுகின்றது.

நான் கொழும்புக்குப் போவேன்
நான் மாமாவைச் சந்திப்பேன்

இவ்விரு வாக்கியங்களும் நான் கொழும்புக்குப் போய் மாமாவைச் சந்திப்பேன் என இணைக்கப்படுகின்றன. முதல் வாக்கியத்தின் பயனிலையான போவேன் என்னும் எதிர்கால வினைமுற்று இணைக்கப்பட்ட வாக்கியத்தில் போய் என்னும் வினை எச்சமாக மாற்றப்படுகின்றது.

செய்ய என்னும் வாய்ப்பாட்டு வினை எச்சம்

செய்ய, படிக்க, நடக்க, காண, கற்க, விட, ஓட, போக என்பன செய்ய என்னும் வாய்ப்பாட்டு வினை எச்ச வகையைச் சேர்ந்தவை. இவையெல்லாம் வினையடி + அ என்னும் அமைப்புடையன

-அ என்பது இங்கு செய்ய வினை எச்ச விகுதியாகும். வினை எச்ச விகுதி சேரும்போது சில வினையடிகள் மாற்றம் அடைவதில்லை. சில மாற்றம் அடைகின்றன. எடுத்துக்காட்டு:

காண	← காண் + அ	மாற்றம் இல்லை
செய்ய	← செய் + ய் + அ	ஈற்று மெய் இரட்டித்தல்
விட	← விடு + அ	ஈற்று உகரம் கெடுதல்
ஓட	← ஓடு + அ	
கற்க	← கல் + க் + அ	ககர மெய் தோன்றுதல்
போக	← போ + க் + அ	
படிக்க	← படி + க்க் + அ	இரு ககர மெய்கள் தோன்றுதல்
நடக்க	← நட + க்க் + அ	
வர	← வா + ர் + அ	நெடில் குறிலாகி லகர மெய் தோன்றுதல்

பயிற்சி

பின்வரும் வினையடிகளைச் செய்ய என்னும் வாய்ப்பாட்டு வினை எச்சங்களாக மாற்றுக.

போ, நில், இரு, தின், வா, தா, உண், பார், சாய், எடு, காட்டு.

- அகர விகுதி பெறும் பொழுது ஏற்படும் மாற்றங்களைக் குறிப்பிடுக.

செய்ய என்னும் வினை எச்சத்தின் பயன்பாடு

செய்து என்னும் வினை எச்ச வகை போலவே செய்ய என்னும் வினை எச்சமும் 1. கூட்டுவினைகளை ஆக்குவதற்கும், 2. வாக்கியங்களை இணைப்பதற்கும் பயன்படுகின்றன.

1. கூட்டுவினை ஆக்கம். செய்ய வேண்டும், செய்யவில்லை, செய்யக் கூடும், செய்ய முடியும், செய்யப் பார்த்தேன், செய்யப்போகிறேன், செய்ய இருக்கிறேன் என்பன கூட்டுவினைகளாகும். செய்ய என்னும் வினை எச்சத்துடன் வேண்டும், இல்லை, கூடும், முடியும், பார், போ, இரு ஆகிய வினைகளைச் சேர்த்து இக்கூட்டுவினைகள் ஆக்கப்பட்டுள்ளன. இவற்றுள் செய்ய என்பதை முதல் வினை என்றும், ஏனையவற்றைத் துணை வினை என்றும் அழைப்பர். அது பின்னர் விளக்கப்படும்.

2. வாக்கிய இணைப்பு. இரண்டு வாக்கியங்களை இணைப்பதற்கும் செய்ய என்னும் வாய்ப் பாட்டு வினை எச்சம் பயன்படுகின்றது. எடுத்துக்காட்டாக: கமலா ஆடினாள்; கண்ணன் பாடினான். இவ்விரு வாக்கியங்களையும் கமலா ஆட கண்ணன் பாடினான் என இணைக் கலாம். இங்கு முதல் வாக்கியத்தின் பயனிலையாகிய ஆடினாள் என்பது இணைக்கப்பட்ட வாக்கியத்தில் ஆட என்னும் வினை எச்ச வடிவம் பெற்றுள்ளது.

நான் நண்பனைப் பார்க்கக் கொழும்புக்குப் போனேன்

இவ்வாக்கியம் இரண்டு வாக்கியங்களின் இணைப்பு ஆகும். 'நான் கொழும்புக்குப் போனேன்' என்பது இதன் தலைமை வாக்கியம். நண்பனைப் பார் என்னும் துணை வாக்கியம் நண்பனைப் பார்க்க என்னும் வினை எச்சத் தொடராக மாற்றப்பட்டு, பிரதான வாக்கியத்துக்குள் இணைக்கப்பட்டுள்ளது. கொழும்புக்குப் போனதற்குரிய நோக்கத்தை அல்லது காரணத்தை இணைக்கப்பட்ட எச்சத் தொடர் விளக்குகின்றது. இவ்வாறான வாக்கிய இணைப்புகளுக்குச் செய்ய என்னும் வினை எச்ச வடிவம் பயன்படுகின்றது. இது தொடரியலில் விளக்கப்படும்.

10.3.3 செய்தால் என்னும் வாய்ப்பாட்டு வினை எச்சம்

செய்தால், படித்தால், நடந்தால், கண்டால், கற்றால், விட்டால், ஓடினால், போனால் என்பன செய்தால் என்னும் வாய்ப்பாட்டு வினை எச்ச வடிவங்களாகும். இவற்றை நிபந்தனை வினை எச்சம் என்றும் கூறுவர். இந்த வடிவங்கள் எல்லாம்

வினையடி+இறந்தகால இடைநிலை+ஆல்

என்னும் அமைப்புடையன. இங்கு -ஆல் நிபந்தனை வினை எச்ச விகுதியாகும். இவற்றில் இடம்பெறும் இறந்தகால இடைநிலைகள் இறந்தகாலம் உணர்த்துவதில்லை. பொதுவாக அவை எதிர்காலத் திலேயே பயன்படுத்தப்படுகின்றன. எடுத்துக்காட்டு:

நீ வீட்டுக்கு வந்தால் நான் பணம் தருவேன்

நிபந்தனை வினை எச்சத்தை இறந்தகாலப் பொருளில் பயன் படுத்த வேண்டுமானால் அதனுடன் இரு என்னும் துணை வினை சேர்க்க வேண்டும். எடுத்துக்காட்டு: செய்திருந்தால், படித்திருந்தால், நடந்திருந்தால், கண்டிருந்தால்

நீ நன்றாகப் படித்திருந்தால் பரீட்சையில் சித்தி அடைந்திருப்பாய்
நீ நேற்று வந்திருந்தால் உனக்குப் பணம் தந்திருப்பேன்

இவ்வாக்கியங்களில் படித்திருந்தால், வந்திருந்தால் ஆகிய நிபந்தனை எச்சங்கள் இரு என்ற துணைவினை இணைந்தபின் இறந்தகாலப் பொருண்மை உணர்த்துகின்றன.

பயிற்சி

பின்வரும் நிபந்தனை வினை எச்சங்களை

வினையடி+கால இடைநிலை+விகுதி எனப் பிரித்து எழுதுக?

நின்றால், நடந்தால், போனால், படித்தால், வைத்தால், ஓடினால், உண்டால், வென்றால், பார்த்தால், ஏறினால்.

எதிர்மறை நிபந்தனை வினை எச்சம்

செய்யாவிட்டால், படிக்காவிட்டால், நடக்காவிட்டால், காணா விட்டால், கற்காளவிட்டால், விடாவிட்டால், ஓடாவிட்டால், போகா விட்டால் என்பன எதிர்மறை நிபந்தனை எச்ச வடிவங்களாகும். இவை வினையடி+ஆ+விட்டால் என்னும் அமைப்புடையன. இங்கு -ஆ எதிர்மறை இடை நிலை, விட்டால் எதிர்மறை நிபந்தனை வினை எச்ச விகுதி.

நிபந்தனை வினை எச்சத்தின் பயன்பாடு

நிபந்தனை வினை எச்சம் வாக்கிய ஆக்கத்தில் பெரிதும் பயன்படு கின்றது. அது ஒரு துணை வாக்கியத்தைத் தலைமை வாக்கியத்துடன் இணைக்கின்றது. தலைமை வாக்கியத்தில் கூறப்படும் செயல் நிகழ்வுக்கு துணை வாக்கியத்தில் கூறப்படும் செயல் நிகழ்வு ஒரு நிபந்தனையாகச் சுட்டப்படுகிறது.

நீ வீட்டுக்கு வந்தால் நான் பணம் தருவேன்

இவ்வாக்கியத்தில் நான் பணம் தருவேன் என்பது தலைமை வாக்கியம். நீ வீட்டுக்கு வா என்பது துணை வாக்கியம். பணம் தருவதற்கு வீட்டுக்கு வருதல் ஒரு நிபந்தனையாகக் கூறப்படு கின்றது. அதனால், துணை வாக்கியத்தின் பயனிலையான வா என்பது வந்தால் என நிபந்தனை எச்சமாக மாற்றப்படுகின்றது.

வேற்றுமை உருபு -ஆலும் நிபந்தனை வினை விகுதி -ஆலும்

கருவி வேற்றுமை உருபு -ஆலும், நிபந்தனை வினை எச்ச விகுதி -ஆலும் வடிவத்தில் ஒன்றுபோல் இருந்தாலும் அவற்றின் பொருளும் பயன்பாடும் வேறு.

நீ வந்ததால் பணம் தருகிறேன்
நீ வந்தால் பணம் தருகிறேன்

இரண்டு வாக்கியங்களும் அமைப்பில் ஒன்றுபோல் தோன்றி னாலும் அவை பொருளில் வேறுபட்டவை. முதல் வாக்கியத்தில் உள்ள -ஆல் வேற்றுமை உருபு, வந்தது+ஆல் இங்கு வந்தது என்னும் தொழிற்பெயருடன் ஆல் உருபு இணைந்துள்ளது.

இரண்டாவது வாக்கியத்திலுள்ள -ஆல் நிபந்தனை வினை எச்ச விகுதி. (வந்து+ஆல்) இங்கு வந்து என்னும் வினை எச்சத்துடன் ஆல் விகுதி இணைந்துள்ளது. முதல் வாக்கியத்தில் பணம் தருவதற்குக் காரணமாக 'நீ' இன் வருகை கூறப்படுகின்றது. இரண்டாவது வாக்கியத்தில் பணம் தருவதற்கு நிபந்தனையாக 'நீ' வருவது முன்வைக்கப்படுகின்றது.

11
மேலும் சில வினை வகைகள்

1. செயப்படுபொருள் குன்றிய வினையும் குன்றா வினையும்

வினைச்சொற்களை செயப்படுபொருள் குன்றிய வினை, செயப்படு பொருள் குன்றா வினை எனவும் இரு வகைப்படுத்துவர்.

செயப்படுபொருள் குன்றா வினை

வாக்கியத்தில் செயப்படுபொருளை ஏற்றுவரக்கூடிய வினைகள் எல்லாம் செயப்படுபொருள் குன்றா வினைகள் எனப்படும். எடுத்துக் காட்டாக, சாப்பிடு, படி, எழுது, பார், தேடு, வெட்டு போன்ற வினைகள் வாக்கியத்தில் செயப்படுபொருளை ஏற்றுவரும். எடுத்துக்காட்டு:

நான் சோறு சாப்பிட்டேன்
நான் கவிதை படித்தேன்
நான் கடிதம் எழுதினேன்
நான் நண்பனைப் பார்த்தேன்
நான் புத்தகத்தைத் தேடினேன்
நான் நகம் வெட்டினேன்

மேல் உள்ள வாக்கியங்களில் சோறு, கவிதை, கடிதம், நண்பன், புத்தகம், நகம் என்பன செயப்படுபொருள்களாகும். சாப்பிடு, படி, எழுது முதலிய வினைகள் எதை என்னும் வினாவுக்கு விடை தரக் கூடியவையாக உள்ளன. எதை உண்ண? எதைப் படிக்க? எதை எழுத? முதலிய வினாக்களுக்கு, சோறு சாப்பிடு, வடை சாப்பிடு, தோசை சாப்பிடு, இடியப்பம் சாப்பிடு என ஏதாவது விடை கூறமுடியும். இத்தகைய வினைகளே செயப்படுபொருள் குன்றா வினைகள் எனப்படுகின்றன.

செயப்படுபொருள் குன்றிய வினை

சில வினைகள் வாக்கியத்தில் செயப்படுபொருளை ஏற்பதில்லை. அவ்வாறு செயப்படுபொருளை ஏற்காத வினைகளே செயப்படு பொருள் குன்றிய வினைகள் எனப்படும்.

நட, வா, இரு, ஓடு, சிரி, அழு, இருமு முதலிய வினைகள் செயப்படு பொருள் குன்றிய வினைகளாகும்.

நான் தனிமையில் நடந்தேன்
நான் ஊருக்கு வந்தேன்
நான் கதிரையில் இருந்தேன்
நான் வேகமாக ஓடினேன்
நான் பலமாகச் சிரித்தேன்
நான் மௌனமாக அழுதேன்
நான் விடிய விடிய இருமினேன்

இவ்வாக்கியங்களில் செயப்படுபொருள் இல்லை. எதை என்னும் வினாவுக்கு இவ்வினைகள் விடை தருவதில்லை. *எதை நடந்தேன், *எதை வந்தேன், *எதை இருந்தேன் என நாம் வினவ முடியாது.

*என் நடையை நடந்தேன், *என் வருகையை வந்தேன், *என் இருப்பை இருந்தேன்

என நாம் பொதுவாகக் கூறுவதில்லை. ஆகவே, நட, வா, இரு போன்ற வினைகள் செயப்படுபொருள் ஏற்பதில்லை என்பது தெளிவு. எனினும்

அவன் தன் வழக்கமான சிரிப்பைச் சிரித்தான், நீ உன் அழுகையை அழுது முடி ஆகிய வாக்கியங்களில் சிரி, அழு ஆகிய செயப்படுபொருள் குன்றிய வினைகள் சிரிப்பு, அழுகை ஆகியவற்றைச் செயப்படு பொருளாகக் கொண்டிருக்கக் காணலாம். இத்தகைய பயன்பாடு அரிதாகும்.

பொது வினைகள்

சில வினைகள் செயப்படுபொருள் குன்றிய வினையாகவும் குன்றா வினையாகவும் உள்ளன. அதாவது, ஒரே வடிவம் இரண்டு வகை வினைகளாகவும் இருக்கக் காணலாம்.

எடுத்துக்காட்டாக: எரி, முறி, நனை, ஒடி போன்ற வினைகள் இத்தகையன. பின்வரும் வாக்கியங்களில் இவை செயப்படுபொருள் குன்றா வினைகளாகவும் குன்றிய வினைகளாகவும் வரக் காணலாம்.

மரத்தை எரித்தேன்   மரம் எரிந்தது
தடியை முறித்தேன்   தடி முறிந்தது
துணியை நனைத்தேன் துணி நனைந்தது
கிளையை ஒடித்தேன்   கிளை ஒடிந்தது

மேல் உள்ள வாக்கியங்களில் எரி, முறி, நனை, ஒடி ஆகிய வினைகள் பொது வினைகளாக இருக்கக் காணலாம். வினையடி வடிவத்தில் இவை ஒன்றாக இருப்பினும், இவற்றின் எச்ச வடிவங்

களும், இவை ஏற்கும் கால இடைநிலைகளும் வேறுபட்டவை. எடுத்துக்காட்டு:

எரி[1] – எரிய, எரிந்து, எரிந்தான், எரிகிறான், எரிவான்
எரி[2] – எரிக்க, எரித்து, எரித்தான், எரிக்கிறான், எரிப்பான்
முறி[1] – முறிய, முறிந்து, முறிந்தான், முறிகிறான், முறிவான்
முறி[2] – முறிக்க, முறித்து, முறித்தான், முறிக்கிறான், முறிப்பான்

எரி[1], முறி[1] ஆகியவை செயப்படுபொருள் குன்றிய வினைகள்.
எரி[2], முறி[2] ஆகியவை செயப்படுபொருள் குன்றா வினைகள்.

இத்தகைய வினைகள் சில தமிழ் மொழியில் உள்ளன. செயப்படு பொருள் ஏற்கும் வடிவத்தில் அவை செயப்படுபொருள் குன்றா வினைகளாகவும், செயப்படுபொருள் ஏற்கா வடிவத்தில் அவை செயப்படுபொருள் குன்றிய வினைகளாகவும் கருதப்படும். இரு தன்மையும் இருப்பதனால் அவை பொதுவினை எனப்பட்டன. செயப் படுபொருள் குன்றிய வடிவத்தில் அவை மெல்வினைகளாகவும் செயப்படுபொருள் குன்றாவடிவத்தில் அவை வல்வினைகளாகவும் உள்ளன.

பயிற்சி

பின்வரும் வினைகளுள் செயப்படுபொருள் குன்றிய வினைகளையும், குன்றா வினைகளையும், பொது வினைகளையும் வேறுபடுத்துக.

பாடு, விழு, நினை, மகிழ், குளி, பாய்
சிந்தி, குந்து, ஆடு, ஆட்டு, உருள்
உருட்டு, கொழுத்து, வளை, நெளி
நெருடு, நேசி, காதலி, வாழ்த்து
வாழ், நுழை, தட்டு, குத்து, குலுக்கு

2. செய்வினையும் செயப்பாட்டு வினையும்

எழுவாய்க்கும், வினைக்கும் இடையே உள்ள உறவின் அடிப்படை யில் வினைச்சொற்களை செய்வினை, செயப்பாட்டு வினை என இரு வகைப்படுத்தலாம்.

செய்வினை

எழுவாயைக் கருத்தாவாகக் கொள்ளும் வினைகளைப் பொதுவாகச் செய்வினை எனலாம்.

நான் கண்ணனைப் பார்த்தேன்
தம்பி கதவை டினான்

குழந்தை பால் குடித்தது

யானை பாகனைக் கொன்றது

மேல் உள்ள வாக்கிங்களில் பார்த்தேன், டினான், குடித்தது, கொன்றது ஆகிய வினைகள் உள்ளன. இவை முறையே நான், தம்பி, குழந்தை, யானை ஆகியவற்றை எழுவாயாகக் கொண்டுள்ளன. இங்கு எழுவாயே வினையின் கருத்தாவாகவும் உள்ளது. அதாவது, பார்த்தவன் நான், டினவன் தம்பி, குடித்தது குழந்தை, கொன்றது யானை. இவ்வாறு, எழுவாயைக் கருத்தாவாகக் கொள்ளும் வினைகள் செய்வினை களாகும். கருத்தாவே செய்யும் வினை ஆகையால் செய்வினை எனலாம். செய்வினைகள் வினையடி+கால இடைநிலை+திணைபால் எண் இட விகுதி என்னும் தெரிநிலை வினைமுற்று அமைப்புடையன.

செயப்பாட்டு வினை

செயப்படுபொருளை எழுவாயாகக் கொள்ளும் வினை செயப் பாட்டு வினை எனலாம். செயப்படுபொருள் குன்றா வினைகளே செயப்பாட்டு வினைகளாக அமையும். எடுத்துக்காட்டாக:

யானை பாகனைக் கொன்றது.

என்னும் வாக்கியத்தில் யானை எழுவாய், பாகன் செயப்படு பொருள். கொன்றது செய்வினை. பின்வரும் எடுத்துக்காட்டைப் பார்ப்போம்.

பாகன் யானையால் கொல்லப்பட்டான்

முதல் வாக்கியத்தில் செயப்படுபொருளாக இருந்த பாகன் இந்த வாக்கியத்தில் எழுவாய். முதல் வாக்கியத்தில் எழுவாயாக இருந்த யானை இந்த வாக்கியத்தில் -ஆல் உருபு ஏற்று கருத்தாப் பொருளில் வந்துள்ளது. முதல் வாக்கியத்தில் கொன்றது என்னும் வடிவில் அமைந்த வினை இந்த வாக்கியத்தில் கொல்லப்பட்டான் என அமைகின்றது. இவ்வாறு கொல்லப்பட்டான், கொல்லப்பட்டது, டப் படும், எரிக்கப்பட்டது, திறக்கப்படும் போன்று அமையும் வினைகளே செயப்பாட்டு வினைகள். இவை படு என்னும் துணை வினை பெற்றுவரும்.

செய்வினையில் அடிச்சொல் அடிப்படை வடிவத்தில் இருக்கும். எடுத்துக்காட்டு: பார்த்தேன், டினான், குடித்தது, கொன்றது. இவற்றில் பார், டு, குடி, கொல் என்பன அடிச்சொற்களாகும்.

செயப்பாட்டு வினையில் அடிச்சொல் செய்ய என்னும் வாய்ப் பாட்டு வினை எச்ச வடிவில் இருக்கும். எடுத்துக்காட்டு: *கொல்லப் பட்டான், டப்படும், எரிக்கப்பட்டது, திறக்கப்படும்* ஆகிய செயப்பாட்டு வினைகளில் கொல்ல, ட, எரிக்க, திறக்க என்பன வினையெச்சங்

களாகும். செயப்பாட்டு வினையின் அமைப்பைப் பின்வருமாறு விளக்கலாம்:

வினை எச்சம்+படு+கால இடைநிலை+திணை பால் விகுதி
கொல்லப்பட்டான் ← கொல்ல+பட்ட்+ஆன்
கொல்லப்படுகிறான் ← கொல்ல+படு+கிறு+ஆன்
கொல்லப்படுவான் ← கொல்ல+படு+வ்+ஆன்

நாளை பல்கலைக்கழகம் டப்படும்
கொலை தொடர்பாகச் சந்தேக நபர் தேடப்படுகிறார்
குற்றவாளி கைது செய்யப்பட்டார்
விடுமுறைக்குப் பின் சகல பாடசாலைகளும் நாளை ஆரம்பிக்கப்படும்
பொதுத் தேர்தலில் ன்று அமைச்சர்கள் தோற்கடிக்கப்பட்டனர்

மேல் உள்ளவை எல்லாம் செயப்பாட்டு வினை வாக்கியங்கள். இவற்றில் -ஆல் உருபு ஏற்ற கருத்தா மறைந்துள்ளது. இத்தகைய கருத்தா இல்லாத செயப்பாட்டு வினை வாக்கியங்கள் தற்காலத்தில் பெரிதும் பயன்படுத்தப்படுகின்றன.

பயிற்சி

பின்வரும் வாக்கிங்களில் உள்ள செய்வினைகளைச் செயப்பாட்டு வினைகளாக மாற்றுக. அதற்கேற்ப வாக்கிங்களை மாற்றி எழுதுக.

கண்ணன் இரண்டு குருவிகளைப் பிடித்தான்
நான் ஒரு விண்ணப்பம் அனுப்பினேன்
நான் புதிதாக ஒரு கவிதை எழுதியுள்ளேன்
பொலிசார் நிரபராதிகளை விடுவிப்பார்களா?
பத்திரிகைகள் அமைச்சரின் ஊழலை அம்பலமாக்கின.

3. தன்வினை, பிறவினை, காரணவினை

வினைச்சொற்களைத் தன்வினை, பிறவினை, காரணவினை எனப் பாகுபடுத்துவதும் உண்டு.

தன்வினை

வினையின் பயன் கருத்தாவை அல்லது எழுவாயைச் சேருமாயின் அது தன்வினை எனலாம். அதாவது, வினையை நிகழ்த்துபவன் தானே வினையின் பயனை அடைதல். உருள், உண் ஆகிய வினைகள் லம் இதனை விளக்கலாம்.

தம்பி நிலத்தில் உருண்டான்   தாய் உணவை உண்டாள்

முதல் வாக்கியத்தில் உருள்தல் என்னும் வினையை நிகழ்த்தியவன் தம்பி. அவனே இவ்வினையின் கருத்தா. உருள்தல் என்னும் செயலுக்கு உட்பட்டவனும் அவன். இரண்டாவது வாக்கியத்தில் உண்ணுதல் என்னும் வினையை நிகழ்த்தியவள் தாய். அவளே இவ்வினையின் கருத்தா. உண்ட உணவும் அவளையே சேர்ந்தது. இவ்வாறு வினையை நிகழ்த்துபவரும், வினையின் பயனை அடைபவரும் ஒருவரே என்பதை உணர்த்தும் வினையே தன்வினை எனப்படும்.

நான் நடந்தேன்   நான் அழுதேன்
அவன் சிரித்தான்   அவர் படித்தார்

இவ்வாக்கியங்களில் உள்ள வினைகள் எல்லாம் தன்வினைகள். தன்வினைகள் செயப்படுபொருள் குன்றிய வினைகளாகவோ அல்லது குன்றாத வினைகளாகவோ இருக்கும். இவற்றை இயங்குவினை என்றும் சொல்வர்.

பிறவினை

ஒரு வினையின் பயன் கருத்தாவையன்றி (எழுவாயை) பிறிதொன்றைச் சேருமாயின் அவ்வினை பிறவினை எனப்படும். அதாவது, வினை நிகழ்த்துபவன் தானே வினையின் பயனை அடையாமல் பிறி தொருவர் அல்லது பிறிதொன்று அதன் பயனை அடைதல். உருட்டு, ஊட்டு ஆகிய வினைகள் லம் இதனை விளக்கலாம்.

தம்பி பானையை நிலத்தில் உருட்டினான்
தாய் குழந்தைக்கு உணவை ஊட்டினாள்

முதல் வாக்கியத்தில் வினையை நிகழ்த்திய கருத்தா அதாவது, உருட்டியவன் தம்பி, ஆனால், வினையின் பயனை அடைந்தது, அதாவது, உருண்டது கருத்தா அல்ல; பானை. ஆகவே, உருட்டினான் பிறவினையாகும். இரண்டாவது வாக்கியத்தில் வினையை நிகழ்த்திய கருத்தா அதாவது, ஊட்டியவள் தாய், ஆனால், அவ்வினையின் பயனை அடைந்தது, அதாவது, உண்டது குழந்தை, ஆகவே, ஊட்டினாள் பிறவினையாகும். பிறவினையை இயக்குவினை என்றும் சொல்வர் (பரமசிவம் 1991).

நாய் வாலை ஆட்டியது
நான் மாட்டைத் துரத்தினேன்
கண்ணன் எனக்குப் படம் காட்டினான்

மேல் உள்ள வாக்கியங்களில் ஆட்டியது, துரத்தினேன், காட்டினான் என்பன பிறவினைகள், பிறவினைகள் எல்லாம் செயப்படுபொருள் குன்றா வினைகளாகும். தமிழில் பெரும்பாலான பிறவினைகள்

தன்வினைகளில் இருந்தே ஆக்கப்படுகின்றன. எடுத்துக்காட்டு:

தன்வினை	பிறவினை	தன்வினை	பிறவினை
ஆடு	ஆட்டு	செல்	செலுத்து
திரும்பு	திருப்பு	பொருந்து	பொருத்து
திருந்து	திருத்து	இரு	இருத்து
காண்	காட்டு	குளி	குளிப்பாட்டு
விழு	விழுத்து	படி	படிப்பி
நட	நடத்து	சிரி	சிரிப்பூட்டு

தன்வினை, பிறவினை இரண்டிலும் கருத்தா, அதாவது, வினை யை நிகழ்த்துபவர் ஒருவராக இருக்கலாம். ஆனால், தன்வினையில் வினையின் பயன் கருத்தாவை அடைகிறது. பிறவினையில் வினை யின் பயன் கருத்தாவை அன்றி பிறிதொருவரை அடைகின்றது.

காரணவினை

கருத்தா தானே வினையை நிகழ்த்தாமல் பிறிதொருவரைக் கொண்டு வினையை நிகழவைப்பதும் உண்டு. எடுத்துக்காட்டாக:

கண்ணன் பானையை உருட்டுவித்தான்

மேல் உள்ள வாக்கியத்தில் வினையை நிகழ்த்தியவன் கண்ணன் அல்ல. வினை நிகழ்வதற்கு அவன் காரணமாக இருக்கிறான். அவன் பிறிதொருவரைக் கொண்டு வினையை நிகழ்விக்கின்றான். கண்ணன் தம்பியைக் கொண்டு பானையை உருட்டுவித்தான் என்றும் இதனைக் கூறலாம். இங்கு பானையை உருட்டியவன் தம்பி; உருட்டுவித்தவன் கண்ணன். கண்ணனை ஏவுதல் கருத்தா என்றும், தம்பியை இயற்றுதல் கருத்தா என்றும் இலக்கண ஆசிரியர் கூறுவர்.

இப்போது நமக்கு உருண்டேன், உருட்டினேன், உ ருட்டுவித்தேன் ஆகிய ன்று வினை வடிவங்கள் கிடைக்கின்றன. உருண்டேன் என்பதைத் தன்வினை என்று சொன்னோம். வினையைச் செய்தவனே அதன் பயனை அடைவதை இது சுட்டுகின்றது.

உருட்டினேன் என்பதைப் பிறவினை என்று சொன்னோம். வினை யைச் செய்தவனே அதன் பயனை அடையாது பிறிதொருவர் அல்லது பிறிதொன்று அதன் பயனை அடைவதை இது சுட்டுகின்றது.

உருட்டுவித்தேன் என்பதை எதில் சேர்ப்பது? ஆறுமுக நாவலர், மு.வரதராசன் போன்ற அறிஞர்கள் இதனையும் பிறவினையாகக் கொள்வர். ஆனால், உருட்டினேன் என்பதிலிருந்து இது அமைப்பிலும், பொருளிலும் வேறுபடுகின்றது. இங்கு எழுவாய், அதாவது கருத்தா

வினையை நிகழ்த்தவில்லை; வினை நிகழ்வதற்குக் காரணமாக உள்ளார். ஆகவே, பிறவினையில் இருந்து வேறுபடுத்தி, காரண வினை எனத் தற்கால மொழியியல் அறிஞர்கள் இதனை வகைப் படுத்துவர் (அகத்தியலிங்கம், 1982).

காரணவினைகள், வி, ப்பி, விப்பி போன்ற விகுதிகளினாலும் செய், வை, பண்ணு, போன்ற துணை வினைகளை இணைத்தும் ஆக்கப்படுகின்றன. எடுத்துக்காட்டு:

செய்வி	–	செய்வித்தேன்
தருவி	–	தருவித்தேன்
எடுப்பி	–	எடுப்பித்தேன்
உண்பி	–	உண்பித்தேன்
நடப்பி	–	நடப்பித்தேன்
ஆட்டுவி	–	ஆட்டுவித்தேன்
செய்விப்பி	–	செய்விப்பித்தேன்
படிப்பி	–	படிப்பித்தார்
ஓடப்பண்ணு	–	ஓடப்பண்ணினேன்
படிக்கவை	–	படிக்கவைத்தேன்
ஓடச்செய்	–	ஓடச்செய்தேன்

சில வினைகள் பிறவினையாகவும், காரணவினையாகவும் வரலாம். எடுத்துக்காட்டு: படிப்பி,

ஆசிரியர் மாணவர்களுக்குப் படிப்பித்தார்
அப்பா எங்களை நன்றாகப் படிப்பித்தார்

முதல் வாக்கியத்தில் படிப்பி பிறவினையாகவும் இரண்டாவது வாக்கியத்தில் காரணவினையாகவும் வந்துள்ளது. இரண்டாவது வாக்கியத்தில் படிப்பித்தார் என்னும் வினைக்குப் பதிலாகப் படிக்க வைத்தார் என்னும் வினையைப் பயன்படுத்தினாலும் பொருள் மாறுவதில்லை.

சில வினைகள் தன்வினை, பிறவினை, காரணவினை ஆகிய ன்று வடிவங்களையும் கொண்டுள்ளன.

தன்வினை	பிறவினை	காரணவினை
உருள்	உருட்டு	உருட்டுவி
ஆடு	ஆட்டு	ஆட்டுவி
நட	நடத்து	நடப்பி

சில வினைகள் இரண்டு வடிவங்களை மட்டும் கொண்டுள்ளன.

எழுது எழுதுவி
தா தருவி
வா வருவி

வினைச் சொற்களை தன்வினை, பிறவினை, காரணவினை என்று வகைப்படுத்துவதிலும், வரையறுப்பதிலும் அறிஞர் மத்தியில் கருத்து வேறுபாடு உண்டு. தமிழ் வினைச்சொற்களையெல்லாம் இந்த ன்று வகைகளுக்குள் அடக்க முடியுமா என்பதும் ஆய்வுக் குரியது.

பயிற்சி

பின்வரும் வாக்கியங்களில் தடித்த எழுத்தில் உள்ள வினைகள் தன்வினை, பிறவினை, காரணவினை ஆகியவற்றுள் எவ்வகையைச் சேர்ந்தன என்பதைக் குறிப்பிடுக?

1. அம்மா நடந்து சென்றாள்
2. அம்மா குழந்தையை நடத்திச் சென்றாள்
3. நீங்கள்தான் இந்தக் கலியாணத்தை நடத்திவைக்க வேண்டும்
4. குழந்தையை அழவைக்காதே
5. அவனுடைய உடம்பு நடுங்கியது
6. அவர் மறந்துவிடுவார், யாராவது நினைவூட்ட வேண்டும்

4. முதல் வினையும் துணை வினையும்

நான் கண்ணன் போவதைப் பார்த்தேன்
நான் படம் பார்த்தேன்
கலவரம் நடந்த இடத்தைப் பார்த்தார்கள்

மேல் உள்ள வாக்கியங்களில் பார் என்னும் வினை கண்களால் பார்த்தல் என்னும் பொருளைத் தருகின்றது.

நான் நண்பனைப் பார்க்க அவனுடைய வீட்டுக்குப் போனேன்
நேற்று ஒருவர் உங்களைப் பார்க்க வந்தார்
நான் நேரில் வந்து உங்களைப் பார்க்கிறேன்

மேல் உள்ள வாக்கங்களில் பார் என்னும் வினை சந்தித்தல் என்னும் பொருளைத் தருகிறது. கண்ணால் பார்த்தல், சந்தித்தல் என்பவற்றை பார் என்னும் வினையின் அடிப்படைப் பொருள் அல்லது சொற் பொருள் (lexical meaning) என்று கூறலாம்.

திருடன் ஓடப் பார்த்தான்

வியாபாரி என்னை ஏமாற்றப் பார்த்தான்
கைதி சிறையிலிருந்து தப்பப் பார்த்தான்

மேல் உள்ள வாக்கங்களில் உள்ள ஓடப் பார், ஏமாற்றப் பார், தப்பப் பார் ஆகிய கூட்டுவினைகளில் பார் ஒரு உறுப்பாக வந்துள்ளது. ஆனால் கண்ணால் பார்த்தால் என்னும் அதன் அடிப்படைப் பொருளை அச்சொல் இங்கு தரவில்லை. பதிலாக ஓடு, ஏமாறு, தப்பு ஆகிய வினைகளுடன் இணைந்து அவ்வினைகளுடன் தொடர்பான வேறு பொருளைத் தருகின்றது. அதாவது, முயல்தல் என்னும் பொருளைத் தருகிறது.

ஓடப் பார்த்தான் – ஓட முயன்றான்
ஏமாற்றப் பார்த்தான் – ஏமாற்ற முயன்றான்
தப்பப் பார்த்தான் – தப்ப முயன்றான்

ஓடப் பார், ஏமாற்றப் பார், தப்பப் பார் என்பவற்றைக் கூட்டு வினைகள் என்போம். இவற்றில் இரண்டு உறுப்புகள் உள்ளன. ஓட, ஏமாற, தப்ப என்பன முதல் உறுப்பு. இவை அவ்வவ்வினையின் அடிப்படைப் பொருளைத் தருகின்றன. பார் இரண்டாவது உறுப்பு. இது இவ் வினையின் அடிப்படைப் பொருளிலன்றி முதல் உறுப்புகளோடு சேர்ந்து வேறு பொருள் தருகின்றது. இவ்வாறு ஒரு கூட்டு வினையின் இரண்டாவது உறுப்பாக வந்து, தன் அடிப்படைப் பொருளை அன்றி வேறு இலக்கணப் பொருள்களைத் தருகின்ற வினைகளே துணை வினைகள் (auxiliary verb) எனப்படும். கூட்டு வினையின் முதல் உறுப்பாக வந்து அடிப்படைப் பொருளைத் தரும் வினை முதல் வினை (main verb) எனப்படும்.

பார் என்னும் வினை துணை வினையாக முயல்தல் என்னும் பொருளில் மட்டுமின்றி வேறு பொருள்களிலும் வருகின்றது.

குழந்தை பால் புரையேறி ச்சுத்திணறிச் சாகப் பார்த்தது
நான் குளியலறையில் சறுக்கி விழப்பார்த்தேன்

மேல் உள்ள வாக்கியங்களில் வரும் சாகப்பார், விழப்பார் ஆகிய கூட்டுவினைகளில் பார் துணை வினையாக வந்து முதல் வினை நிகழ இருந்த சாத்தியப்பாட்டை உணர்த்துகின்றது.

தங்கை புதுச்சட்டையைப் போட்டுப் பார்த்தாள்
நானும் ஒரு கவிதை எழுதிப் பார்த்தேன்
ஆசிரியர் மாணவனின் கட்டுரையைப் படித்துப் பார்த்தார்
மருத்துவர் நோயாளியின் நாடியைப் பிடித்துப் பார்த்தார்
முதலாளியிடம் கொஞ்சம் கடன் கேட்டுப் பாருங்கள்

மேல் உள்ள வாக்கியங்களில் போட்டுப் பார், எழுதிப் பார், படித்துப் பார், பிடித்துப் பார், கேட்டுப் பார் ஆகிய கூட்டுவினைகள் உள்ளன.

இவற்றில் பார் துணை வினையாக வந்து முதல் வினையின் பயனைச் சோதித்து அறிதல், அதை நிறைவேற்ற முயலுதல் போன்ற பொருள்களைத் தருகின்றது.

ஒரு கூட்டுவினையில் முதல் வினை பெரும்பாலும் செய்ய அல்லது செய்து என்னும் வாய்ப்பாட்டு வினை எச்ச வடிவில் இருக்கும். துணை வினை வினை அடி வடிவில் இருக்கும். துணை வினையே கால இடை நிலை, திணை, பால் விகுதி என்பவற்றைப் பெறும். எடுத்துக்காட்டு:

ஓடப் பார்த்தான்   ←   ஓட+பார்+(த்த்+ஆன்)
போட்டுப் பார்த்தார்   ←   போட்டு+பார்+(த்த்+ஆர்)

கூட்டுவினைகள் வினை+வினை என்னும் அமைப்பில் மட்டுமின்றி பெயர்+வினை, இடை+வினை என்னும் அமைப்பிலும் ஆக்கப்படுகின்றன என முன்னர் விளக்கப்பட்டது (பக். 113–114). பெயர் + வினை, இடை+வினை என்னும் அமைப்பில்வரும் வினைகளும் துணை வினைகளே. இவை வினையாக்கி (verbalizer) எனப்படும். கீழ்வரும் வாக்கியங்களில் பார் என்னும் வினை, பெயர் அல்லது இடைச்சொற்களுடன் இணைந்து துணை வினையாக நின்று கூட்டு வினையாக்கப் பயன்படுகின்றது.

நான் கொழும்பில் வேலை பார்க்கிறேன்
அவர் எல்லாவற்றையும் சரி பார்த்தார்
மருத்துவச்சி பிரசவம் பார்க்கப் போயிருக்கிறார்

மேல் உள்ள வாக்கியங்களில் வேலை பார், சரி பார், பிரசவம் பார் ஆகிய கூட்டுவினைகள் உள்ளன. இங்கு வேலை, சரி, பிரசவம் ஆகிய சொற்களை வினையாக மாற்றுவதற்கு பார் பயன்படுகின்றது. இங்கும் பார் துணை வினையே. அது தன் முதல் வினைப் பொருளில் இங்கு பயன்படவில்லை.

தமிழில் சுமார் நாற்பது துணை வினைகள் உள்ளன. அவற்றுள் பெரும்பாலானவை முதல் வினையாகவும் தொழிற்படுகின்றன. வேறு வகையில் சொன்னால் தமிழில் முதல் வினைகளே பெரும்பாலும் துணை வினைகளாகவும் தொழிற்படுகின்றன. தற்காலத் தமிழில் வழங்கும் துணை வினைகளுள் சில இங்கு தரப்படுகின்றன:

பார், இரு, வை, கொள், போ, வா, முடி, விடு, தள்ளு, போடு, கொடு, காட்டு

பார் ஏற்கனவே விளக்கப்பட்டது. ஏனைய வினைகள் முதல் வினையாகவும் வெவ்வேறு பொருளில் துணை வினையாகவும் பயன்படுவதற்கு இங்கு சில எடுத்துக்காட்டுகள் மட்டும் தரப்படுகின்றன.

இரு

முதல் வினை
என்னிடம் பணம் இருக்கிறது
அப்பா வீட்டில் இருக்கிறார்
புத்தகம் மேசையில் இருக்கிறது
நான் கதிரையில் இருந்தேன்

துணை வினை
அப்பா வந்திருக்கிறார்
சட்டை கிழிந்திருக்கிறது
நான் கொழும்புக்குப் போயிருக்கிறேன்
அவன்தான் திருடியிருப்பான்
ஊரில் மழை பெய்திருக்காது
நான் கண்டிக்குப் போக இருக்கிறேன்
இன்னும் இரண்டு பேர் வர இருக்கிறார்கள்

வை

முதல் வினை
நான் புத்தகத்தை மேசையில் வைத்தேன்
அவள் நெற்றியில் பொட்டு வைத்தாள்
அவன் இரண்டு பேனை வைத்திருக்கிறான்

துணை வினை
அம்மா குழந்தையைத் தூங்கவைத்தாள்
நீ என்னை அழவைக்காதே
நான் உனக்காக ஒரு பரிசு வாங்கிவைத்தேன்
அமைச்சரிடம் உன்னைப் பற்றிச் சொல்லிவைக்கிறேன்
எனக்கும் சாப்பாடு எடுத்துவை

கொள்

முதல் வினை
இந்தப் பானை இரண்டு கொத்து அரிசி கொள்ளும்
நான் சொன்னதை நீ கருத்தில் கொள்ளவில்லை
அவர் என்மீது மிகுந்த அன்பு கொண்டுள்ளார்

துணை வினை
அவன் தனக்குள் பேசிக்கொண்டான்
அவர்கள் இருவரும் அடித்துக்கொண்டார்கள்
நீ சொன்னால் அவன் கேட்டுக்கொள்வான்
நோயாளியை நான்தான் பார்த்துக்கொள்கிறேன்
கதவு தானாக டிக்கொண்டது

போ

முதல் வினை
நான் நேற்றுக் கொழும்புக்குப் போனேன்
நாட்டில் அமைதி போய்விட்டது
அவன் எங்கே போகிறோன்?

துணை வினை
அப்பா வரப்போகிறார்
இந்த மரம் விழப்போகிறது
மழை பெய்யப்போகிறது
நான் புறப்படப்போகிறேன்
கண்ணன் வெளிநாடு போகப்போகிறான்
நான் பயந்துபோனேன்
பிள்ளைகள் கெட்டுப்போனார்கள்

வா

முதல் வினை
நீ நாளைக்கு வீட்டுக்கு வா
நான் நேற்றுத்தான் வந்தேன்
மழை வருகிறது
எனக்கு இப்போதுதான் புத்தி வந்தது

துணை வினை
நான் தொடர்ந்து பத்திரிகை படித்துவருகிறேன்
நூற்றி ஐம்பது வருடம் ஆங்கிலேயர் நம்மை ஆண்டுவந்தார்கள்
வானம் இருண்டு வருகிறது
நாளுக்கு நாள் விலைவாசி ஏறிக்கொண்டுவருகிறது
நன்றாகப் படித்துக்கொண்டு வந்தவன் இடையில் நிறுத்தி விட்டான்

முடி

முதல் வினை
அவர் பேசத் தொடங்கினால் விரைவில் முடிக்கமாட்டார்
நான் வந்து ஒரு மாதம் முடிந்தது
சமையல் இன்னும் முடியவில்லை

துணை வினை
புத்தகத்தைப் படித்து முடித்தேன்
எடுத்த வேலையை இன்னும் செய்து முடிக்கவில்லை
ன்று மாதத்தில் வீட்டைக் கட்டிமுடிக்கலாமா?

விடு

முதல் வினை
கையை விடு நான் போக வேண்டும்
மழை விட்டதும் போகலாம்
யாரையும் உள்ளே விட வேண்டாம்
நீதிபதி கைதியை விடுவித்தார்

துணை வினை
அப்பா ஊருக்குப் போய்விட்டார்
நான் இந்தப் புத்தகத்தைப் படித்துவிட்டேன்
அம்மாவுக்குக் கடிதம் எழுதிவிட்டேன்
அப்பா இனி வந்துவிடுவார்
அடுத்த மாதம் நான் போய்விடுவேன்

தள்ளு

முதல் வினை
சாமான் வண்டியைத் தள்ளிச் சென்றார்கள்
கதவைத் தள்ளித் திறந்தேன்
அவன் என்னைக் கீழே தள்ளிவிட்டான்

துணை வினை
அவர் கதைகதையாக எழுதித்தள்ளுகிறார்
அவன் கிடைப்பதையெல்லாம் வாசித்துத்தள்ளுகிறான்
உன் நினைவை என்னால் உதறித்தள்ள முடியாது
பச்சை மரங்களையெல்லாம் வெட்டித்தள்ளினார்கள்

போடு

முதல் வினை
புத்தகத்தைக் கீழே போடாதே
அரிசியைப் பானைக்குள் போட்டுவைத்தாள்
தலையில் தொப்பியைப் போடு

துணை வினை
மலிவாகக் கிடைத்ததென்று கொஞ்சம் காணி வாங்கிப் போட்டேன்
வீட்டைக் கட்டிப்போட்டு ஒரு வருடமாகிவிட்டது இன்னும் குடிபுகவில்லை
சரியான சோம்பேறி, படுத்த பாயைச் சுருட்டிப்போட மாட்டான்

கொடு

முதல் வினை
நான் அவருக்குப் பணம் கொடுத்தேன்
அரசியல்வாதிக்குத்தான் எல்லாரும் முக்கியத்துவம் கொடுக்கிறார்கள்
அவன் உயிரைக் கொடுத்து வேலை செய்கிறான்

துணை வினை

கண்ணன் நண்பனுக்குச் சாப்பாடு வாங்கிக்கொடுத்தான்
நீதான் எனக்குக் கார் ஓட்டக் கற்றுக்கொடுத்தாய்
அப்பாவிடம் சொல்லிக்கொடுப்பேன்

காட்டு

முதல் வினை

தாய் குழந்தைக்கு நிலவைக் காட்டினாள்
தந்தை காட்டிய வழியில் மகனும் சென்றான்
இதை யாருக்கும் காட்ட வேண்டாம்

துணை வினை

ஆசிரியர் கற்பிப்பது போலவே அவன் நடித்துக்காட்டினான்
அப்பாவுக்கு நான்தான் பத்திரிகை படித்துக்காட்ட வேண்டும்
ஆசிரியர் செய்யுளைப் பாடிக்காட்டினர்

12
பெயரடையும் வினையடையும்

1. பெயரடை

    அந்தப் புத்தகம்
    இரண்டு புத்தகம்
    வாசித்த புத்தகம்
    நல்ல புத்தகம்

மேல் உள்ள தொடர்களில் அந்த, இரண்டு, படித்த, நல்ல ஆகிய சொற்கள் புத்தகம் என்னும் பெயர்ச்சொல்லுக்கு அடையாக வந்துள்ளன. இவற்றுள் அந்த என்பது சுட்டுச் சொல், அந்தப் புத்தகம் என்னும் தொடரில் புத்தகம் தொலைவில் இருப்பதை அது சுட்டுகின்றது. இதனைச் சுட்டு அடை என்றும் சொல்வர். இரண்டு என்பது எண்ணுப் பெயர். இரண்டு புத்தகம் என்னும் தொடரில் இது புத்தகத்தின் எண்ணிக்கையைக் குறிப்பிடுகிறது. எத்தனை புத்தகம் என்பதை உணர்த்த இங்கு எண்ணுப் பெயர் பயன்படுத்தப்பட்டுள்ளது. இதனை எண் அடை என்றும் சொல்வர். வாசித்த என்பது பெயரெச்சம். வாசித்த புத்தகம் என்பதில் புத்தகம் ஏற்கனவே வாசிக்கப்பட்டது என்பதை அது உணர்த்தி நிற்கின்றது. நல்ல என்பது பெயரடை. நல்ல புத்தகம் என்னும் தொடரில் இது புத்தகத்தின் தன்மையை - அதன் பண்பை உணர்த்தி நிற்கின்றது.

    அந்த, இரண்டு, வாசித்த, நல்ல ஆகியவை புத்தகம் என்னும் சொல்லுக்கு அடையாக வந்தாலும் இவை எல்லாவற்றையும் பெயரடை என்று சொல்வதில்லை. புத்தகம் என்னும் பெயர்ச் சொல்லின் பண்பை உணர்த்தி நிற்கும் நல்ல என்னும் சொல் மட்டுமே பெயரடையாகும். அவ்வகையில் பெயர்ச்சொல்லின் பண்பை உணர்த்தப் பயன்படும் அடை பெயரடை எனலாம்.

    ஒரு பெயர்ச்சொல்லுக்கு அடையாக வரும் பிற வகையான சொற்களிலிருந்து பெயரடைகளை இனம்காண்பது எப்படி? பெயரடைகளின் சில விசேட பண்புகளைக் கொண்டு அவற்றை இனம்காணலாம்.

    1. எப்படிப்பட்ட என்னும் வினாவுக்கு விடையாக அமையக் கூடிய சொற்களையெல்லாம் பெயரடை எனலாம் என்பர். எடுத்துக்

காட்டாக, எப்படிப்பட்ட புத்தகம்? என்னும் வினாவுக்கு மேல் உள்ளவற்றுள் அந்தப் புத்தகம், இரண்டு புத்தகம், வாசித்த புத்தகம் என்பன விடையாக அமையா.

நல்ல புத்தகம் என்பதே விடையாக அமையும். புதிய புத்தகம், பெரிய புத்தகம், சிறிய புத்தகம், மோசமான புத்தகம், கூடாத புத்தகம் என்பனவும் விடைகளாக அமையலாம். அவ்வகையில் நல்ல, புதிய, சிறிய, மோசமான, கூடாத போன்ற சொற்களை எல்லாம் பெயரடைகள் என்று கூறலாம்.

2. பெயருக்கு அடையாக வருவனவற்றுள் மிக, மிகவும், ஆகவும், மிகமிக ஆகிய மிகை இடைச்சொற்களால் மிகைப்படுத்தக்கூடிய அடைகளையெல்லாம் பெயரடைகள் எனலாம் என்பர். அவ்வகையில் *மிகவும் அந்தப் புத்தகம், *மிகவும் இரண்டு புத்தகம், *மிகவும் வாசித்த புத்தகம் என்று கூற முடியாது. ஆனால், மிகவும் நல்ல புத்தகம், ஆகவும் நல்ல புத்தகம், மிகமிக நல்ல புத்தகம் எனக் கூறலாம்.

புதிய, பெரிய, சிறிய, பெரிய, மோசமான, கூடாத போன்ற வற்றையும் இவ்வாறு மிகைப்படுத்தலாம். எடுத்துக்காட்டு:

மிகவும் புதிய, மிகமிகப் புதிய
மிகவும் பெரிய, மிகமிகப் பெரிய

இவ்வாறு மிகவும், ஆகவும், மிகமிக முதலிய மிகை இடைச் சொற்களோடு சுட்டு அடை, எண் அடை, பெயரெச்சம் முதலியவை வராது. பெரடைகள் மட்டும் வரும். பெயரடைகளை இனம் காண்பதற்கு இவை இலகுவான வழிகளாகும்.

பெயரடை வகைகள்

பெயரடைகளை அவற்றின் அமைப்பு அடிப்படையில் இரண்டு வகைப்படுத்தலாம். 1. தனிப் பெயரடை 2. ஆக்கப் பெயரடை

தனிப் பெயரடை. புது, சிறு, கரு, நெடு, நல் முதலிய அடிச்சொற் களும் அவற்றுடன -இய, -அ முதலிய விகுதிகளை இணைத்து ஆக்கப்படும் புதிய, சிறிய, கரிய, நெடிய, நல்ல முதலியவையும் தனிப் பெயரடைகள் எனப்படும். இவை பெயரடைகளாகவே வழங்கப்படுகின்றன. இவற்றுள் விகுதி பெறாத பெரடைகள் மிகைச் சொற்களை ஏற்பதில்லை.

பழந்தமிழில் புதிய, சிறிய, கரிய போன்றவை அஃறிணைப் பலவின்பால் பெயர்களை எழுவாயாக ஏற்று வாக்கியத்தில் பயனிலையாக வந்தன. இவற்றைக் குறிப்பு வினைமுற்று எனப் பழந்தமிழ் இலக்கண ஆசிரியர் குறிப்பிடுவர்.

அவை புதிய, அவை சிறிய, அவை கரிய, அவை நெடிய, அவை நல்ல தற்காலத் தமிழில் இவை பயனிலையாக வருவதில்லை.

அவை புதியவை, அவை சிறியவை,
அவை கரியவை, அவை நெடியவை, அவை நல்லவை

எனப் பெயர்ப் பயனிலையாகவே வருகின்றன. இவற்றை நாம் பெயர்ச்சொற்கள் என்போம். புதிய, சிறிய, கரிய, நல்ல போன்ற வற்றை பெயரடைகள் என்போம். இத்தகைய தனிப் பெயரடைகள் தமிழில் குறைந்த அளவிலேயே உள்ளன. பின்வருவன சில எடுத்துக் காட்டுகள்: அகண்ட, அகன்ற, அடாத, அரிய, இடுங்கிய, இனிய, உயரிய, உயர்ந்த, எளிய, குறுகிய, கெட்ட, சின்ன, சிவந்த, வெளியே, கறுத்த, தனித்த, முதிய, த்த, வறிய, வாடிய, பழுத்த, படித்த...

இவற்றுள் சில பெயரெச்சம் போல் உள்ளன. அகன்ற, உயர்ந்த, குறுகிய, சிவந்த, வாடிய, பழுத்த, படித்த முதலியவை இறந்தகாலப் பெயரெச்சம் போல் இருந்தாலும் உண்மையில் இவை பெயரடை யாகவும் பயன்படுகின்றன. பெயரடையாகப் பயன்படும்போது இவை காலம் காட்டுவதில்லை. ஒரே வடிவத்தில் உள்ள இருவகைச் சொற்களாக இவற்றைக் கொள்ள வேண்டும். எடுத்துக்காட்டாக, படித்த என்பது பெயரெச்சமாகவும், பெயரடையாகவும் வரும் போது வெவ்வேறு வாக்கியப் பண்புகளைக் கொண்டிருப்பதைக் காணலாம்.

இவன் என்னுடன் படித்த பையன்

இவ்வாக்கியத்தில் படித்த என்பது பெயரெச்சமாகும். இது படிக்கிற பையன், படிக்கும் பையன் என நிகழ்காலம், எதிர்காலம் ஆகியவற்றையும் காட்டும். பையன் என்னுடன் ஒரே பள்ளியில் படித்தவன் என்னும் பொருளை இவ்வாக்கியம் தருகிறது. மிகவும், மிகமிக ஆகிய மிகைச் சொற்களை இவ்வாக்கியத்தில் வரும் படித்த ஏற்காது. இவன் என்னுடன் மிகவும் படித்த பையன் என்று கூற முடியாது. எப்படிப்பட்ட பையன் என்னும் வினாவுக்கு, என்னுடன் படித்த பையன் என்று விடை அமையாது.

இவன் ஒரு படித்த பையன்

இவ்வாக்கியத்தில் படித்த பெயரடையாகும். பையன் கல்வி யறிவு நிரம்பியவன், கற்றவன் என்னும் பொருளை இவ்வாக்கியம் தருகிறது.

இவன் மிகவும் படித்த பையன்
இவன் மிகமிகப் படித்த பையன்
இவன் அதிகம் படித்த பையன்

என மிகைச் சொற்களை இவ்வாக்கியத்தில் பயன்படுத்தலாம். எப்படிப்பட்ட பையன் என்னும் வினாவுக்குப் படித்த பையன் என்று விடை கூறலாம். ஒரு சொல்லின் வடிவத்தை மட்டுமின்றி அதன் வாக்கியப் பண்பையும் கொண்டே ஒரு சொல்லின் வகையைத் தீர்மாணிக்க வேண்டும்.

ஆக்கப் பெயரடை. பெயர்+ஆன, பெயர்+உள்ள என்னும் அமைப்புடைய பெயரடைகள் ஆக்கப் பெயரடைகள் அல்லது கூட்டுப் பெயரடைகள் எனப்படும். இங்கு -ஆன, -உள்ள என்பன பெயரடை விகுதிகளாகப் பயன்படுகின்றன.

அழகான, உயரமான, கசப்பான, இனிமையான, பண்பான, பெருமையான

அழகுள்ள, இனிமையுள்ள, பண்புள்ள, பெருமையுள்ள, கருணையுள்ள, ஆசையுள்ள

இத்தகைய பெயரடைகள் எண்ணிக்கையில் அதிகம் உள்ளன. இவற்றைப் புதிது புதிதாக ஆக்கிக்கொள்கிறோம்.

பெயரடைகள் அடுக்கிவருதல்

சிறியசிறிய, புதியபுதிய, பெரியபெரிய, அழகழகான, வண்ணம் வண்ணமான, அகலம் அகலாமன என இரண்டு பெயரடைகள் அடுக்கி வருவதுண்டு. இவை பன்மைப் பெயர்களுடனேயே வருகின்றன.

சிறியசிறிய வீடுகள், வண்ணம்வண்ணமான ஆடைகள், அழகழகான பூக்கள், அகலம் அகலமான வீதிகள். இத்தகைய பெயரடைகளை அடுக்குப் பெயரடைகள் எனலாம். இவை பொதுவாக மிகைச் சொற்களை ஏற்பதில்லை.

சின்னஞ் சிறிய, பென்னம் பெரிய, கன்னங்கரிய, செக்கச்சிவந்த, வெள்ளை வெளேரென்ற போன்ற பெயரடைகளும் சில உள்ளன. இவற்றையும் அடுக்குப் பெயரடைகள் எனலாம். இவையும் மிகைச் சொற்களை ஏற்பதில்லை. தம்மளவிலேயே இவை மிகைப் பெயரடைகளாகும்.

2. வினையடை

அடிக்கடி வருகிறான்
வேகமாக வருகிறான்
மெல்ல வருகிறான்
உள்ளே வருகிறான்

நாளைக்கு வருகிறான்
மீண்டும் வருகிறான்

மேலே உள்ள தொடர்களில் இடம்பெற்றுள்ள அடிக்கடி, வேகமாக, மெல்ல, உள்ளே, நாளைக்கு, மீணடும் ஆகிய சொற்கள் வினையடை எனப்படும். இவை வினைக்கு அடையாக வந்து, வினை நிகழும் முறை, வினை நிகழும் காலம், வினை நிகழும் இடம் போன்ற வற்றை உணர்த்தப் பயன்படுகின்றன.

வினையடை வகை.

வினையடைகளை அவற்றின் அமைப்பு அடிப்படையில் தனி வினையடை, கூட்டுவினையடை அல்லது ஆக்கவினையடை என இரண்டாக வகுப்பர்.

தனிவினையடை. நேற்று, இன்று, நாளை, இனி, இனிமேல், மெல்ல, மீண்டும், இன்னும், மறுபடியும், அடிக்கடி, இடைக்கிடை, சுடச்சுட போன்ற வற்றைத் தனிவினை அடை என்பர். இவற்றுள் நேற்று இன்று, நாளை, இனி என்பன பகாப்பதங்கள். இனிமேல், மெல்ல, மீண்டும், அடிக்கடி, சுடச்சுட முதலியவை பகுபதங்கள். இனி+மேல், மெல்+அ, மீள்+ட்+உம், அடி+க்கு+அடி, சுட+சுட என இவற்றைப் பிரித்து நோக்கலாம். ஆயினும், இவை தனிச் சொற்கள் போலவே இயங்கு கின்றன. இவை எல்லாவற்றையும், பிரித்து ஒவ்வொரு கூறுக்கும் பகுதி விகுதியாக இலக்கண ரீதியில் பொருள் விளக்கம் கூற முடியாது. எடுத்துக் காட்டாக, மீண்டும் என்னும் சொல்லை மீள்+ட்+உம் எனப் பிரித்து மீள் என்பது வினையடி, ட் என்பது இறந்தகால இடைநிலை, உம் என்பது விகுதி என விளக்க முடியாது. மீண்டும் என்பது முற்றிலும் புதிய பொருளில் (மறுபடியும், திரும்பவும்) வழங்குகின்றது. ஆகவே தான் இவற்றைத் தனிவினையடையாகக் கொள்வர்.

தமிழில் வழங்கும் தனிவினையடைகள் சில இங்கு தரப்படுகின்றன.

உள்ளே	எதிரே	முந்தி	பிறகு	நாளை
வெளியே	கிட்ட	பிந்தி	இங்கு	நாளைக்கு
மேலே	அருகில்	முன்னர்	அங்கு	காலையில்
கீழே	பின்னர்	அப்படி	என்று	மாலையில்
இடையில்	முன்னால்	எப்படி	இப்போது	எங்கு
நடுவில்	பின்னால்	சீக்கிரம்	அப்போது	இன்று
நேற்று	இப்படி	பைய	எப்போது	அன்று
அடிக்கடி	இடைக்கிடை			

கூட்டு வினையடை. பெயர்ச் சொற்களுடன் -ஆக, -ஆய் ஆகிய வினையடை விகுதிகளை இணைத்து ஆக்கப்படும் வினையடைகள் கூட்டுவினையடை அல்லது ஆக்கவினையடை எனப்படும். தமிழில் பெரும்பாலான வினையடைகள் இவ்வாறு ஆக்கப்படுகின்றன. எடுத்துக்காட்டு:

வேகமாக	புதுமையாக	மெதுவாக	
இளமையாக	இணக்கமாக	தந்திரமாக	
இனிமையாக	கெட்டித்தனமாக	சுவையாக	படிப்படியாக

ஆக என்பதை ஆகு என்னும் வினையின் செய்ய என்னும் எச்ச வடிவமாகவும், ஆய் என்பதை அதன் செய்து என்னும் எச்ச வடிவ மாகவும் கொள்ளலாம். வினையடைகளை ஆக்குவதற்குப் பயன் படும்போது அவை வினை எச்சம் என்னும் தன்மையை இழந்து வினையடை விகுதியாகவே செயற்படுகின்றன.

அடுக்குச் சொற்களும் -ஆக என்னுமு விகுதிபெற்று வினையடை யாகப் பயன்படுகின்றன. எடுத்துக்காட்டு:

பளபளப்பாக	மினுமினுப்பான	வழுவழுப்பாக
சொரசொரப்பாக	அடுக்கடுக்காக	தொட்டம் தொட்டமாக
எதிரும் புதிருமாக	ஏறுக்குமாறாக	ஒட்டிக்கு ரெட்டியாக
வாயும் வயிறுமாக		

தனித்து அல்லது அடுக்கிவரும் ஒலிக்குறிப்புச் சொற்களை அடுத்து *-என்று* என்னும் இடைச்சொல் வினையடை விகுதியாகப் பயன்படுகின்றது.

திடீரென்று, களுக்கென்று, படக்கொன்று, உம்மென்று, அம்மென்று, தண்ணென்று, திண்ணென்று...

திடீர்திடீரென்று, மடமடவென்று, கடகடவென்று, திடுதிடுவென்று, வெடுவெடுவென்று, படபடவென்று

என்று என்பதற்குப் பதிலாக என என்பதும் இச்சொற்களோடு வந்து அவற்றை வினையடை ஆக்குகின்றது. திடீரென, களுக்கென, திடீர்தீடீரென, படபடவென

வினையடைகளை அவற்றின் பொருள் அடிப்படையில் பல வகையாகப் பாகுபடுத்தலாம். இங்கு சில முக்கியமான வகைகள் மட்டும் விளக்கப்படுகின்றன.

காலம் உணர்த்தும் வினையடைகள். வினை எப்பொழுது நிகழ்ந்தது என்பதை உணர்த்தப் பயன்படும் வினையடைகள் இவ்வகையைச் சாரும். பின்வருவன சில எடுத்துக் காட்டுகள்: இன்று, நாளை, நேற்று,

மாலையில், காலையில், பின்நேரம், அன்று, முன்பு, பின்பு, பின்னர், உடனே, இப்பொழுது, அப்பொழுது, இனி, இனிமேல்

    நான் நேற்று வந்தேன்
    தம்பி இப்பொழுதுதான் போனான்
    அவர் பிறகு வருவார்
    கண்ணன் இனிமேல் வரமாட்டான்

இடம் உணர்த்தும் வினையடைகள். வினை எங்கு நிகழ்ந்தது என்பதை உணர்த்தப் பயன்படும் வினை யடைகள் இவ்வகையைச் சாரும். அங்கே, இங்கே, மேலே, கீழே, முன்னால், பின்னால், உள்ளே, வெளியே, எதிரே என்பன சில எடுத்துக் காட்டுகள்:

    அவர்கள் எல்லோரும் அங்கே போனார்கள்
    நீங்கள் இங்கே வர வேண்டாம்
    ஏன் வெளியே நிற்கிறீர்கள்; உள்ளே வாருங்கள்

முறை உணர்த்தும் வினையடைகள். வினை எவ்வாறு நிகழ்ந்தது என்பதை உணர்த்தப் பயன்படும் வினை யடைகள் இவ்வகையைச் சாரும். சில எடுத்துக்காட்டுகள் வருமாறு: வேகமாக, மெதுவாக, இதமாக, இனிமையாக, பரபரப்பாக, இலகுவாக, விரைவாக, நிதானமாக, நேர்மையாக, மெல்ல, பைய, படிப்படியாக

    நான் வேகமாக நடந்தேன்
    அவர் நிதானமாகப் பேசினார்
    நாம் விரைவாக முன்னேறலாம்
    அவள் இனிமையாகப் பாடினாள்

பெரும்பாலான முறை உணர்த்தும் வினையடைகள் மிக, மிகவும், ஆகவும், மிகமிக முதலிய மிகைச் சொற்களைப் பெற்றுவரும்.

    நான் மிகவும் வேகமாக நடந்தேன்
    அவள் மிகமிக இனிமையாகப் பாடினாள்
    அவர் மிக நிதானமாகப் பேசினார்

காலத் தொடர்ச்சி உணர்த்தும் வினையடைகள். அடிக்கடி, இடைக்கிடை, தினமும், எப்போதும், எப்போதாவது, இருந்திருந்து, இருந்தாற் போலிருந்து, திடீர்திடீரென, நாள்தோறும் போன்ற வினையடைகள் வினை நிகழும் காலத் தொடர்ச்சியை உணர்த்துகின்றன.

    அவன் அடிக்கடி வருகிறான்
    அவர் எப்போதாவது புகைபிடிப்பார்
    நான் தினமும் குளிப்பேன்
    பொலிசார் திடீர்திடீரென சோதிக்கிறார்கள்

அளவு உணர்த்தும் வினையடைகள்

வினை எந்த அளவில் நிகழ்கிறது என்பதை உணர்த்தும் வினை யடைகள் இவ்வகையைச் சாரும். ஏராளமான, நிறைய, கொஞ்சமாக, மிகுதியாக, தாராளமாக, குறைவாக, பெருமளவில், பெரும்பான்மையாக, சிறுபான்மையாக *என்பன சில எடுத்துக்காட்டுகள்.*

மக்கள் ஏராளமாக வந்திருந்தார்கள்
அவர் பணத்தை நிறையச் செலவு செய்கிறார்
நீங்கள் கொஞ்சமாகச் சாப்பிடுவது நல்லது

வினையடைகள் அடுக்கிவருதல். *பெயரடைகள் போல் வினை யடை களும் அடுக்கிவருவதுண்டு. எடுத்துக்காட்டு:* சின்னச்சின்ன தாக, பெரிதுபெரிதாக, நீளம்நீளமாக, அழகுஅழகாக, வண்ணம்வண்ண மாக. *இவ்வாறு அடுக்கிவரும்போது இவை பன்மைப் பொருள் உணர்த்துகின்றன.*

வீடுகளைச் சின்னச்சின்னதாகக் கட்டுகிறார்கள்
தடியை நீளம்நீளமாக வெட்டு
பூக்கள் அழகழகாகப் பூத்துள்ளன

அடுக்கிவரும் சில வினையடைகள் மிகைப் பொருள் தருகின்றன. எடுத்துக்காட்டு: சின்னஞ்சிறியதாக, பென்னம்பெரியதாக, கன்னங்கரே லென்று, செக்கச்சிவந்து

குழந்தை சின்னஞ்சியதாக இருக்கிறது
வெயில் சுட்டு கன்னங்கரேலென்று இருக்கிறாள்

13

இடைச்சொற்கள்

மரம், மாடு, நாய், மனிதன் போன்ற பெயர்ச்சொற்களும், வா, போ விடு, நட போன்ற வினைச்சொற்களும் தனித்து நின்று பொருள் தருவன. ஆனால், மரங்கள், மரங்களை, மரங்களுக்கு முதலிய சொற்களில் வரும் -கள், -ஐ, -கு ஆகிய பன்மை விகுதி, வேற்றுமை உருபு போன்றவையும், வந்தான், போன, போனால் போன்ற சொற்களில் வரும் -ந்த்-, -ஆன்-, -ன்-, -அ-, -ஆல்- போன்ற கால இடை நிலைகள், பால் விகுதிகள், நிபந்தனை விகுதிகள் போன்றனவும் தனித்து நின்று பொருள் தராமல், பெயர், வினை ஆகியவற்றுடன் சேர்ந்து வந்து இலக்கணப் பொருள் தருகின்றன. இத்தகைய சொல் உறுப்புகளையே இலக்கண ஆசிரியர் இடைச்சொல் என்பர்.

பெயர், வினை ஆகியவற்றைப் போல் இவை எண்ணிக்கையில் அதிகமானவை அல்ல; மிகக் குறைவானவை. ஆயினும் எல்லாச் சொற்களுடனும் பெருவழக்கில் வருகின்றன. இவை இல்லாமல் மொழிப் பயன்பாடு சாத்தியமில்லை என்னும் அளவுக்கு இவை முக்கியமானவை. எடுத்துக்காட்டாக, நான் தம்பி வீடு போ ஆகிய நான்கு சொற்களையும் ஒன்றை அடுத்து மற்றதை வைப்பதனால் நாம் ஒரு வாக்கியத்தை ஆக்க முடியாது. இடைச்சொற்கள் இவற்றோடு வெவ்வேறு விதமாக இணைத்து வெவ்வேறு வாக்கியங்களை உருவாக்குகின்றன.

நான் தம்பியின் வீட்டுக்குப் போனேன்
நானும் தம்பியும் வீட்டுக்குப் போனோம்
நான் தம்பியுடன் வீட்டுக்குப் போவேன்
நான்தான் தம்பியுடன் வீட்டிலிருந்து போனேன்
நானும் தம்பியும்தான் வீட்டிலிருந்து போனோம்

இவ்வாறு பொருளுடைய வாக்கியங்களை ஆக்குவதற்கு இடைச் சொற்கள் பயன்படுகின்றன.

இடைச்சொல் வகைகள்

மரபுவழி இலக்கண ஆசிரியர் இடைச்சொற்களை பலவகைப் படுத்துவர். அவற்றுள் சில பின்வருமாறு:

1. வேற்றுமை உருபுகள்: ஐ, ஆல், கு, இன், அது, உடைய, உடன், ஒடு, இலிருந்து
2. பன்மை விகுதிகள்: கள், மார்
3. திணை, பால் விகுதிகள்: ஏன், ஓம், ஆய், ஈர்கள், ஆன், ஆள், ஆர், ஆர்கள், அது, அ
4. கால இடைநிலைகள்: கின்று, கிறு, த், த்த், ந்த், ட், ற், இன், இ, ப், ப்ப், வ்
5. பெயரெச்ச, வினையெச்ச விகுதிகள்: அ, உ, இ, மல், ஆல்
6. எதிர்மறை இடைநிலைகள்: ஆ, ஆத், மாட்டு
7. ஆக்கப் பெயர் விகுதிகள்: மை, சி, வு, அல், காரன், காரி, இயம், இயல், சாலி...
8. தொழிற்பெயர் விகுதிகள்: தல், அது, மை
9. ஏவல், வியங்கோள் வினை விகுதிகள்: ங்கள், உங்கள், க, இய
10. சாரியைகள்: அத்து, அற்று, அம்...
11. உவமை உருபுகள்: போல, விட, பார்க்கிலும், காட்டிலும்
12. இணைப்பிடைச் சொற்கள்: உம், அல்லது, இல்லையென்றால், ஆனால், ஓ, ஆகவே, ஆயினும், எனினும்...
13. தத்தம் பொருள் உணர்த்தும் இடைச்சொற்கள்: உம், ஓ, ஏ, தான், மட்டும், ஆவது, கூட, ஆ, ஆம்
14. சொல்லுருபுகள்: லம், கொண்டு, இருந்து, பற்றி, வரை...

இங்கு தரப்பட்ட இடைச்சொற்களில் பல இந்நூலில் ஏற்கனவே விளக்கப்பட்டுள்ளன. தத்தம் பொருள் உணர்த்தும் இடைச்சொற்கள் என இலக்கண ஆசிரியர் கூறும் சில இடைச்சொற்களின் பொருளும் அவற்றின் பயன்பாடும் இங்கு விளக்கப்படுகின்றன. உம், ஓ, ஏ, தான், மட்டும், ஆவது, கூட, ஆ, ஆம் என்பன தற்காலத் தமிழில் பெரிதும் வழங்கும் இத்தகைய இடைச்சொற்களாகும். இவை வாக்கியத்தில் நுட்பமான பொருள்களை உணர்த்தி வருகின்றன.

1. உம்

உம் இடைச்சொல், ஒரு வாக்கியத்தில் பெயருக்கு அடையாக வரும் சொற்கள், முற்றுவினைகள் தவிர்ந்த பிற சொற்களுடன் இணைந்து வந்து வெவ்வேறு பொருளைத் தருகின்றது. இது வாக்கியத்தில் இணைப்பிடைச் சொல்லாகவும் பயன்படுகின்றது. எடுத்துக்காட்டாக:

கண்ணன் வந்தான் இராமன் வந்தான்	கண்ணனும் இராமனும் வந்தார்கள்
கண்ணன் ஆடி மகிழ்ந்தான் கண்ணன் பாடி மகிழ்ந்தான்	கண்ணன் ஆடியும் பாடியும் மகிழ்ந்தான்

கண்ணன் வேகமாக ஓடினான்
கண்ணன் நிதானமாக ஓடினான் } கண்ணன் வேகமாகவும் நிதானமாகவும் ஓடினான்

மேலே உள்ள வாக்கியங்களில் உம் இணைப்பிடைச் சொல்லாகப் பயன்பட்டுள்ளது. உம் இடைச் சொல் பின்வரும் எட்டுப் பொருள் களில் வரும் என நன்னூல் கூறுகின்றது. எதிர்மறை, சிறப்பு, ஐயம், எச்சம், முற்று, எண்ணல், தெரிநிலை, ஆக்கம்

எதிர்மறை. களவும் கற்று மற. இப்பழமொழியில் களவு என்பது கற்கத் தகாதது என்னும் பொருளைத் தருவதால் இங்கு உம் எதிர்மறைப் பொருளில் வந்துள்ளது என்பர். எதிர்பார்க்கப்படுவதற்கு மாறானது என்னும் வகையிலும் எதிர்மறையை விளக்கலாம்.

மழை பெய்தும் புழுக்கம் குறையவில்லை
எவ்வளவு செல்வம் இருந்தும் வாழ்க்கையில் மகிழ்ச்சி இல்லை

சிறப்பு. இதனை உயர்வு சிறப்பு, இழிவு சிறப்பு என இரண்டாக வகுப்பர். உயர்வு சிறப்பு என்பது உயர்ந்தவற்றுள் உயர்ந்ததைக் குறிக்கும். எடுத்துக்காட்டு:

கவிஞர்களும் போற்றும் கவிஞன்
அரசர்களும் வாழாத ஆடம்பர வாழ்வு

இழிவு சிறப்பு என்பது தாழ்ந்தவற்றுள் தாழ்ந்ததைக் குறிக்கும்.

நாயிலும் கடையர், கொலைகாரனை விடவும் கொடியவன்

ஐயம்.

மழை பெய்தாலும் பெய்யும், சிலவேளை அப்பா வந்தாலும் வருவார்

இங்கு நிபந்தனை வினை எச்சத்துடன் உம் சேர்ந்து நிச்சயமின்மை யை உணர்த்துவதால் இதனை ஐயம் என்பர். இத்தகைய வாக்கியங் களில் உம் இடைச்சொல் ஏற்ற அதே வினையே வினைமுற்றாகவும் வரும். இதனை ஐயம் என்பதைவிட சாத்தியப்பாடு என்பது பொருந்தும். எதிர்பார்க்கும் செயல் நிகழ்வதற்குரிய சாத்தியம் உள்ளது என்பதை இவ்வாக்கியங்கள் உணர்த்துகின்றன.

எச்சம்.

(கமால் வந்தான்)	-	கண்ணனும் வந்தான்
(நேற்று வந்தேன்)	-	நாளைக்கும் வருவேன்
(இறைச்சி சாப்பிடுவேன்)	-	மீனும் சாப்பிடுவேன்

இங்கு உம் ஏற்ற பெயர்ச்சொல் பிறிதொன்றைத் தழுவி நிற்பதால் இதனை எச்சம் என்பர். இதனை அடங்கல் பொருள் (inclusive) என்றும் கூறுவர்.

முற்று.

எல்லாரும் வந்தார்கள், ஐந்து பேரும் நல்ல தொழில் செய்கிறார்கள்

இங்கு உம் ஏற்ற பெயர் அனைத்தையும் உள்ளடக்குவதால் முற்று என்பர். எண்ணுப் பெயர்களுடன் உம் இடைச்சொல் சேர்ந்து அவை அனைத்தும் என முற்றுப் பொருளைத் தரும். எடுத்துக்காட்டு:

பத்துப் பிள்ளைகளும், இரண்டு மாணவர்களும், முப்பது கோழிகளும்

வினாப் பெயர்களுடன் உம் இடைச்சொல் சேர்ந்தும் முற்றுப் பொருளைத் தரும்

யாரும்	-	யாரும் வரலாம் / வரவில்லை
எவனும்	-	எவனும் வருவான் / வரமாட்டான்
எவளும்	-	எவளும் வருவாள் / வரமாட்டாள்
எவரும்	-	எவரும் வரலாம் / வரவில்லை
எதுவும்	-	எதுவும் செய்வேன்
எப்போதும்	-	எப்போதும் படிப்பேன்
எங்கேயும்	-	எங்கேயும் போவேன்
எப்படியும்	-	எப்படியும் வாழலாம்
எத்தனையும்	-	எத்தனையும் சாப்பிடுவேன்
எவ்வளவும்	-	எவ்வளவும் தரலாம்

எதிர்மறை வினை கொண்ட வாக்கியத்தில் வரும் உம் இடைச் சொல் ஏற்ற பெயர் முற்றுப் பொருள் உணர்த்தும். எடுத்துக்காட்டு:

ஒருவரும் வரவில்லை

என்னிடம் ஒரு சதமும் இல்லை

எனினும், எல்லாரும் வரவில்லை என்னும் எதிர்மறை வாக்கியம் சிலர் வந்தார்கள் என்னும் பொருள் தந்து எச்ச உம்மையாகவும் அமையலாம்.

எண். ன்றும் இரண்டும் ஐந்து, நானும் நீயும் அவனும்... இவ்வாறு எண்ணுதற்கும் இணைப்பதற்கும் உம் பயன்படுவதை எண் உம்மை என்பர்.

தெரிநிலை.

ஆணும் இல்லை பெண்ணும் இல்லை

இதில் ஆராய்ச்சியும் இல்லை விமர்சனமும் இல்லை

இங்கு வெளிப்படையாக விடயத்தைக் கூறுவதனால் இதனைத் தெரிநிலை என்பர்.

ஆக்கம். வீட்டைத்தான் அலுவலகமாகவும் பயன்படுத்துகிறேன். எழுதுவதுதான் அவரது தொழிலும்; அவர் முழுநேர எழுத்தாளர். இங்கு ஒன்றே பிறிதொன்றாகவும் அமைவது சுட்டப்படுவதால்

இதனை ஆக்கம் என்பர். இவை தவிர தற்காலத் தமிழில் இன்னும் சில பொருள்களில் உம் இடைச்சொல் வரக் காணலாம்.

உடனடித்தன்மை.

மழைவிட்டதும் போகலாம்
நான் வீட்டுக்குப் போனதும் சாப்பிடுவேன்
திருடன் என்னைக் கண்டதும் ஓடினான்
அவன் கட்டிலில் படுத்ததும் தூங்கிவிடுவான்

இங்கு உம் இறந்தகாலத் தொழிற்பெயருடன் இணைந்து, அதனை அடுத்து நிகழும் வினை உடனடியாக நிகழ்வதை உணர்த்துகின்றது.

மாற்றுவழி. ஒரு செயலை வெவ்வேறு வழியில் செய்யலாம், வேறு தேர்வுகளும் உண்டு என்பதை உணர்த்தும்போதும் உம் இடைச்சொல் பயன்படுத்தப்படுகின்றது. எடுத்துக்காட்டு:

நீங்கள் பணமாகவும் தரலாம் காசோலையாகவும் தரலாம்
கரட்கிழங்கைப் பச்சையாகவும் சாப்பிடலாம்
நீங்கள் விரும்பினால் கூட்டத்தில் தமிழிலும் பேசலாம்

உறுதிப்பாடு, மறுப்பு. நிபந்தனை வினை எச்சத்துடன் உம் இணைந்து உறுதிப்பாடு, மறுப்பு ஆகியவற்றை உணர்த்தவும் பயன்படுகின்றது.

உலகமே எதிர்த்தாலும் நினைத்ததை முடிப்பேன்
யார் கேட்டாலும் கொடுக்க மாட்டேன்
என்ன பிரச்சினை வந்தாலும் கலங்க மாட்டாள்

2. ஓ

ஓகார இடைச்சொல் ஒழியிசை, வினா, உயர்வு சிறப்பு, இழிவு சிறப்பு, எதிர்மறை, தெரிநிலை, பிரிநிலை, அசைநிலை ஆகிய எட்டுப் பொருளில் வரும் என நன்னூல் கூறுகின்றது.

எனினும் தற்காலத் தமிழில் இவற்றுள் பிரிநிலைப் பொருளில் மட்டுமே ஓகாரம் வருவதாகத் தெரிகின்றது. இது தவிர ஐயம், திடக் குறிப்பின்மை, மிகை, இது அல்லது அது, இதுவும் இல்லை அதுவும் இல்லை போன்ற பொருள்களில் வரக் காணலாம்.

பிரிநிலை. பிறவற்றில் இருந்து ஒன்றைப் பிரித்துக்காட்டுவதைப் பிரிநிலை என்பர். ஓ இடைச்சொல் இப்பிரிநிலைப் பொருள் உணர்த்தவும் பயன்படுகின்றது.

உலகம் மிகவும் முன்னேறிவிட்டது; நாங்களோ இன்னும் பழைய காலத்திலேயே இருக்கிறோம்.

எல்லோரும் கவலையோடு இருந்தார்கள்; அவனோ மகிழ்ச்சியோடு திரிந்தான்.

ஐயம்.
இன்றைக்கு மழை பெய்யுமோ
அப்பா நேற்று ஊருக்குப் போனாரோ

இங்கு ஓகாரம் ஐயப்பொருள் தருகின்றது. ஓகாரம் இல்லாதபோது இவ்வாக்கியங்கள் ஐயப்பொருள் உணர்த்துவதில்லை. நிச்சயப் பொருள் உணர்த்துகின்றன. இன்றைக்கு மழை பெய்யும், அப்பா நேற்று ஊருக்குப் போனார்.

வினா வாக்கியத்தின் இறுதியில் ஓகார இடைச்சொல் இணையும் போது வினா வாக்கியமும் ஐய வாக்கியமாக மாறுகின்றது.

நாளைக்கு யார் வருகிறார்?	(வினா)
நாளைக்கு யார் வருகிறாரோ	(ஐயம்)
அப்பா எப்போது வருவார்?	(வினா)
அப்பா எப்போது வருவாரோ	(ஐயம்)
அவனுக்கு எவ்வளவு பணம் வேண்டும்?	(வினா)
அவனுக்கு எவ்வளவு பணம் வேண்டுமோ	(ஐயம்)

திடக்குறிப்பின்மை. வினாப் பெயர்களுடன் ஓ இடைச்சொல் இணையும்போது, அது திடக்குறிப்பின்மைப் பொருள் தருகின்றது. எடுத்துக்காட்டு:

யாரோ, எங்கேயோ, எவனோ, எப்படியோ, எவளோ, எப்போதோ, எவரோ...

நீ யாரோ ஒருவரோடு போனதைக் கண்டேன். இந்தப் புத்தகத்தை எப்போதோ படித்திருக்கிறேன்.

மிகை. எத்தனை, எவ்வளவு ஆகிய வினாப் பெயர்களுடன் ஓ இடைச்சொல் இணைந்து மிகையான எண்ணிக்கையை உணர்த்தப் பயன்படுகின்றது.

கூட்டத்துக்கு *எத்தனையோ* பேர் வந்திருந்தார்கள்
யுத்தத்தில் *எத்தனையோ* அப்பாவிகள் இறந்துவிட்டனர்
யுத்தத்தில் *எவ்வளவோ* பொருட்கள் அழிந்துவிட்டன

இது அல்லது அது. ஒரு உடன்பாட்டு வாக்கியத்தில் ஓ இடைச்சொல் இரண்டு அல்லது பல பெயர்ச்சொற்களுடன் இணைந்து வந்தால் இது அல்லது அது என்னும் பொருளைத் தருகிறது. எடுத்துக்காட்டு:

கோப்பியோ தேநீரோ குடியுங்கள்
நானோ தம்பியோ வருவோம்

இதுவும் இல்லை அதுவும் இல்லை. ஒரு எதிர்மறை வாக்கியத்தில் ஓ இடைச்சொல் இரண்டு சொற்களுடன் இணைந்து வந்து இதுவும்

இல்லை அதுவும் இல்லை என்னும் பொருள் தருகின்றது.

நான் கோப்பியோ தேநீரோ குடிப்பதில்லை
நானோ தம்பியோ வரமாட்டோம்

3. ஏ

ஏகார இடைச்சொல் தேற்றம், வினா, எண், பிரிநிலை, எதிர்மறை, இசைநிறை ஆகிய ஆறு பொருளில் வரும் என நன்னூல் கூறுகின்றது. ஆறுமுக நாவலர் ஈற்றசையையும் சேர்த்து ஏழு பொருள் என்பார்.

தற்காலத் தமிழில் ஏ தேற்றப் பொருளில் (அழுத்தம்) மட்டுமே வருவதாகத் தெரிகிறது. அத்தோடு, தான் என்பதுடன் இணைந்து ஒன்றின் சுய இயக்கத்தை வலியுறுத்தவும் பயன்படுகிறது.

நான் நேற்றே வந்துவிட்டேன்
நான் என் கண்ணாலேயே பார்த்தேன்
அவன் போகவே மாட்டான்

கதவு தானாகவே திறந்தது
அவன் தானாகவே விழுந்தான்

4. தான்

தான் இடைச்சொல்லும் அழுத்தப் பொருளிலேயே வருகின்றது. வாக்கியத்தில் எந்தச் சொல்லுடன் தான் வருகின்றதோ அந்தச் சொல்லை முதன்மைப்படுத்தி அழுத்தம் கொடுக்கின்றது. எடுத்துக் காட்டாக, நான் நேற்று ஊருக்குப் போனேன் என்னும் வாக்கியத்தில் ஒவ்வொரு சொல்லோடும் தான் வந்து அதற்கு அழுத்தம் கொடுக்கும்.

நான்தான் நேற்று ஊருக்குப் போனேன்
நான் நேற்றுத்தான் ஊருக்குப் போனேன்
நான் நேற்று ஊருக்குத்தான் போனேன்
நான் நேற்று ஊருக்குப் போனேன்தான்

தான் இடைச்சொல் ஒரு வாக்கியத்தில் ஒருமுறைதான் இடம்பெறும்.

[கல்லைத்தான் மண்ணைத்தான் காச்சித்தான் குடிக்கத்தான் கற்பித்தானா என்ற வாக்கியத்தில் *தான்* பலமுறை இடம்பெற்றுள்ளது. இங்கு தான் அழுத்தப் பொருளிலன்றி எனினும், -ஆவது என்ற பொருளிலேயே வந்துள்ளது. இது கவிதை சார்ந்த அரிய வழக்கு எனக் கருதலாம்.]

கண்ணன்தான் வந்தான், கண்ணன் தானும் வருவதாகச் சொன்னான்

மேல் உள்ள இரண்டு வாக்கியங்களிலும் தான் இடம்பெற்றுள்ளது. முதல் வாக்கியத்தில் வரும் தான் இடைச்சொல். அது அழுத்தப் பொருளில் வந்துள்ளது. இரண்டாவது வாக்கியத்தில் வரும் தான் தற்சுட்டுப் படர்க்கை ஒருமை இடப்பெயர். அது கண்ணன் என்னும்

எழுவாயைச் சுட்டி வந்துள்ளது. இரண்டும் வடிவத்தில் ஒத்திருந்தாலும் வெவ்வேறு சொல் வகையைச் சேர்ந்தவை. முதலாவது இடைச்சொல்; இரண்டாவது பெயர்ச்சொல்.

5. மட்டும்

இது வரையறைப் பொருள்தரும் ஓர் இடைச்சொல்லாகும். ஒரு வாக்கியத்தில் இது எந்தச் சொல்லுடன் வருகின்றதோ அதைப் பிறவற்றில் இருந்து வரையறுத்துவிடுகின்றது.

நான் மட்டும் வருவேன்
நான் நேற்று மட்டும் வந்தேன்
என்னிடம் பத்து ரூபாய் மட்டும் இருக்கிறது
அவளிடம் அழகும் குணமும் மட்டும் இருந்தால் போதும்
இந்தக் கல்லூரியில் பெண்கள் மட்டும் படிக்கிறார்கள்

இயலுமானவரை, குறிப்பிட்ட நேரம் வரை என்னும் பொருளிலும் மட்டும் பயன்படுகின்றது.

என்னால் முடிந்த மட்டும் உதவி செய்வேன்
நான் வரும் மட்டும் காத்திருக்க வேண்டாம்
சூரியன் மறையும் மட்டும் விளையாடினோம்

6. ஆவது

ஆவது இடைச்சொல் வாக்கியத்தில் பல பொருள்களில் பயன்படுத்தப்படுகின்றது.

குறைந்தபட்சம்.
கூட்டத்துக்குப் பத்துப் பேராவது வருவார்களா?
ஒரு நாள் செலவுக்கு நூறு ரூபாயாவது வேண்டும்
நீங்களாவது உதவி செய்வீர்களா?
ஒரு நாளைக்கு ஒரு நேரமாவது சாப்பிட வழியில்லை

இவ்வாக்கியங்களில் பெயர்ச்சொற்களுடன் ஆவது இணைந்து குறைந்தபட்சம் என்னும் பொருள் தருகின்றது.

இது அல்லது அது. ஒரு வாக்கியத்தில் இரண்டு அல்லது பல பெயர்ச்சொற்களுடன் இணைந்து வந்து இது அல்லது அது என்னும் பொருளைத் தருகிறது.

இரவில் தோசையாவது இடியப்பமாவது சாப்பிடுவேன்
நாளையாவது நாளை மறுநாளாவது வருவேன்

ஓகார இடைச்சொல்லும் இதே பொருளில் வருவதை ஒப்புநோக்குக.

திடக்குறிப்பின்மை. வினாப் பெயர்களுடன் ஆவது இணைந்து

திடக்குறிப்பின்மை உணர்த்துகின்றது. எடுத்துக்காட்டு: யாராவது, எங்கேயாவது, எவனாவது, எப்படியாவது, எவளாவது, எப்போதாவது, எவராவது, எவ்வளவாவது

    நாளைக்கு யாராவது வருவார்கள்
    நான் எங்கேயாவது போவேன்
    நாம் எப்போதாவது சந்திக்கலாம்

நடவாமை. ஒரு வாக்கியத்தின் எழுவாய்ப் பெயருடனும் பயனிலை யுடனும் ஆவது இணைந்து வந்தால் அந்த வாக்கியம் கூறும் செயல் நிகழச் சாத்தியம் இல்லை என்னும் பொருள் புலப்படுத்தப் படுகின்றது. இத்தகைய வாக்கியத்தில் பயனிலை எப்போதும் நிகழ்காலம் எதிர்காலம் காட்டும் தொழிற்பெயராகவே அமையும்.

    மழையாவது பெய்கிறதாவது / பெய்வதாவது
    அவனாவது படிக்கிறதாவது / படிப்பதாவது
    நீயாவது வெளிநாடு போகிறதாவது / போவதாவது

இத்தகைய வாக்கிய அமைப்பு பேச்சு வழக்கிலேயே பெரிதும் காணப்படுகின்றது.

வரிசைப் பொருள். எண்ணுப் பெயர்களுடன் இணைந்து வந்து வரிசை முறையை உணர்த்தப் பயன்படுகின்றது. எடுத்துக்காட்டு: முதலாவது, இரண்டாவது, பத்தாவது, நூறாவது

7. கூட

எதிர்மறை வாக்கியத்தில் பெயர்ச்சொற்களுடன் இணைந்து வந்து குறைந்தபட்சம் என்னும் பொருள் தருகிறது. இவ்வகையில் ஆவது என்னும் இடைச்சொல்லை ஒத்தது. எடுத்துக்காட்டு: என்னிடம் பத்து ரூபாய்கூட இல்லை, ஒரு வாய்ச் சோறுகூடச் சாப்பிடவில்லை, அவனுக்குக் கொஞ்சம்கூட அறிவு இல்லை, பாடநூல் வாங்குவதற்குக்கூட வசதி இல்லை.

முற்றுப் பொருள். எதிர்மறை வாக்கியங்களில் பெயர்ச்சொற்களுடன் இணைந்து வந்து உம் இடைச்சொல்போல் கூட இடைச்சொல்லும் முற்றுப் பொருள் தருகிறது.

    வானத்தில் ஒரு நட்சத்திரம்கூட இல்லை
    இரவு கொஞ்சம்கூடத் தூக்கம் இல்லை
    தெருவில் ஒரு நாய்கூட இல்லை
    இந்த மண்ணில் ஒரு புல்கூட முளைக்காது

எச்சம் தழுவிய எதிர்மறை.
    நான்கூடப் பயந்துவிட்டேன்

அப்பாகூட இதை விரும்பவில்லை
உனக்குப் பாடக்கூடத் தெரியுமா

இவ்வாக்கியங்களில் கூட இடைச்சொல் எச்ச உம்மைபோல் பிறவற்றையும் தழுவி நிற்கின்றது. அதாவது பிறரும் பயந்தார்கள் அதுபோல் நானும் பயந்தேன், பிறரும் விரும்பவில்லை அதுபோல் அப்பாவும் விரும்பவில்லை. உனக்கு வேறு விடயங்களும் தெரியும் அதுபோல் பாடவும் தெரியும் என்னும் பொருள் புலப்படுகின்றது.

அதேவேளை, எதிர்பாராத விளைவு - எதிர்பார்த்ததற்கு மாற்றமானது என்னும் பொருளும் இவ்வாக்கியங்களில் உணர்த்தப்படுகின்றது. நான் பொதுவாகப் பயப்படக்கூடியவன் அல்ல ஆயினும் பயந்துவிட்டேன்; அப்பா பொதுவாக எதையும் ஏற்றுக்கொள்ளக் கூடியவர்; ஆனால், அவரும் விரும்பவில்லை. உனக்குப் பாடத் தெரியாது என்று நினைத்தேன். ஆனால் நீ பாடுகிறாய். ஆகவே, இதனை எச்சம் தழுவிய எதிர்மறை எனலாம்.

உம் இடைச்சொல்லும் இவ்வாறு எச்சம் தழுவிய எதிர்மறைப் பொருளைத் தருவதுண்டு. எடுத்துக்காட்டு: யானைக்கும் அடிசறுக்கும், நானும் பயந்துவிட்டேன்

சில சமயங்களில் உம், கூட ஆகிய இரு இடைச்சொற்களும் ஒத்த பயன்பாடு உள்ளவை எனலாம்.

8. ஆ

ஆ வினாப் பொருளில் வரும் இடைச்சொல்லாகும். ஒரு வாக்கியத்தில் எந்தச் சொல்லுடன் இது இணைந்து வருகிறதோ அது வினவப்படும். எடுத்துக்காட்டு:

கண்ணன் நேற்றுக் கொழும்புக்குப் போனான்
கண்ணன் நேற்றுக் கொழும்புக்குப் போனானா?
கண்ணன் நேற்றுக் கொழும்புக்கா போனான்?
கண்ணன் நேற்றா கொழும்புக்குப் போனான்?
கண்ணனா நேற்றுக் கொழும்புக்குப் போனான்?

9. ஆம்

வாக்கியத்தில் -அல் ஈறுபெற்ற தொழிற்பெயரின் இறுதியில் வந்து அனுமதி, சாத்தியப்பாடு, பொருத்தப்பாடு முதலியவற்றை உணர்த்துகின்றது.

நீங்கள் இனிப் போகலாம் (அனுமதி)
நாளைக்கு மழை பெய்யலாம் (சாத்தியப்பாடு)
இந்த நூலுக்கு முதல்பரிசு வழங்கலாம் (பொருத்தப்பாடு)

பிறர் வாயிலாகக் கேட்ட தகவலாகவும் வதந்தியாகவும் ஒரு செய்தியைக் கூறுவதற்கும் இவ்விடைச்சொல் பயன்படும்.

கண்ணன் அமெரிக்காவுக்குப் போகிறானாம்
பாராளுமன்றம் கலைக்கப்படுமாம்

ஆவது என்னும் இடைச்சொல்லைப் போல் எண்ணுப் பெயரின் இறுதியில் வந்து வரிசைப் பொருள் உணர்த்துகின்றது.

முதலாம், இரண்டாம், ன்றாம், ஐந்தாம்...

தொடரியல்

14
வாக்கியமும் வாக்கிய உறுப்புகளும்

சொற்கள் ஒன்றுடன் ஒன்று இணைந்து எவ்வாறு சொற்றொடராகவும் வாக்கியமாகவும் அமைகின்றன என்பது தொடரியலில் விளக்கப் படும். இதனை வாக்கியவியல் என்றும் கூறலாம். வாக்கியத்தின் அமைப்பை விளக்குவதே வாக்கியவியல் அல்லது தொடரியல் எனப்படும்.

சொற்கள் இணைந்து வாக்கியங்களாக அமைகின்றன என நாம் பொதுவாகக் கூறுகின்றோம். ஆயினும், ஊரில் வந்தேன் நேற்று நான் இருந்து என்னும் சொற்களின் சேர்க்கை வாக்கியமாகாது. இந்த வரிசையில் உள்ள சொற்கள் ஒன்றுடன் ஒன்று பொருள் தரக்கூடிய முறையில் சரியாக இணையவில்லை. அதனால், இது பொருளுடைய வாக்கியமாக அமையவில்லை. இதே சொற்கள், நான் ஊரிலிருந்து நேற்று வந்தேன் என்னும் ஒழுங்கில் இணையும்போது வாக்கியமா கிறது. இதே சொல் வரிசையைச் சற்றுமாற்றி நான் நேற்று ஊரிலிருந்து வந்தேன், ஊரிலிருந்து நான் நேற்று வந்தேன், நேற்று நான் ஊரிலிருந்து வந்தேன் எனவும் வாக்கியங்கள் ஆக்கலாம்.

இவ்வாறு பொருள்தரத் தக்க வகையில் சொற்கள் ஒரு குறிப் பிட்ட ஒழுங்குமுறைக்கு ஏற்ப ஒன்றுடன் ஒன்று அமைப்பு ரீதியாக இணைந்து ஒரு முற்றுப் பொருளைத் தருமாயின் அதனை வாக்கியம் என்று கூறலாம்.

சிலவேளை ஒரு தனிச் சொல்லையும் நாம் வாக்கியமாகப் பயன் படுத்துகிறோம்.

(நீ) வா,   (நீ) இரு,   (நீ) போ
(நீங்கள்) வாருங்கள்,   (நீங்கள்) இருங்கள்,   (நீங்கள்) போங்கள்

என்பவற்றையும் நாம் வாக்கியமாகக் கொள்ளலாம். அடைப்புக்குள் உள்ள நீ, நீங்கள் ஆகிய பெயர்ச்சொற்கள் இல்லாமல் வினைமுற்று மட்டும் வாக்கியமாகப் பயன்படுத்தப்படுவதுண்டு. நீ, நீங்கள் என்னும் எழுவாய்ப் பெயர்கள் இங்கு மறைந்து நிற்கின்றன என நாம் கருதலாம்.

நீ எங்கே போகிறாய்? என்னும் வினாவுக்கு ஒருவர் 'வீட்டுக்கு' என்று ஒரு சொல்லில் விடை கூறலாம். அந்தப் பேச்சுச் சூழலில் 'நான் வீட்டுக்குப் போகிறேன்' என்பதே இதற்குப் பொருள். அவ்வகையில்

இதனை ஒரு குறைவாக்கியம் என்று கூறலாம். ஆயினும், நாம் எழுதும்போது பொதுவாக முழுமையான வாக்கியங்களையே பயன்படுத்துகின்றோம்.

நான் ஊரிலிருந்து   ஊரிலிருந்து நேற்று

ஆகிய சொற்சேர்க்கைகளை நாம் வாக்கியமாகக் கொள்வதில்லை. இவை முடிவடையாத கூற்றுகள். முற்றுப் பொருள் தரும் முடிந்த கூற்றுகளையே வாக்கியம் எனக் கருதலாம்.

1. சொற்றொடர்

சொற்றொடர் என்பது, வாக்கியத்தின் ஒரு உறுப்பாகும். இது அமைப்பு ரீதியான உறவுடைய ஒரு சொல், அல்லது சொற்களின் ஒரு தொகுதியாக அமையும். சொற்றொடர் என்பது ஒரு வாக்கிய உறுப்பு என்பதை நாம் மனத்தில் இருத்த வேண்டும். எடுத்துக்காட்டாக: பையன் வந்தான் என்னும் வாக்கியத்தில் இரண்டு சொற்கள் உள்ளன. இவை இரண்டும் வாக்கியத்தின் இரண்டு உறுப்புகளாகும். பையன் எழுவாய், வந்தான் பயனிலை. ஒரு வாக்கிய உறுப்பை ஒரு தொடர் என்றும் சொல்வோம். பையன் எழுவாய்த் தொடர், வந்தான் பயனிலைத் தொடர். இதனைப் பின்வருமாறு படத்தில் விளக்கலாம்:

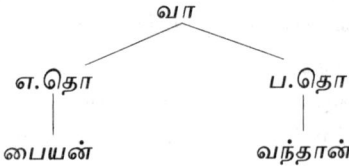

(வா=வாக்கியம், எ.தொ=எழுவாய்த் தொடர், ப.தொ=பயனிலைத் தொடர்.) எழுவாய்த் தொடரில் பையன் என்னும் பெயர்ச்சொல் உள்ளது. எழுவாய்த் தொடரில் எப்பொழுதும் ஒரு பெயர்ச்சொல் மட்டுமாவது இருக்கும். ஆகவே, அதனைப் பெயர்த் தொடர் என்றும் சொல்வர். பயனிலைத் தொடரில் வந்தான் என்னும் வினைச்சொல் உள்ளது. ஆகவே, இதனை வினைத் தொடர் என்றும் சொல்வர். ஒரு தொடரில் குறைந்தபட்சம் ஒரு சொல்லாவது இருக்கும் என்பதை நாம் மனத்தில் இருத்த வேண்டும்.

சொற்களின் கூட்டம் அல்லவா தொடர்? ஒரு சொல் எப்படித் தொடராகும் என்னும் ஐயம் நம்முள் எழக்கூடும். தொடர் என்பதை ஒரு வாக்கிய உறுப்பு என்னும் பொருளிலேயே நாம் பயன்படுத்து கின்றோம். ஒரு தொடரில் குறைந்தபட்சம் ஒரு சொல்லாவது இருக்க வேண்டும். அவ்வகையிலேதான் பையன் வந்தான் என்னும்

வாக்கியத்தில் பையன் ஒரு தொடர், வந்தான் ஒரு தொடர் என்று சொல்கிறோம். பையன், வந்தான் என்னும் சொற்களை நாம் வாக்கிய நிலையில் வைத்துப் பார்க்கிறோம். வாக்கிய நிலையில் இவை தொடர்களாகும்.

'வா' என்பது ஒரு எழுத்தா, ஒரு சொல்லா? எழுத்து நிலையில் இது ஒரு எழுத்து. உயிர்மெய் எழுத்து என்போம். சொல் நிலையில் இது ஒரு சொல்லாகும். வினைச்சொல் என்போம். 'நீ வா' என்ற வாக்கியத்தில் ஒரு உறுப்பாக வரும்போது அதை ஒரு தொடர் என்போம். அது பயனிலைத் தொடர் அல்லது வினைத் தொடர் எனப்படும். 'நீ' என்பதும் அதுபோன்றதுதான். எழுத்து நிலையில் இது ஒரு எழுத்து, சொல் நிலையில் ஒரு சொல், வாக்கிய நிலையில் ஒரு தொடர், இதனை எழுவாய்த் தொடர் அல்லது பெயர்த் தொடர் என்போம். ஏதாவது ஒரு மொழிக் கூறின் அல்லது சொல்லின் இலக்கணத் தன்மையை வாக்கியத்தில் பிற கூறுகளுடன் அல்லது சொற்களுடன் அது கொண்டிருக்கும் உறவின் அடிப்படையிலேயே தீர்மானிக்க வேண்டும்.

பையன் ஓடினான்
அந்தப் பையன் வேகமாக ஓடினான்
அந்தச் சின்னப் பையன் மிக வேகமாக ஓடினான்

ஆகிய வாக்கியங்களில் பையன், அந்தப் பையன், அந்தச் சின்னப் பையன் என்பன எழுவாய், அல்லது பெயர்த் தொடர்களாகும். அந்தச் சின்னப் பையன் என்னும் தொடரில் ன்று சொற்கள் உள்ளன. அந்தப் பையன் என்னும் தொடரில் இரண்டு சொற்கள் உள்ளன. பையன் என்னும் தொடரில் ஒரு சொல் உள்ளது. அதுபோல் ஓடினான், வேகமாக ஓடினான், மிக வேகமாக ஓடினான் என்பன பயனிலைத் தொடர்கள் அல்லது வினைத் தொடர்களாகும். மிக வேகமாக ஓடினான் என்னும் தொடரில் ன்று சொற்கள் உள்ளன. வேகமாக ஓடினான் என்னும் தொடரில் இரண்டு சொற்கள் உள்ளன. ஓடினான் என்னும் தொடரில் ஒரு சொல் மட்டும் உள்ளது.

ஒரு சொற்றொடரில் ஒரு தலைமை உறுப்பும் ஒன்று அல்லது பல அடைகளும் இருக்கும். பையன், அந்தப் பையன், அந்தச் சின்னப் பையன் ஆகிய தொடர்களில் பையன் என்பது தலைமை உறுப்பு; ஏனையவை அடைகள். அதுபோல் ஓடினான், வேகமாக ஓடினான், மிக வேகமாக ஓடினான் ஆகிய தொடர்களில் ஓடினான் என்பது தலைமை உறுப்பு; ஏனையவை அடைகள். ஒரு சொற்றொடரில் தலைமை உறுப்பு கட்டாயமானது; அடைகள் வரலாம் அல்லது வராமல் இருக்கலாம்.

2. சொற்றொடர் வகைகள்

ஒரு வாக்கியத்தில் பலவகையான சொற்றொடர்களை இனம் காணலாம். இங்கு நான்கு சொற்றொடர் வகைகளை மட்டும் நோக்கலாம்.

1. பெயர்த் தொடர்
2. வினைத் தொடர்
3. பெயரடைத் தொடர்
4. வினையடைத் தொடர்

1. பெயர்த் தொடர்

ஒரு பெயர்ச்சொல்லைத் தலைமை உறுப்பாகக் கொண்ட தொடர் பெயர்த் தொடர் எனப்படும். ஒரு பெயர்த் தொடரில் கட்டாயம் ஒரு பெயர்ச்சொல்லிருக்கும். அதனோடு ஒன்று அல்லது பல அடைகள் வரலாம். சில எடுத்துக்காட்டுகள் வருமாறு:

பையன்
ஒரு பையன்
அந்தப் பையன்
யாரோ ஒரு பையன்
யாரோ சில பையன்கள்
ன்று பையன்கள்
முதலாவது பையன்
அழகான பையன்
அந்த அழகான பையன்
நேற்று வந்த பையன்
நேற்று என்னுடன் வந்த அந்தப் பையன்

மேல் உள்ள பெயர்த் தொடர்களில் பையன், பையன்கள் என்பன தலைமை உறுப்பு, ஏனையவை பல்வேறு வகையான அடைகளாகும்.

2. வினைத் தொடர்

ஒரு வினைச்சொல்லைத் தலைமை உறுப்பாகக் கொண்ட தொடர் வினைத் தொடர் எனப்படும். ஒரு வினைத் தொடரில் கட்டாயம் ஒரு வினைச்சொல் இருக்கும். அதனோடு ஒன்று அல்லது பல அடைகள் இடம்பெறலாம். சில எடுத்துக்காட்டுகள் வருமாறு:

ஓடினான்
வேகமாக ஓடினான்
வீட்டுக்கு வேகமாக ஓடினான்
விழுந்து எழும்பி வேகமாக ஓடினான்

இங்கு ஓடினான் என்னும் வினைச்சொல் தலைமை உறுப்பாகவும் ஏனையவை அதற்கு அடைகளாகவும் செயற்படுகின்றன.

3. பெயரடைத் தொடர்

ஒரு பெயரடையைத் தலைமை உறுப்பாகக் கொண்ட தொடர் பெயரடைத் தொடராகும். இது பெயர்த் தொடரின் ஒரு உப உறுப்பாகச் செயற்படுகின்றது. சில எடுத்துக்காட்டுகள் வருமாறு:

அழகான
மிக அழகான
மிகமிக அழகான
எல்லாரையும்விட மிகவும் அழகான

இங்கு *அழகான* என்னும் பெயரடை தலைமை உறுப்பாகவும் ஏனையவை அதற்கு அடைகளாகவும் வந்துள்ளன.

4. வினையடைத் தொடர்

ஒரு வினையடையைத் தலைமை உறுப்பாகக் கொண்ட தொடர் வினையடைத் தொடர் எனப்படும். இது வினைத் தொடரின் ஒரு உப உறுப்பாகச் செயற்படுகின்றது. சில எடுத்துக்காட்டுகள் வருமாறு:

வேகமாக
மிக வேகமாக
மிகமிக வேகமாக
எல்லாரையும்விட மிகவும் வேகமாக

இங்கு *வேகமாக* என்னும் வினையடை தலைமை உறுப்பாகும். ஏனையவை அதற்கு அடைகளாக வந்துள்ளன.

3. வாக்கியத் தொடர்

நான் கோப்பி குடித்தேன்; ஆனால் கண்ணன் பால் குடித்தான்

இந்த வாக்கியத்திலே இரண்டு வாக்கியங்கள் உள்ளன.

1. நான் கோப்பி குடித்தேன்   2. கண்ணன் பால் குடித்தான்

இவ்விரண்டு வாக்கியங்களையும் ஆனால் என்னும் இடைச்சொல் இணைத்து ஒரு பெரிய வாக்கியமாக ஆக்கியுள்ளது.

தம்பி நாளைக்கு வருவான் என்று அப்பா சொன்னார்

இந்த வாக்கியத்திலும் இரண்டு வாக்கியங்கள் உள்ளன.

1. தம்பி நாளைக்கு வருவான் 2. அப்பா சொன்னார்

என்று என்னும் இடைச்சொல்லால் முதல் வாக்கியம் இரண்டாவது வாக்கியத்துடன் இணைக்கப்பட்டுள்ளது.

நீ வந்ததை நான் பார்க்கவில்லை.

இவ்வாக்கியத்திலும் இரண்டு வாக்கியங்கள் இணைந்துள்ளன.

1. நீ வந்தாய் 2. நான் பார்க்கவில்லை

மேல் உள்ள எடுத்துக்காட்டுகளில் ஒரு பெரிய வாக்கியத்தின் உறுப்பாக இரண்டிரண்டு வாக்கியங்கள் இணைந்திருப்பதைப் பார்க்கிறோம். இவ்வாறு ஒரு வாக்கியத்தின் உறுப்பாக வரும் பிறிதொரு வாக்கியத்தை வாக்கியத் தொடர் *(Clause)* என்று சொல்வர். ஒரு வாக்கியத்துள் எத்தனை வாக்கியத் தொடர்களும் இருக்கலாம்.

நான் வந்தேன் ஆனால் நீ வரவில்லை

இந்த வாக்கியத்தில் இரண்டு வாக்கியத் தொடர்கள் உள்ளன.

1. நான் வந்தேன் 2. நீ வரவில்லை

இங்கு ஒவ்வொரு வாக்கியத் தொடரும் ஒவ்வொரு தனி வாக்கியமாகவும் இருப்பதைக் காண்கின்றோம். அவ்வகையில் ஒரு வாக்கியத் தொடர் ஒரு தனி வாக்கியமாகவும் இருக்கலாம் அல்லது ஒரு பெரிய வாக்கியத்தின் உறுப்பாகவும் இருக்கலாம் என அறிகிறோம்.

ஒரு வாக்கியம் குறைந்தபட்சம் ஒரு வாக்கியத் தொடரைக் கொண்டிருக்கும். கூடிய பட்சம் எத்தனை வாக்கியத் தொடர்களையும் கொண்டிருக்கலாம். ஒரு வாக்கியத் தொடரால் அமைந்த வாக்கியத்தைத் தனி வாக்கியம் (Simple sentence) என்பர். ஒன்றுக்கு அதிகமான வாக்கியத் தொடர்களால் அமைந்த வாக்கியம் கூட்டு வாக்கியம், கலப்பு வாக்கியம் என இரு வகைப்படும்.

நான் வந்தேன்

நான் வீட்டுக்கு வந்தேன்

நான் கொழும்பிலிருந்து வீட்டுக்கு வந்தேன்

என்பன ஒரு வாக்கியத் தொடரால் அமைந்த வாக்கியங்கள். இவை தனி வாக்கியம் எனப்படும்.

நான் வந்ததும் கண்ணன் போனான்

கண்ணன் வந்ததை நான் காணவில்லை

நான் வரும்போது கண்ணன் இருக்கவில்லை

நான் வந்ததால் கண்ணன் வரவில்லை

நான் வந்தேன் ஆனால் கண்ணன் வரவில்லை

நான் வருவேன் அல்லது கண்ணன் வருவான்

இவை இரண்டு வாக்கியத் தொடர்களால் அமைந்த வாக்கியங்கள். வாக்கியங்கள் இணைக்கப்பட்ட முறையின் அடிப்படையில் இவை ஒன்றில் கூட்டுவாக்கியம் அல்லது கலப்பு வாக்கியம் எனப்படும். அது பற்றிப் பின்னர் விளக்கப்படும்.

15
தனி வாக்கியமும் அதன் அமைப்பும்

1. தனி வாக்கியம்

ஒரு வாக்கியத் தொடரால் அமைந்த வாக்கியம் தனி வாக்கியமாகும் என முன்னர் பார்த்தோம்.

நான் வந்தேன்
அவன் வீட்டுக்குப் போனான்
கமலா கண்ணனுடன் பேசினாள்
கண்ணன் புத்தகத்தை என்னிடம் தந்தான்
நான் ஒரு மாணவன்
இதுதான் எங்கள் வீடு

போன்றவற்றைத் தனி வாக்கியம் எனலாம். இவை ஒரு எழுவாயை யும் ஒரு பயனிலையையும் கொண்டுள்ளன. இவற்றுக்குள் வேறு வாக்கியங்கள் இல்லை.

நானும் கண்ணனும் போனோம் இதனை நான் போனேன், கண்ணன் போனான் ஆகிய இரண்டு வாக்கியங்களின் இணைப்பாகக் கொள்ளலாம்.

அவன் கணிதமும் விஞ்ஞானமும் படிக்கிறான் இவ்வாக்கியத்தை
அவன் கணிதம் படிக்கிறான்   அவன் விஞ்ஞானம் படிக்கிறான்

ஆகிய இரண்டு வாக்கியங்களின் இணைப்பாகக் கொள்ளலாம். அவ்வகையில் நானும், கண்ணனும் போனோம், அவன் கணிதமும் விஞ்ஞானமும் படிக்கிறான் என்பன தனிவாக்கியங்கள் அல்ல. அவற்றுக்குள் இரண்டு வாக்கியங்கள் இணைந்துள்ளன. ஆனால், நான் போனேன், கண்ணன் போனான், அவன் கணிதம் படிக்கிறான், அவன் விஞ்ஞானம் படிக்கிறான் என்பன தனிவாக்கியங்கள். இவற்றுக்குள் இருந்து வேறு வாக்கியங்களைப் பிரித்தெடுக்க முடியாது. இவ்வகை யில், பிற வாக்கிங்களைத் தன்னுள் கொண்டிராத, ஒரே வாக்கியத் தொடரால் அமைந்த வாக்கியமே தனிவாக்கியம் எனலாம்.

2. தனி வாக்கிய அமைப்பு

தனி வாக்கியங்கள் இரண்டு வகையான அமைப்பைக் கொண்டுள்ளன.

1. பெயர்த் தொடர் + பெயர்த் தொடர் அமைப்பு
2. பெயர்த் தொடர் + வினைத் தொடர் அமைப்பு

பெ.தொ. + பெ. தொ. அமைப்புடைய வாக்கியங்களை பெயர்ப் பயனிலை கொண்ட வாக்கியங்கள் எனலாம். பெ.தொ.+வி.தொ. அமைப்புடைய வாக்கியங்களை வினைப் பயனிலை கொண்ட வாக்கியங்கள் எனலாம்.

பெயர்ப் பயனிலை கொண்ட வாக்கியங்கள்

பெயர்ப் பயனிலை கொண்ட வாக்கியங்களில் எழுவாயும் பயனிலையும் பெயர்த் தொடர்களாக அமையும்.

அவர் நல்லவர்
கண்ணன் ஒரு கவிஞன்
இந்தப் பெண் எனது மாணவி
அந்தப் புத்தகம் என்னுடையது

மேல் உள்ள வாக்கியங்களில் அவர், கண்ணன், இந்தப் பெண், அந்தப் புத்தகம் ஆகியன எழுவாய்; நல்லவர், ஒரு கவிஞன், எனது மாணவி, என்னுடையது ஆகியன பயனிலை. எழுவாய் பயனிலை இரண்டுமே பெயர்த் தொடர்களாகும்.

இத்தகைய பெயர்ப் பயனிலை கொண்ட வாக்கியங்களை சமன் பாட்டு வாக்கியம் (equational sentence) என்றும் கூறுவர். பொருள் அடிப்படையில் இவ்வாக்கியங்கள் A என்பது B ஆகும் என்று சொல் வதாக அமைகின்றன. அதாவது எழுவாய்ப் பெயர் இத்தகையது என்று சொல்வதாக அமையும்.

பெயர்ப் பயனிலைகளை அடுத்து ஆகு என்னும் வினை மறைந்து இருப்பதாகக் கருத முடியும். பின்வரும் வாக்கியங்களை நோக்குக:

அவர் நல்லவர் ஆவார்
கண்ணன் ஒரு கவிஞன் ஆவான்
இந்தப் பெண் எனது மாணவி ஆவாள்

ஆனால், தற்காலத் தமிழில் இந்த வினைகள் வாக்கியத்தில் வெளிப் படைளாக இடம்பெறுவது மிகவும் குறைவு. பெயர்த் தொடர்களே பயனிலையாக அமைகின்றன. ஆயினும், பெயர்ப் பயனிலை கொண்ட வாக்கியங்களைப் பிறிதொரு வாக்கியத்துடன் இணைக்கும்போது ஆகு என்னும் வினை தோன்றுவதைக் காணலாம். எடுத்துக்காட்டாக:

கண்ணன் மிகச் சிறந்த ஆசிரியர்   அவர் என் நண்பர்

ஆகிய இரு வாக்கியங்களையும் இணைத்தால் பின்வரும் வாக்கியம் கிடைக்கிறது: *மிகச் சிறந்த ஆசிரியரான கண்ணன் எனது நண்பர்*

இங்கு தோன்றும் ஆன (ஆகிய) என்பது ஆகு என்னும் வினையின் பெயரெச்ச வடிவம் என்பதை நாம் அறிவோம். இவ்வகையில், பெயர்ப் பயனிலை கொண்ட வாக்கியங்களில் ஆகு என்னும் வினை மறைந்துள்ளது எனக் கொள்ளலாம்.

வினை தொக்கிய வாக்கியங்கள்

எனக்குப் பசி
குழந்தைக்குக் காய்ச்சல்
அப்பாவுக்குக் கோபம்
அவனுக்குப் பைத்தியம்

மேல் உள்ள வாக்கியங்களில் பசி, காய்ச்சல், கோபம், பைத்தியம் ஆகிய பெயர்ச்சொற்கள் பயனிலைபோல் தோன்றுகின்றன. எழுவாய்ப் பெயர்கள் கு வேற்றுமை உருபு ஏற்று வந்துள்ளன. எழுவாய்ப் பெயர் வேற்றுமை உருபு ஏற்பதில்லை. திரிபடையாத பெயரே எழுவாய் என்று ஏற்கனவே பார்த்துள்ளோம். அவ்வகையில் இவ்வாக்கியங்களில் எழுவாய் இல்லை என்றும் சிலர் கூறுவர். எனினும், மேல் உள்ள வாக்கியங்கள் பின்வரும் வாக்கியங்களி லிருந்து பிறந்தன வாகக் கொள்ளலாம்:

நான் பசியாக இருக்கிறேன்
குழந்தை காய்ச்சலாக இருக்கிறது
அப்பா கோபமாக இருக்கிறார்
அவன் பைத்தியமாக இருக்கிறான்

மேல் உள்ள வாக்கியங்களில் நான், குழந்தை, அப்பா, அவன் ஆகிய எழுவாய்ப் பெயர்கள் திரிபடையவில்லை. எல்லா எழுவாய்ப் பெயர்களும் இரு என்னும் வினைப் பயனிலை பெற்றுவந்துள்ளன. பசி, காய்ச்சல், கோபம், பைத்தியம் ஆகிய பெயர்ச்சொற்கள் -ஆக என்னும் வினையடை விகுதி பெற்று வினையடையாக வந்துள்ளன. இவ்வாக்கியங்களில் உள்ள எழுவாய்ப் பெயர்கள் 'கு' உருபு பெற்று, ஆக என்னும் வினையடை விகுதியும் நீக்கப்பட்டு அவை பின்வரும் அமைப்பில் வழங்குவதும் உண்டு:

எனக்குப் பசி இருக்கிறது
குழந்தைக்குக் காய்ச்சல் இருக்கிறது
அப்பாவுக்குக் கோபம் இருக்கிறது
அவனுக்குப் பைத்தியம் பிடித்திருக்கிறது

இத்தகைய அமைப்புடைய வாக்கியங்களில் எப்போதும் இரு

என்னும் வினையே பயனிலையாக வரும். இவ்வாக்கியங்களில் பயனிலை நீக்கப்படலாம். அவ்வாறு நீக்கப்படும்போது

எனக்குப் பசி
குழந்தைக்குக் காய்ச்சல்
அப்பாவுக்குக் கோபம்
அவனுக்குப் பைத்தியம்

போன்ற வாக்கியங்கள் கிடைக்கின்றன. இவற்றைப் பெயர்ப் பயனிலைகொண்ட வாக்கியங்கள் என்பதைவிட வினை தொக்கிய வாக்கியங்கள் என்பது பொருந்தும்.

வீட்டுக்குப் பக்கத்தில் ஒரு கோயில்; அதன் அருகில் ஒரு குளம்; குளக் கரையில் ஒரு பெரிய மாமரம்; மரத்தில் இரண்டு அழகான குருவிகள்; நான் அவற்றையே பார்த்துக்கொண்டிருந்தேன்.

மேல் உள்ள பந்தியில் நான்கு வினை தொக்கிய வாக்கியங்கள் உள்ளன.

- வீட்டுக்குப் பக்கத்தில் ஒரு கோயில்
- அதன் அருகில் ஒரு குளம்
- குளக்கரையில் ஒரு பெரிய மாமரம்
- மாமரத்தில் இரண்டு அழகான குருவிகள்

இவையும் பெயர்ப் பயனிலை கொண்ட வாக்கியங்கள் போல் தோன்று கின்றன. உண்மையில் இவையும் இரு என்னும் வினை நீக்கப்பட்ட வாக்கியங்களே. இவற்றின் லவாக்கியங்கள் பின்வருமாறு அமையும்:

- வீட்டுக்குப் பக்கத்தில் ஒரு கோயில் இருக்கிறது
- அதன் அருகில் ஒரு குளம் இருக்கிறது
- குளக்கரையில் ஒரு பெரிய மாமரம் இருக்கிறது
- மரத்தில் இரண்டு அழகான குருவிகள் இருக்கின்றன.

இவ்வாக்கியங்களில் பயனிலையாக வரும் இரு என்னும் வினை நீக்கப்பட்டு வினை தொக்கிய வாக்கியங்கள் கிடைக்கின்றன. தற்கால நாவல், சிறுகதைகளில் இத்தகைய வினை தொக்கிய வாக்கியங்கள் ஏராளமாக வருகின்றன. அவை நிகழ்ச்சிகளை வருணிப்பதற்குப் பயன்படுத்தப்படுகின்றன.

மேலே காட்டிய வாக்கியங்களிலெல்லாம் இரு என்னும் வினைப் பயனிலை நீக்கப்படுவதை அவதானிக்கலாம். ஆயின், எல்லா வாக்கியங்களிலும் இரு என்னும் வினைப் பயனிலையை நீக்க முடியாது. எடுத்துக்காட்டாக:

நான் கதிரையில் இருக்கிறேன் என்னும் வாக்கியத்தில் இருக்கிறேன் என்பதை நீக்க முடியாது. நீக்கினால் நான் கதிரையில் என்னும் பொருள் முடிவுறாத சொற்றொடர் ஒன்றே கிடைக்கின்றது.

எனக்குப் பசி இருக்கிறது
மரத்தில் இரண்டு குருவிகள் இருக்கின்றன

என்னும் அமைப்புடைய வாக்கியங்களிலிருந்தே பயனிலையை நீக்கி வினை தொக்கிய வாக்கியங்களை உருவாக்க முடிகின்றது.

முதல் வாக்கியத்தில் எனக்கு, பசி ஆகிய இரண்டு பெயர்த் தொடர்கள் உள்ளன. முதல் பெயர்த் தொடர் கு வேற்றுமை உருபு பெற்றுள்ளது. மற்றப் பெயர்த் தொடர் திரிபடையாத பெயராக உள்ளது. இதன் அமைப்பை பெயர் - கு + பெயர் + இரு என்று விளக்கலாம். இரண்டாவது வாக்கியத்திலும் இரண்டு பெயர்த் தொடர்கள் உள்ளன. முதலாவது பெயர்த் தொடர் இடவேற்றுமை உருபு -இல் பெற்றுள்ளது. இரண்டாவது பெயர்த் தொடர் திரிபடை யாத பெயராக உள்ளது. இதன் அமைப்பைப் பின்வருமாறு விளக் கலாம்: பெயர்-இல்+பெயர்+இரு

இவ்வமைப்புடைய வாக்கிங்களிலிருந்தே இரு என்னும் பயனிலையை நீக்கலாம்.

எங்கள் வீட்டில் ஒரு நாய் இருக்கிறது. அதற்கு ன்று குட்டிகள் இருக்கின்றன. அவற்றுள் இரண்டு ஆண் குட்டிகள்; ஒன்று பெண் குட்டி.

மேல் உள்ள பந்தியைப் பின்வருமாறும் எழுதலாம்:

எங்கள் வீட்டில் ஒரு நாய்; அதற்கு ன்று குட்டிகள். அவற்றுள் இரண்டு ஆண்குட்டிகள்; ஒன்று பெண்குட்டி. இப்பந்தியில்

எங்கள் வீட்டில் ஒரு நாய்; அதற்கு ன்று குட்டிகள்

ஆகியவை வினை தொக்கிய வாக்கியங்கள்.

அவற்றுள் இரண்டு ஆண்குட்டிகள்; ஒன்று பெண் குட்டி

ஆகியவை பெயர்ப் பயனிலை கொண்ட வாக்கியங்கள். (இவற்றை யும் ஆகும் என்னும் வினை தொக்கிய வாக்கியங்களாகவும் கொள்ளலாம்).

3. வினைப் பயனிலை கொண்ட வாக்கியங்கள்

வினைப் பயனிலை கொண்ட வாக்கியங்கள் பெ.தொ.+வி.தொ. என்னும் அமைப்புடையன. குறைந்தபட்சம் ஒரு பெயர்ச்சொல்லும் ஒரு வினைச்சொல்லும் அதில் இருக்கும். பெயர்ச்சொல் எழுவா யாகவும் வினைச்சொல் பயனிலையாகவும் அமையும். இவ்வமைப் புடைய வாக்கிங்களில் பயனிலை ஒரு தனி வினையாக அல்லது கூட்டு வினையாக அமையலாம்.

கண்ணன் வந்தான் நான் சிரித்தேன்

மேல் உள்ள வாக்கியங்களில் வந்தான், சிரித்தேன் ஆகிய பயனிலைகள் தனி வினைகளாகும்.

கண்ணன் வந்துவிட்டான்
நான் சிரித்துக்கொண்டிருந்தேன்
அப்பா ஆத்திரப்பட்டார்

மேல் உள்ள வாக்கியங்களில் வந்துவிட்டான், சிரித்துக் கொண்டிருந்தேன், ஆத்திரப்பட்டார் ஆகிய பயனிலைகள் கூட்டு வினைகளாகும்.

எழுவாய்த் தொடர்

மேல் உள்ள வாக்கியங்களில் கண்ணன், நான், அப்பா ஆகிய பெயர்ச் சொற்கள், எழுவாய்த் தொடராகச் செயற்படுகின்றன. பயனிலை யோடு திணை, பால், எண், இட, உறவு கொண்டுள்ள பெயர்ச் சொற் களையே எழுவாய் என்போம். பின்வரும் வாக்கியங்களில் எழுவாய்ப் பெயர்கள் திணை, பால், எண், இடம் என்பனவற்றின் அடிப்படை யில் பயனிலையோடு உறவு கொண்டிருப்பதைக் காணலாம்.

நான் வந்தேன்   நாங்கள் வந்தோம்
நீ வந்தாய்   நீங்கள் வந்தீர்கள்
கண்ணன் வந்தான்   மலீஹா வந்தாள்
அப்பா வந்தார்   அவர்கள் வந்தார்கள்
கடிதம் வந்தது   கடிதங்கள் வந்தன

மேல் உள்ள எடுத்துக்காட்டுகளில் வினைமுற்று வடிவங்கள் எழுவாய்ப் பெயரின் திணை, பால், எண், இடம் என்பவற்றுக்கு ஏற்ப வெவ்வேறு விகுதிகளைப் பெற்றுவந்துள்ளன. இந்த விகுதிகளோடு இயைபு கொள்ளும் பெயர்ச்சொற்களை எழுவாய் என இனம்காண முடியும்.

ஒரு வாக்கியத்தில் எழுவாயை அறிவதற்கு வேறு ஒரு வழியும் உண்டு. தான் அல்லது தாம் என்னும் தற்சுட்டுப் பெயர் ஒரு வாக்கியத்தில் எப்போதும் எழுவாய்ப் பெயரையே சுட்டி நிற்கும். பின்வரும் வாக்கியங்களை எடுத்துக்காட்டாகத் தரலாம்:

கண்ணன் தன்னுடைய வீட்டுக்குச் சென்றான்
அவர் எப்போதும் தன்னைப் பற்றியே பேசுகிறார்
தானும் எங்களுடன் வருவதாக அப்பா சொன்னார்

மேல் உள்ள வாக்கியங்களில் தான் எழுவாய்ப் பெயர்களையே கூட்டி நிற்கக் காணலாம். முதல் வாக்கியத்தில் தான் எழுவாய்ப் பெயரான கண்ணனைச் சுட்டுகின்றது. இரண்டாவது வாக்கியத்தில் தான் எழு வாய்ப் பெயரான அவரைச் சுட்டுகின்றது. ன்றாவது வாக்கியத்தில் தான் எழுவாய்ப் பெயரான அப்பாவைச் சுட்டுகின்றது. எழுவாய்ப்

பெயர் வாக்கியத்தில் தனக்கு அண்மையில் இருந்தாலும் தொலைவில் இருந்தாலும் தான் எப்போதும் எழுவாய்ப் பெயரையே சுட்டி நிற்கக் காணலாம். அவ்வகையில் ஒரு வாக்கியத்தில் தான் என்னும் படர்க்கை தற்சுட்டுப் பெயரால் பிரதியீடு செய்யப்படும் பெயர்களை எழுவாயாகக் கொள்ள முடியும்.

தன்மை, முன்னிலைப் பெயர்களுடன் தான் வருவதில்லை. பதிலாக தன்மை முன்னிலைப் பெயர்கள் தம்மைத்தாம் சுட்டி நிற்கின்றன. எடுத்துக்காட்டு:

கண்ணன் தன்னுடைய வீட்டுக்குச் சென்றான்
நான் என்னுடைய வீட்டுக்குச் சென்றேன்
நீங்கள் உங்களுடைய வீட்டுக்குச் செல்லுங்கள்

செயப்படுபொருள் குன்றா வினை

வினைப் பயனிலை கொண்ட வாக்கியங்களைச் செயப்படுபொருள் குன்றிய வாக்கியங்கள், செயப்படுபொருள் குன்றா வாக்கியங்கள் என இரு வகைப்படுத்தலாம். செயப்படுபொருள் குன்றிய வினை களைப் பயனிலையாகக் கொண்ட வாக்கியங்கள் செயப்படு பொருள் குன்றிய வாக்கியங்களாகும். இவ்வாக்கியங்களில் செயப்படுபொருள் என ஒன்று இராது.

நான் கொழும்புக்குப் போனேன்
அவள் பலமாகச் சிரித்தாள்

போன்ற வாக்கியங்கள் இத்தகையன, இவற்றில் செயப்படுபொருள் இல்லை. சிரி, போ ஆகிய வினைகள் செயப்படுபொருள் குன்றிய வினைகளாகும். இவை செயப்படுபொருளை ஏற்பதில்லை என்பதை வினையியலில் பார்த்தோம்.

செயப்படுபொருள் குன்றிய வாக்கியத்தில் குறைந்தபட்சம் ஒரு எழுவாயும் ஒரு பயனிலையும் இருக்கும். எடுத்துக்காட்டு:

நான் போனேன், அவள் சிரித்தாள்

இவை இரண்டும் கட்டாயமானவை எனலாம். இவற்றில் நான், அவள் ஆகிய எழுவாய்ப் பெயர்கள் மறைந்து வந்தாலும் பயனிலை யில் உள்ள விகுதிகள் லம் அவற்றை நாம் கண்டு கொள்ளலாம். இத்தகைய வாக்கியங்களில் எழுவாய்ப் பெயரைத் தவிர வேறு பல பெயர்த் தொடர்களும் வரலாம். அவை வினை நிகழ்வின் வெவ்வேறு அம்சங்களை உணர்த்துவதாக அமையும். எடுத்துக்காட்டு: நான் கொழும்புக்குப் போனேன். இங்கு கொழும்புக்கு என்னும் பெயர்த் தொடர் போன இடத்தை உணர்த்தப் பயன்படுகின்றது. நான் அப்பாவுடன் போனேன். இங்கு அப்பாவுடன் என்னும் பெயர்த் தொடர்

உடன் போனவரை உணர்த்தப் பயன்படுகின்றது. நான் புகைவண்டியில் போனேன். இங்கு புகைவண்டியில் என்னும் பெயர்த் தொடர் போவதற்குப் பயன்பட்ட வாகனத்தை உணர்த்தப் பயன்படுகின்றது. நான் கண்டியிலிருந்து போனேன். இங்கு கண்டியிலிருந்து என்னும் பெயர்த் தொடர் போனது எங்கிருந்து என்பதை உணர்த்தப் பயன்படுகின்றது.

பெயர்த் தொடர்களைத் தவிர பெயரடைகள் அல்லது வினையடைகள் ஒன்றோ பலவோ பயன்படுத்தப்படலாம். எடுத்துக் காட்டாக: நான் நேற்று கொழும்புக்குப் போனேன் என்னும் வாக்கியத்தில் நேற்று என்னும் வினையடை போனது எப்போது என்பதை உணர்த்தப் பயன்படுகின்றது.

நான் நேற்று அவசர வேலையாக கொழும்புக்குப் போனேன்.

இவ்வாக்கியத்தில் அவசர வேலையாக என்னும் வினையடை போனதன் முக்கியத்துவத்தை உணர்த்தப் பயன்படுகின்றது.

செயப்படுபொருள் குன்றா வாக்கியங்கள்

செயப்படுபொருள் குன்றா வாக்கியங்களில் குறைந்தபட்சம் இரண்டு பெயர்த் தொடர்களும் ஒரு பயனிலையும் இருக்கும். பெயர்த் தொடருள் ஒன்று எழுவாயாகவும் மற்றது செயப்படுபொருளாகவும் அமையும். எடுத்துக்காட்டாக:

நான் கண்ணனைப் பார்த்தேன்
தம்பி கடிதம் எழுதுகிறான்

முதல் வாக்கியத்தில் நான், கண்ணன் ஆகிய இரண்டு பெயர்த் தொடர்கள் உள்ளன. இவற்றுள் நான் எழுவாய், கண்ணன் செயப்படு பொருள். அதுபோல இரண்டாவது வாக்கியத்தில் தம்பி, கடிதம் ஆகிய இரண்டு பெயர்த் தொடர்கள் உள்ளன. அவற்றுள் தம்பி எழுவாய்; கடிதம் செயப்படுபொருள். இவ்வாக்கியங்களில் மேலும் பல பெயர்த் தொடர்களும் இடம்பெறலாம். அவை வினை நிகழ்வு பற்றிய வேறு பல தகவல்களைத் தருவனவாக அமையும். எடுத்துக் காட்டாக: தம்பி அப்பாவுக்குக் கடிதம் எழுதுகிறான் என்னும் வாக்கியத்தில் அப்பாவுக்கு என்னும் பெயர்த் தொடர் கடிதம் யாருக்கு எழுதப்படு கின்றது என்பதை உணர்த்தப் பயன்படுகின்றது. தம்பி புதிய பேனாவால் அப்பாவுக்குக் கடிதம் எழுதுகிறான். இவ்வாக்கி யத்தில் புதிய பேனாவால் என்னும் பெயர்த் தொடர் எழுதுவதற்கு பயன்படுத்தும் கருவியை உணர்த்தப் பயன்படுகின்றது.

நான் பார்த்தேன், நான் சாப்பிட்டேன் ஆகியனவும் செயப்படு பொருள் குன்றா வாக்கியங்களே. இங்கு செயப்படுபொருள் தொக்கி நிற்கின்றது.

தனி வாக்கியத்தில் சொல் ஒழுங்கு

இதுவரை நோக்கியதிலிருந்து வினைப் பயனிலை கொண்ட ஒரு தனி வாக்கியம் பயனிலையாக ஒரு வினைமுற்றையும், ஒன்று அல்லது பல பெயர்த் தொடர்களையும் கொண்டிருக்கும் என்பதை அறிகிறோம். இவற்றுள் வினைமுற்று பொதுவாக எப்போதும் வாக்கியத்தின் இறுதியில் இருக்கும். ஏனைய பெயர்த் தொடர்களும் வினையடைகளும் வாக்கியத்துள் ஓரளவு சுயேச்சையாக இடம் மாறக்கூடியன. அவற்றுக்கு ஒரு நிரந்தரமான இடம் இல்லை எனலாம். எடுத்துக்காட்டாக: நான் அப்பாவுடன் நேற்று கொழும்புக்குப் போனேன் என்னும் வாக்கியத்தில் வினைமுற்று தவிந்த ஏனைய தொடர்கள் சுயாதீனமாக இடம்மாறக் கூடியதாய் இருப்பததைக் காணலாம்.

நேற்று நான் அப்பாவுடன் கொழும்புக்குப் போனேன்
நான் நேற்று அப்பாவுடன் கொழும்புக்குப் போனேன்
நான் அப்பாவுடன் நேற்று கொழும்புக்குப் போனேன்
நான் அப்பாவுடன் கொழும்புக்கு நேற்றுப் போனேன்
அப்பாவுடன் நேற்று நான் கொழும்புக்குப் போனேன்
கொழும்புக்கு அப்பாவுடன் நான் நேற்றுப் போனேன்
நான் கொழும்புக்கு அப்பாவுடன் நேற்றுப் போனேன்
நேற்று நான் கொழும்புக்கு அப்பாவுடன் போனேன்

இவ்வாறு இடம்மாறும்போது தனிச் சொற்களாக அன்றி தொடர் களாகவே இடம்மாறுகின்றன. மேல் உள்ள வாக்கியங்களில் ஒவ்வொரு சொல்லும் ஒரு தொடராகவும் உள்ளது. ஒரு தொடரில் ஒன்றுக்கு அதிகமான சொற்கள் இருந்தால் அவை முழுவதுமே இடம்மாறுவதைப் பின்வரும் எடுத்துக்காட்டின் லம் அறியலாம். நான் இந்தப் பெரிய புத்தகத்தை முன்பும் படித்திருக்கிறேன். இந்த வாக்கியத்தில் இந்தப் பெரிய புத்தகத்தை என்பது ஒரு பெயர்த் தொடர், இடம்மாறும்போது இத்தொடர் முழுமையாகவே இடம் மாறுகின்றது.

முன்பும் நான் இந்தப் பெரிய புத்தகத்தைப் படித்திருக்கிறேன்
இந்தப் பெரிய புத்தகத்தை நான் முன்பும் படித்திருக்கிறேன்
முன்பும் இந்தப் பெரிய புத்தகத்தை நான் படித்திருக்கிறேன்

இவ்வாறு அன்றி

*இந்த முன்பும் பெரிய புத்தகத்தை என்றோ
*இந்த நான் பெரிய புத்தகத்தை என்றோ அமைவதில்லை

4. எழுவாய் அற்ற வாக்கியம்

கண்ணன் வந்தான் என்னும் வாக்கியத்தில் கண்ணன் எழுவாய், வந்தான் பயனிலை என்று சொல்கிறோம். கண்ணன் என்னும் பெயர் வந்தான் என்னும் வினையுடன் திணை, பால், எண், இட இயைபு கொண்டுள்ளதனால் கண்ணன் என்பதே எழுவாய் என்று எளிதாகச் சொல்லிவிட முடிகின்றது. இதனை வெளிப்படை எழுவாய் எனலாம்.

எங்கிருந்து வருகிறீர்கள் என்னும் வாக்கியத்தில் வெளிப்படையாக எழுவாயைக் காணவில்லை. எனினும் வருகிறீர்கள் என்னும் வினையில் உள்ள ஈர்கள் என்னும் முன்னிலைப் பன்மை விகுதி லம் இவ்வாக்கியத்தின் எழுவாய் நீங்கள் என்னும் முன்னிலைப் பன்மைப் பெயர் என்பதை அறிந்துகொள்கின்றோம். இவ்வாக்கியத்தில் நீங்கள் என்னும் எழுவாய்ப் பெயர் மறைந்து இருக்கிறது என்பது தெரிகின்றது. இவ்வாறு எளிதில் யூகித்து உணரக்கூடிய, எனினும் வாக்கியத்தில் வெளிப்படையாக இடம்பெறாத எழுவாயைத் தோன்றா எழுவாய் என்று கூறுவர்.

கண்ணனைக் காணவில்லை
எனது பேனையைக் காணவில்லை

ஆகிய வாக்கியங்களில் எழுவாய் எது? இவ்வாக்கியங்களில் உள்ள கண்ணனை, பேனையை ஆகிய ஐ உருபு பெற்ற பெயர்கள் செயப்படு பொருள் என்பதை எளிதில் அறியலாம். எழுவாய்ப் பெயர் என்று சொல்லக்கூடிய பெயர் எதுவும் இவ்வாக்கியங்களில் இல்லை. தோன்றா எழுவாய் என்று எதையாவது கூற முடியுமா? காணவில்லை என்னும் எதிர்மறை வினையில் திணை, பால் விகுதி எதுவும் இல்லை. ஆகவே, வினையுடன் திணை, பால், எண், இட, இயைபு பெற்ற எழுவாய்ப் பெயர் ஒன்றைக் கூற முடியவில்லை. யார் கண்ணனைக் காணவில்லை? என்று வினவினால் அதற்குக் குறிப்பான ஒரு விடை கூற முடியாது. ஆயினும் யாரும் அல்லது ஒருவரும் கண்ணனைக் காணவில்லை என விடை கூற முடியும். அதுபோல் யாரும் எனது பேனையைக் காணவில்லை என்று கூற முடியும். அவ்வகையில் இவ்வாக்கியங்களுக்கு எழுவாய் என்று கூற முடியுமாயின் யாரும், எவரும், ஒருவரும் போன்ற ஏதோ ஒரு பெயரையே கூற வேண்டும். தன்மை, முன்னிலை, படர்க்கைப் பெயர்களுள் எதுவும் இதன் எழுவாயாக அமையலாம். எழுவாய் எது என்று கூற முடியாத நிலை யிலேயே நாம் அப்பெயர்களைப் பயன்படுத்துகின்றோம். அதனால், இவ்வாக்கியங்களின் எழுவாயை அறியா எழுவாய் என்பர்.

இதனைக் தோன்றா எழுவாய் என்று கூற முடியாதா என்னும் ஐயம் எழலாம். தோன்றா எழுவாய் வினை விகுதியின் அடிப்படையில் திட்டமாக அறிந்துகொள்ளக்கூடியது. அது தன்மை, முன்னிலை, படர்க்கைப் பெயர்களும் ஏதாவது ஒன்றாக இருக்கும். கண்ணனைக் காணவில்லை என்னும் வாக்கியத்தில் அவ்வாறு ஒரு எழுவாயைக் காண முடியாது. உண்மையில் இவ்வாக்கியத்தில் எழுவாய் வெளிப்படையாகவோ, மறைந்தோ இல்லை. யாரும், எவரும், ஒருவரும் என்பது ஒரு கற்பிதமான எழுவாய்தான். கற்பிதமாகவேனும் ஒரு எழுவாயைக் காணக்கூடியதாக இருப்பதால்தான் இதனை அறியா எழுவாய் என்பர்.

எனக்குக் கண்ணனைத் தெரியும். இந்த வாக்கியத்தின் எழுவாய் எது? இதன் பயனிலையாக அமைந்துள்ள தெரியும் என்பது அஃறிணை ஒன்றன்பால் வினைமுற்று. இதனுடன் திணை, பால் இயைபு கொள்ளும் அஃறிணைப் பெயர் எதுவும் இவ்வாக்கியத்தில் இல்லை. எனக்கு, கண்ணனை ஆகிய இரண்டு உயர்திணைப் பெயர்களே உள்ளன. எனக்கு என்பது கு உருபு ஏற்ற பெயர். கண்ணனை என்பது ஐ உருபு ஏற்று செயப்படுபொருளாக வந்துள்ளது.

எனக்கு என்பதை இவ்வாக்கியத்தின் எழுவாயாகக் கொள்ள முடியுமா? எழுவாய்ப் பெயர் வேற்றுமை உருபு ஏற்பதில்லை. திரிபடையாத பெயரே எழுவாய் எனப் பார்த்தோம். எனக்கு என்பதைத் தமிழ் இலக்கண மரபில் நான்காம் வேற்றுமை என்பர். எழுவாய்ப் பெயரை முதலாம் வேற்றுமை என்பர். ஆகவே நான்காம் வேற்றுமை அல்லது கொடை வேற்றுமை உருபான கு ஏற்ற எனக்கு என்பதை இவ்வாக்கியத்தின் எழுவாயாகக்கொள்ள முடியாது என்பர். அப்படியாயின் எனக்குக் கண்ணனைத் தெரியும் என்னும் வாக்கியம் எழுவாய் அற்ற வாக்கியம் எனல் வேண்டும்.

எனினும், சில மொழியியல் அறிஞர்கள் இவ்வாக்கியத்தின் எழுவாயாக எனக்கு என்பதையே கொள்வர். இதனைக் கு உருபு ஏற்ற எழுவாய் என்பர். எழுவாய்க்குரிய பண்புகள் எனக்கு என்னும் பெயருக்கு உண்டு என்று கூறுவர்.

நான் கண்ணனை அறிவேன் என்னும் வாக்கியத்துக்கும் எனக்குக் கண்ணனைத் தெரியும் என்னும் வாக்கியத்துக்கும் இடையே உறவு உண்டு எனக் கூறலாம். முதல் வாக்கியத்தில் நான் என்பது வெளிப்படையாகவே எழுவாயாக அமைந்துள்ளது. இரண்டாவது வாக்கியத்தில் எனக்கு என்பதும் நான் என்னும் எழுவாயின் பணியையே செய்கின்றது. அவ்வகையில் எனக்கு என்பதை எழுவாயாகக் கொள்வதில் தடையில்லை. தற்காலத் தமிழில் இத்தகைய வாக்கி

யங்கள் அதிகமாக உள்ளன. சில எடுத்துக்காட்டுகள் பின்வருமாறு:

கண்ணனுக்கு சிங்களம் புரியும்
மலீஹாவுக்கு மாம்பழம் பிடிக்கும்
அப்பாவுக்குப் பல் வலிக்கிறது
தங்கைக்கு தலை இடித்தது
எனக்குப் பசிக்கிறது
உங்களுக்கும் நிறைய வேலை இருக்கிறது
அவருக்குப் பணம் வேண்டும்
அம்மாவுக்கு ஓய்வு தேவைப்படுகிறது
பெரியவருக்குக் காது கேட்கும்
பாட்டிக்குக் கண் தெரியும்

மேல் உள்ள வாக்கியங்களில் பயனிலைகள் எல்லாம் அஃறிணை ஒன்றன்பால் வினைமுற்றுகளாகும். வேண்டும் என்பது மட்டும் ஐம்பால் விடத்துக்கும் உரியது. இவ்வினைகள் எல்லாமே குறை வினைகள் எனப்படும். இத்தகைய வினைகளே வாக்கியத்தில் கு உருபு ஏற்ற பெயர்களை இந்த அமைப்பில் பெற்றுவருகின்றன. இந்த வாக்கிய அமைப்பைப் பெயர் - கு + பெயர் + வினை என விளக்கலாம். இந்த அமைப்புடைய வாக்கியங்களில் எழுவாய் உண்டா? இருந்தால் எது? என்பது சர்ச்சைக்குரியது. இச்சர்ச்சையை ஆராய்ச்சியாளரிடம் விட்டுவிடலாம். தற்காலத் தமிழில் இத்தகைய அமைப்புடைய வாக்கியங்கள் உள்ளன என்பதை அறிந்துகொள்வதே இப்போதைக்கு நமக்குப் போதும்.

5. வினா வாக்கியம்

வினா வாக்கியங்கள் இருவகையாக ஆக்கப்படுகின்றன.

1. வினாச் சொற்களைக் கொண்டு வினா வாக்கியம் ஆக்குதல்.
2. -ஆகார வினா இடைச்சொல்லைக் கொண்டு வினா வாக்கியம் ஆக்குதல்.

1. வினாச் சொற்கள்

பின்வரும் வினாச் சொற்கள் வினா வாக்கியங்களை ஆக்கப் பயன் படுகின்றன.

யார், ஏன், என்ன, எவன், எவள், எவர், எவர்கள், எது, எவை, ஏது, எந்த, எங்கு, எப்போது, என்று, எவ்வளவு, எத்தனை, எத்தனை யாவது, எப்படி, எப்படிப்பட்ட

இவ்வினாச் சொற்கள் வாக்கியத்தில் கூறப்படும் முழுச் செய்தி களையும் அன்றி ஒரு குறிப்பிட்ட செய்தியை மட்டும் வினாவி

அறிவதற்குப் பயன்படுகின்றன. எடுத்துக்காட்டாக:

அப்பா நாளைக்குக் கொழும்புக்குப் போகிறார்.

என்னும் வாக்கியத்தின் ஒவ்வொரு கூற்றையும் வினாச் சொற்களைப் பயன்படுத்தி வினவ முடியும்.

அப்பா நாளைக்கு எங்கே போகிறார்?
அப்பா நாளைக்குக் கொழும்புக்குப் போகிறார்
அப்பா எப்போது கொழும்புக்குப் போகிறார்
அப்பா நாளைக்குக் கொழும்புக்குப் போகிறார்
யார் நாளைக்குக் கொழும்புக்குப் போகிறார்?
அப்பா நாளைக்குக் கொழும்புக்குப் போகிறார்

2. ஆகார வினா வாக்கியம்

ஒரு வாக்கியத்தில் பெயருக்கு அடையாக வரும் சொற்கள் தவிர்ந்த பிற எல்லாச் சொற்களுடனும் -ஆகார வினா இணைந்து வந்து அவ்வாக்கியத்தை வினா வாக்கியமாக மாற்றும். வாக்கியத்தின் இறுதியில் பயனிலையோடு வரும்போது இது வாக்கியம் முழுமையையும் வினாவாக மாற்றுகின்றது. பிற சொற்களுடன் இணைந்து வரும்போது அந்தச் சொற்களை மட்டும் வினாவாக்குகின்றது. அப்பா நாளைக்குக் கொழும்புக்குப் போகிறார் என்னும் அதே வாக்கியத்தைப் பின்வருமாறு வினா வாக்கியமாக மாற்றலாம்:

அப்பா நாளைக்குக் கொழும்புக்குப் போகிறாரா?
அப்பா நாளைக்குக் கொழும்புக்கா போகிறார்?
அப்பா நாளைக்கா கொழும்புக்குப் போகிறார்?
அப்பாவா நாளைக்குக் கொழும்புக்குப் போகிறார்?

6. எதிர்மறை வாக்கியம்

எதிர்மறை வினைகள் பற்றிய பகுதியில் எதிர்மறை வினைகள் எவ்வாறு ஆக்கப்படுகின்றன என்பது விளக்கப்பட்டது. இங்கு ஒரு உடன்பாட்டு வாக்கியம் எவ்வாறு எதிர்மறை வாக்கியமாக மாற்றப்படுகின்றது என்பது விளக்கப்படும். பொதுவாக வாக்கியத்தின் பயனிலையே எதிர்மறையாக்கப்படுகின்றது. பின்வருவன சில எடுத்துக்காட்டுகள்:

உடன்பாடு	எதிர்மறை
நீங்கள் நாளைக்கு வாருங்கள்	நீங்கள் நாளைக்கு வராதீர்கள்
நான் நாளைக்கு வருவேன்	நான் நாளைக்கு வரமாட்டேன்
நான் நேற்று வந்தேன்	நான் நேற்று வரவில்லை

என்னிடம் பணம் இருக்கிறது என்னிடம் பணம் இல்லை
இது என்னுடைய பெட்டி இது என்னுடைய பெட்டி அல்ல

மேல் உள்ள எதிர்மறை வாக்கியங்கள் இரண்டு வகையாக ஆக்கப் பட்டுள்ளதை அவதானிக்கலாம்.

1. எதிர்மறை இடைநிலைகள் லம். எடுத்துக்காட்டு: வராதீர்கள், வரமாட்டேன்.
2. எதிர்மறை வினைகள் லம். எடுத்துக்காட்டு: இல்லை, அல்ல.

எதிர்மறை இடைநிலைகள் லம் எதிர்மறை வினைகள் எவ்வாறு ஆக்கப்படுகின்றன என்பது வினையியலில் விளக்கப்பட்டது. -ஆத்- என்னும் எதிர்மறை இடைநிலை உடன்பாட்டு ஏவல் வாக்கியங்களை எதிர்மறை ஏவல் வாக்கியங்களாக மாற்றுகின்றன. எடுத்துக்காட்டு:

உடன்பாடு	எதிர்மறை
நீ நாளைக்கு வா	நீ நாளைக்கு வராதே
நீங்கள் வேலைக்குப் போங்கள்	நீங்கள் வேலைக்குப் போகாதீர்கள்

எதிர்கால வினைமுற்று லம் எதிர்காலம் உணர்த்தும் உடன் பாட்டு வாக்கியங்களை எதிர்மறை வாக்கியங்களாக்க -மாட்டு- என்னும் எதிர்மறை பயன்படுத்துகின்றது. எடுத்துக்காட்டு:

உடன்பாடு	எதிர்மறை
கண்ணன் உன்னோடு பேசுவான்	கண்ணன் உன்னோடு பேசமாட்டான்
நாளைக்குக் கடிதம் வரும்	நாளைக்குக் கடிதம் வரமாட்டாது
அப்பா பணம் அனுப்புவார்	அப்பா பணம் அனுப்பமாட்டார்

மாட்டு -எதிர்மறை வாக்கியம் ஓர் உறுதிப்பாட்டோடு ஒன்றை எதிர்மறுக்கப் பயன்படுத்தப்படுகின்றது. நான் மீன் சாப்பிடுவேன் என்னும் உடன்பாட்டு வாக்கியத்துக்கு

நான் மீன் சாப்பிடமாட்டேன்   நான் மீன் சாப்பிடுவது இல்லை

என்னும் இரண்டு எதிர்மறை வாக்கியங்கள் உள்ளன. முதல் வாக்கியம் உறுதிப்பாட்டோடு மறுக்கின்றது. இரண்டாவது வாக்கியம் பொதுக் கூற்றாக மறுக்கின்றது எனலாம்.

இல்லை எதிர்மறையின் பயன்பாடு

1. இல்லை என்னும் எதிர்மறை வினை இறந்தகால, நிகழ்கால, எதிர்கால, வினைமுற்று வாக்கியங்களை எதிர்மறை வாக்கியங் களாக்கப் பயன்படுகின்றது. இவ்வாக்கியங்களில் இவ்வினை செய்ய+இல்லை என்னும் அமைப்பில் ஒரு துணை வினையாகவே செயற்படுகின்றது.

எடுத்துக்காட்டு:

உடன்பாடு	*எதிர்மறை*
நான் நேற்று வந்தேன்	நான் நேற்று வரவில்லை
கண்ணன் வீட்டுக்குப் போனான்	கண்ணன் வீட்டுக்குப் போகவில்லை
நான் கொழும்புக்கு வருகிறேன்	நான் கொழும்புக்கு வரவில்லை
நான் நாளைக்குப் போவேன்	நான் நாளைக்குப் போவில்லை

2. *இல்லை என்னும் எதிர்மறை வினைமுற்று இருக்கிறது. உண்டு ஆகிய உடன்பாட்டு வினைகள் பயனிலையாக வரும் வாக்கியங் களை எதிர்மறை வாக்கியங்களாக மாற்றப் பயன்படுகின்றது. எடுத்துக்காட்டு:*

உடன்பாடு	*எதிர்மறை*
என்னிடம் பணம் இருக்கிறது/உண்டு	என்னிடம் பணம் இல்லை
அவனுக்குப் புத்தி இருக்கிறது/உண்டு	அவனுக்குப் புத்தி இல்லை
இந்தக் குளத்தில் முதலை உண்டு/இருக்கிறது	இந்தக் குளத்தில் முதலை இல்லை

3. *வழமைப் பொருள் உணர்த்தும் உடன்பாட்டு வாக்கிங்களை எதிர்மறை வாக்கியங்களாக மாற்றுவதற்கும் இல்லை பயன்படு கின்றது. அவ்வாறு மாற்றும்போது உடன்பாட்டு வாக்கியத்தின் பயனிலையாக அமையும் வினைமுற்று தொழிற்பெயராக மாற்றப் படுகின்றது. எடுத்துக்காட்டு:*

நான் அதிகாலையில் எழும்புவேன் - *உடன்பாடு*
நான் அதிகாலையில் எழும்புவது இல்லை - *எதிர்மறை*

இங்கு உடன்பாட்டு வாக்கியத்தின் பயனிலையான எழும்புவேன் *என்னும் வினைமுற்று* எழும்புவது *என்று தொழிற்பெயராக்கப் பட்டுள்ளது. அதனால்,* நான் அதிகாலையில் எழும்புவேன் *என்னும் உடன்பாட்டு வாக்கியம் முழுமையும்* நான் அதிகாலையில் எழும்புவது *என ஒரு பெயர்த் தொடராக்கப்பட்டு,* இல்லை *என்னும் எதிர்மறை வினையைப் பயனிலையாகக் கொள்கின்றது. வேறு சில எடுத்துக் காட்டுகள்:*

நான் ஒருபோதும் மதுபானம் அருந்தியது இல்லை
கண்ணன் யாரையும் ஏமாற்றியது இல்லை
அவன் ஒருபோதும் கடன் வாங்கியது இல்லை
நான் திரைப்படம் பார்ப்பது இல்லை

4. *இல்லை என்னும் எதிர்மறைவினை, இறந்தகால, நிகழ்கால, வினைமுற்றுகளை அடுத்துவந்து உடன்பாட்டு வாக்கியங்களை எதிர்மறை வாக்கியங்களாக மாற்றவும் பயன்படுகின்றது.*

அவ்வாறு மாற்றும்போது வினைமுற்று எவ்வித மாற்றமும் அடைவதில்லை. எடுத்துக்காட்டு:

உடன்பாடு	எதிர்மறை
பையன் நன்றாகப் படிக்கிறான்	பையன் நன்றாகப் படிக்கிறான் இல்லை
அவன் ஆலோசனை கேட்டான்	அவன் ஆலோசனை கேட்டான் இல்லை
நீங்கள் நேற்று வந்தீர்கள்	நீங்கள் நேற்று வந்தீர்கள் இல்லை

அல்ல எதிர்மறையின் பயன்பாடு

அல்ல என்னும் எதிர்மறை வினை, பெயர்ப் பயனிலை கொண்ட வாக்கிங்களை எதிர்மறை வாக்கியங்களாக மாற்றப் பயன்படு கின்றது. எடுத்துக்காட்டு:

உடன்பாடு	எதிர்மறை
நான் ஒரு கவிஞன்	நான் ஒரு கவிஞன் அல்ல
கண்ணன் நல்லவன்	கண்ணன் நல்லவன் அல்ல
இவன் என்னுடைய மகன்	இவன் என்னுடைய மகன் அல்ல
இது நல்ல புத்தகம்	இது நல்ல புத்தகம் அல்ல

இல்லை என்னும் எதிர்மறை வினை உண்டு/இருக்கிறது என்பதன் எதிர்மறையாகப் பயன்படுகின்றது; அதாவது, ஒன்றின் இருத்தலை மறுப்பதற்குப் பயன்படுத்தப்படுகின்றது என்று பார்த்தோம். ஆனால், அல்ல என்னும் எதிர்மறை ஒன்று பிறிதொன்று அல்ல என மறுக்கப் பயன்படுத்தப்படுகின்றது. ஆகவே, இல்லை பயன்படுத்தப்படும் இடங்களில் அல்ல பயன்படுத்தப்பட முடியாது. எடுத்துக்காட்டு:

என்னிடம் பணம் இல்லை
அவனுக்குப் புத்தி இல்லை
அப்பா வீட்டில் இல்லை

ஆகிய வாக்கியங்களில் இல்லை வரும் இடத்தில் அல்ல இடம்பெற முடியாது.

*என்னிடம் பணம் அல்ல
*அவனுக்குப் புத்தி அல்ல
*அப்பா வீட்டில் அல்ல

இவை பிழையான வாக்கியங்கள்.

எனினும் தற்காலத்தில் அல்ல பயன்படும் இடங்களில் இல்லை பயன்படக் காண்கின்றோம். எடுத்துக்காட்டு:

நான் ஒரு கவிஞன் அல்ல	நான் ஒரு கவிஞன் இல்லை
கண்ணன் நல்லவன் அல்ல	கண்ணன் நல்லவன் இல்லை

இவன் என்னுடைய மகன் அல்ல   இவன் என்னுடைய மகன் இல்லை
இது நல்ல புத்தகம் அல்ல   இது நல்ல புத்தகம் இல்லை

இவ்வகையில், தற்காலத் தமிழில் இல்லை என்பது அல்லவின் இடத்தையும் பிடித்து வருவதாகத் தோன்றுகிறது. வரலாற்று ரீதியில் அல்ல என்பது அல்- என்னும் எதிர்மறை வினையடியில் இருந்து பிறந்த பலவின்பால் வினைமுற்று ஆகும். பழந்தமிழில் அல்- என்பது திணை, பால், எண், இட விகுதிகள் எல்லாவற்றையும் பெற்று வந்தது. எடுத்துக்காட்டு:

நான் அல்லேன்   நாம் அல்லேம்   நீ அல்லை
நீர் அல்லீர்   அவன் அல்லன்   அவள் அல்லள்
அவர் அல்லர்   அது அன்று   அவை அல்ல

மேலே காட்டிய எடுத்துக்காட்டுகளிலிருந்து அல்ல என்பது பழந் தமிழில் பலவின்பால் குறிப்பு வினைமுற்று என அறிய முடிகின்றது. தற்காலத் தமிழில் இந்த வினை அடுக்குகள் எல்லாம் வழக்கில் இல்லை. அல்ல என்பதே ஐம்பால், விடத்துக்கும் பொதுவான எதிர்மறை வடிவதாக மாறியுள்ளது. எடுத்துக்காட்டாக:

நான் அல்ல   நாங்கள் அல்ல   நீ அல்ல   நீங்கள் அல்ல
அவன் அல்ல அவள் அல்ல   அவர் அல்ல   அவர்கள் அல்ல
அது அல்ல   அவை அல்ல

ஆயினும், தற்காலத்தில் பழமை போற்றும் சிலர் இப்புதிய வழக்குத் தவறு என்றும் அவன் அல்லன், அவர் அல்லர், அது அன்று, அவை அல்ல என எழுதுவதே சரியான வழக்கு என்றும் வலியுறுத்தி வருகின்றனர். பிழையின்றித் தமிழ் எழுதப் பயிற்றும் நூல்களில் எல்லாம் இவையே சரி என்று எழுதியுள்ளனர். ஆயினும், அவர்கள்கூட தன்மை, முன்னிலை வினை வடிவங்களை வசதியாகத் தவிர்த்துவிடுகின்றனர். நான் அல்லேன், நாம் அல்லேம், நீ அல்லை, நீங்கள் அல்லீர் என எழுதுவதே சரி என வாதிடக் காணோம். இது எவ்வாறாயினும் தற்காலத் தமிழில் அல்ல என்பது ஐம்பால் விடத்துக்கும் பொதுவான வடிவமாக நிலைபெற்றுவிட்டது எனலாம். அல்லன், அல்லர் ஆகிய வடிவங் களை மிகச் சிலரே இன்னும் பயன்படுத்தி வருகின்றனர்.

பொதுவாக உடன்பாடு வாக்கியத்தின் பயனிலையே எதிர்மறை வாக்கியத்தில் எதிர்மறை வடிவத்தைப் பெறுகின்றது எனப் பார்த்தோம். எனினும் ஒரு வாக்கியத்தில் உள்ள பெயர்த் தொடர்களும், வினை யடைகளும்கூட எதிர்மறுக்கப்படலாம். அவ்வாறு எதிர்மறுக்கப் படும்போது வாக்கியத்தின் அமைப்பு பெரிதும் மாறுகின்றது. எந்த உறுப்பு எதிர்மறுக்கப்படுகின்றதோ அந்த உறுப்புடன் எதிர்மறை வினை இணைந்து வருகின்றது. எடுத்துக்காட்டாக: நான் நேற்று

கொழும்புக்குப் போனேன் என்னும் முழு வாக்கியமும் எதிர்மறை யாக்கப்படும்போது, வினைமுற்றில் உள்ள கால இடைநிலை, பால் விகுதி என்பன நீக்கப்பட்டு, வினையடி செய்ய என்னும் வாய்ப் பாட்டு எச்சமாக மாற்றப்பட்டு, இல்லை என்னும் எதிர்மறை வினை அதனுடன் இணைந்து வருவதை ஏற்கனவே பார்த்தோம்.

நான் நேற்று கொழும்புக்குப் போகவில்லை

இந்த வாக்கியத்தில் எழுவாய்ப் பெயரை, அல்லது கு உருபு ஏற்ற பெயரை அல்லது வினை அடையை எதிர்மறுக்கமுடியும். அவ்வாறு எதிர்மறுக்கும்போது வினைமுற்று தொழிற்பெயராக மாறுகின்றது. எந்தத் தொடரை எதிர்மறுக்கிறோமோ அதனுடன் அல்ல / இல்லை இணைக்கப்படுகின்றது.

நேற்று கொழும்புக்குப் போனது *நான்* அல்ல
நான் நேற்றுப் போனது *கொழும்புக்கு* அல்ல
நான் கொழும்புக்குப் போனது *நேற்று* அல்ல

முதல் வாக்கியத்தில் போனது என்னும் தொழிற்பெயருக்குப் பதிலாக போனவன் என்னும் வினையாலணையும் பெயரையும் பயன்படுத்த முடியும். (நேற்று கொழும்புக்குப் போனவன் நான் அல்ல). எனினும், தொழிற்பெயர் வடிவத்தைப் பயன்படுத்துவதுவதே தற்காலத் தமிழில் பெருவழக்காக உள்ளது.

வினைமுற்றை அடுத்து இல்லை என்பதும், பெயர்த் தொடர், வினையடை ஆகியவற்றை அடுத்து அல்ல என்பதும் வருவதே எழுத்துத் தமிழில் பெருவழக்கு. பேச்சுத் தமிழில் பொதுவாக இல்லை என்பதே எல்லா இடங்களிலும் வழங்குகின்றது. யாழ்ப்பாணப் பேச்சுத் தமிழில் அல்ல என்பதும் வழங்குகின்றது.

பயிற்சி

பின்வரும் வாக்கியங்களில் தடித்த எழுத்தில் உள்ள தொடர்களை எதிர்மறுத்து எதிர்மறை வாக்கியங்களாக மாற்றுக:

1. நான் **கண்ணனுக்குக்** கடிதம் எழுதினேன்.
2. அப்பா **அம்மாவிடம்** பணம் கொடுத்தார்.
3. **நீ** எனக்குப் புத்தி கூறினாய்.
4. நான் **உங்களைப்** பற்றிப் பேசினேன்.
5. மாலா **என்னுடன்** பேசிக்கொண்டு வந்தாள்.

16
வாக்கிய இணைப்பு

இரண்டு அல்லது பல தனிவாக்கிங்கள் அல்லது வாக்கியத் தொடர்கள் ஒன்றுடன் ஒன்று இணைக்கப்பட்டு கூட்டு வாக்கியங்களும் (compound sentence), கலப்பு வாக்கிங்களும் (complex sentence) உருவாக்கப் படுகின்றன.

இரண்டு வாக்கியத் தொடர்கள் சமநிலையில் இணைக்கப்படும் போது கூட்டு வாக்கியங்கள் கிடைக்கின்றன. இவ்வாறு இணைக்கப் படும் வாக்கியத் தொடர்களைச் சமநிலை வாக்கியத் தொடர் அல்லது தனிநிலை வாக்கியத் தொடர் (indepentent clause) என்பர். இணைப்பிலே இவை இரண்டும் சமத்துவம் உடையனவாக இருக்கும்; ஒன்றில் மற்றது தங்கியிராது. எடுத்துக்காட்டாக:

நான் கொழும்புக்குப் போனேன்
தம்பி கொழும்புக்குப் போனான்

ஆகிய இரண்டு வாக்கியத் தொடர்கள் இணைந்து நானும் தம்பியும் கொழும்புக்குப் போனோம் என்னும் கூட்டு வாக்கியம் கிடைக்கின்றது. இவ்வாக்கியத்தில் இணைந்துள்ள இரண்டு வாக்கியத் தொடர்களும் சமமானவை. ஒன்றில் மற்றது சார்ந்து இருக்கவில்லை. இரண்டும் தனித்தனி நிகழ்வுகளைக் கூறுகின்றன. ஒரு வாக்கியத் தொடர் கூறும் நிகழ்வு மற்ற வாக்கியத் தொடர்கூறும் நிகழ்வை எவ்வகை யிலும் பாதிப்பதில்லை. இத்தகைய வாக்கியத் தொடர்களே சமநிலை வாக்கியத் தொடர் எனப்படும். இத்தகைய தொடர்களின் இணைப்பே கூட்டு வாக்கியமாகும். நான் கொழும்புக்குப் போனேன், ஆனால், தம்பி கொழும்புக்குப் போகவில்லை என்பது கூட்டு வாக்கிய இணைப்புக்குப் பிறிதொரு எடுத்துக்காட்டாகும். இதிலும் பின்வரும் இரண்டு சமநிலை வாக்கியத் தொடர்கள் உள்ளன.

நான் கொழும்புக்குப் போனேன்
தம்பி கொழும்புக்குப் போகவில்லை

இவ்விரு வாக்கியத் தொடர்களும் ஆனால் என்னும் இணைப் பிடைச் சொல்லால் இணைக்கப்பட்டுள்ளன. இவை இரண்டும் தனித்தனி நிகழ்வுகளைச் சொல்லும் வாக்கியங்களே. ஒன்று மற்றதில்

தங்கியிருக்கவில்லை. இவ்வாறு சமநிலை வாக்கியத் தொடர்கள் ஒன்றோடு ஒன்று இணைக்கப்படுவதைச் சமநிலை ஆக்கம் (Co-ordinate construction) என்பர். சமநிலை ஆக்கமுறையில் இணைக்கப்பட்ட வாக்கியம் கூட்டு வாக்கியமாகும். ஒரு கூட்டு வாக்கியத்தில் இரண்டு அல்லது பல சமநிலை வாக்கியத் தொடர்கள் இருக்கும்.

நான் கொழும்புப் போனதால் தம்பி கொழும்புக்குப் போகவில்லை

மேல் உள்ள வாக்கியம் பிறிதொரு முறையில் இணைக்கப்பட்ட வாக்கியமாகும். இதிலும் இரண்டு வாக்கியத் தொடர்கள் உள்ளன.

1. நான் கொழும்புக்குப் போனதால்

2. தம்பி கொழும்புக்குப் போகவில்லை

இவ்விரு தொடர்களும் சமநிலைத் தொடர்கள் அல்ல. தம்பி கொழும்புக்குப் போகவில்லை என்பது தலைமை வாக்கியத் தொடராகும். நான் கொழும்புக்குப் போனதால் என்பது தலைமை வாக்கியத் தொடர்கூறும் நிகழ்வுக்குக் காரணம் கூறுவதாக அமைகின்றது. அவ்வகையில் இது தலைமைத் தொடரைச் சார்ந்து நிற்கின்றது. அதனால் இதனைத் துணைநிலைத் தொடர் அல்லது சார்புநிலைத் தொடர் (Subordinate clause) என்பர். இவ்வாறு ஒரு தலைமை வாக்கியத் தொடருடன் ஒன்று அல்லது பல துணை நிலைத் தொடர்கள் இணைக்கப்படுவதைத் துணைநிலை ஆக்கம் (Subordinate Construction) என்பர். துணைநிலையாக்க முறையில் இணைக்கப்படும் வாக்கியங்கள் கலப்பு வாக்கியம் எனப்படும். கலப்பு வாக்கியத்தில் ஒரு தலைமை வாக்கியமும் ஒன்று அல்லது பல சார்புநிலைத் தொடர்களும் இருக்கும்.

நான் கண்ணனைப் பார்க்க விரும்பினேன்

மேல் உள்ள வாக்கியம் துணைநிலை ஆக்கத்துக்குப் பிறிதொரு எடுத்துக்காட்டு. நான் விரும்பினேன் என்பது இதில் தலைமை வாக்கியத் தொடர், கண்ணனைப் பார்க்க என்பது துணைநிலை வாக்கியத் தொடர்

இங்கு தலைமை வாக்கியத் தொடருக்குள் துணைநிலை வாக்கியத் தொடர் இணைக்கப்பட்டுள்ளது. இதனைப் பின்வருமாறு அடைப்புக் குறிக்குள் காட்டலாம்.

நான் (கண்ணனைப் பார்க்க) விரும்பினேன்

இது ஒரு கலப்பு வாக்கியமாகும். ஒரு கலப்பு வாக்கியத்துள் இருக்கும் தலைமை வாக்கியத் தொடர் சமநிலைத் தொடராகும். ஏனையவை துணைநிலைத் தொடர்களாகும். கூட்டு வாக்கியத்துள் இருக்கும் எல்லா வாக்கியத் தொடர்களும் சமநிலைத் தொடர்களாகும்.

1. கூட்டு வாக்கிய அமைப்பு

இரண்டு அல்லது பல சமநிலைத் தொடர்கள் இணைந்து கூட்டு வாக்கியங்கள் ஆகின்றன எனப் பார்த்தோம். இரண்டு சமநிலைத் தொடர்களை இணைத்து கூட்டு வாக்கியங்களை ஆக்குவதற்குச் சில இணைப்பிடைச் சொற்களும் வினை எச்சங்களும் பயன்படுகின்றன. தமிழில் வாக்கிய இணைப்புக்குப் பயன்படும் இடைச்சொற்கள் ன்று வகைப்படும்.

1. உம்
2. அல்லது, இல்லையென்றால், ஓ, ஆவது, ஆ
3. ஆனால், ஆகவே

2. உம் இணைப்பு

உம் இடைச்சொல்லைப் பயன்படுத்தி வாக்கியங்களை இணைப்பதை உம் இணைப்பு என்போம். கண்ணனும் கமாலும் கொழும்புக்குப் போனார்கள் இவ்வாக்கியம் கண்ணன் கொழும்புக்குப் போனான், கமால் கொழும்புக்குப் போனான் ஆகிய இரு வாக்கியங்களின் இணைப்பாகும்.

இவ்வாக்கியங்களில் எழுவாய்த் தொடர்கள் வேறுபட்டவை. பயனிலைத் தொடர்கள் ஒரே வகைப்பட்டவை. ஒரே வகையான பயனிலைத் தொடர்களில் ஒன்றை நீக்கிவிட்டு எழுவாய்த் தொடர் களை உம் இடைச்சொல்லால் இணைக்கின்றோம் எழுவாய் பன்மை யாகும்போது பயனிலையையும் அதற்கேற்ப பன்மையாக்குகின்றோம்.

கண்ணன் கொழும்புக்குப் போனான்
கமால் கண்டிக்குப் போனான்

இவ்விரு வாக்கியங்களையும் எவ்வாறு இணைப்பது? இவ் வாக்கியங்களில் எழுவாய்த் தொடர்கள் வெவ்வேறு. கு உருபு ஏற்ற பெயர்களும் வெவ்வேறு, ஆகவே அவற்றுள் எதையும் நீக்க முடியாது. ஒத்த பயனிலையில் ஒன்றை நீக்கிவிடலாம். இணைக்கப் பட்ட வாக்கியம் பின்வருமாறு அமையும்:

கண்ணன் கொழும்புக்கும் கமால் கண்டிக்கும் போனார்கள்

மேலுள்ள இரண்டு வாக்கியங்களையும் கண்ணனும் கமாலும் கொழும்புக்கும் கண்டிக்கும் போனார்கள் என்று இணைக்க முடியாது. ஏனெனில் இருவரும் இரண்டு இடங்களுக்கும் போக வில்லை. வெவ்வேறு இடங்களுக்கே போனார்கள்.

இதனை முறையே என்ற சொல்லைப் பயன்படுத்தி, கண்ணனும் கமாலும் முறையே கொழும்புக்கும் கண்டிக்கும் போனார்கள் என இணைக்கலாம். இவ்வாறு இணைக்கும்போது பொருள் மாறுவதில்லை.

வாக்கிய இணைப்பும் எழுவாய் பயனிலை இயைபும்

இரண்டு அல்லது பல வாக்கியங்களின் எழுவாய்த் தொடர்கள் இணைக்கப்படும்போது அதற்கேற்ப பயனிலையும் மாற்றமடையும்.

1. உயர்திணைப் படர்க்கைப் பெயர்கள் இணைக்கப்படும்போது வினைமுற்று பலர்பால் விகுதிபெற்று அமையும். எடுத்துக்காட்டு:

   கண்ணன் வந்தான் + கமால் வந்தான் → கண்ணனும் கமாலும் வந்தார்கள்

   அஃறிணைப் படர்க்கைப் பெயர்கள் இணைக்கப்படும்போது வினைமுற்று பலவின்பால் விகுதிபெற்று அமையும். எடுத்துக் காட்டு:

   நாய் வந்தது + மாடு வந்தது → நாயும் மாடும் வந்தன

2. ஆண்பால் பெயரும் பெண்பால் பெயரும் இணைக்கப்படும்போது பயனிலை பலர்பால் விகுதிபெற்று அமையும். எடுத்துக்காட்டு:

   தம்பி வந்தான்+தங்கை வந்தாள் → தம்பியும் தங்கையும் வந்தார்கள்

3. உயர்திணைப் பெயரும் அஃறிணைப் பெயரும் இணைக்கப்படும் போது பயனிலை எவ்வாறு அமையும்? மிகுதி காரணமாக, சிறப்புக் காரணமாக, அல்லது இழிவு காரணமாக உயர்திணை அல்லது அஃறிணை விகுதிபெற்று வரும் என தமிழ் இலக்கண ஆசிரியர் கூறுவர்.

எடுத்துக்காட்டாக:

அரசர்களும், முனிவர்களும், கவிஞர்களும், பறவைகளும் வந்தனர். இவ்வாக்கியத்தில் உயர்திணைப் பெயர்கள் மிகுதியாக இருப் பதனால் பயனிலை உயர்திணை விகுதிபெற்றது என்பர்.

ஆடும் மாடும் நாயும் பூனையும் மனிதரும் வந்தன. இவ்வாக்கியத் தில் அஃறிணைப் பெயர்கள் மிகுதியாக இருப்பதனால் பயனிலை அஃறிணை விகுதிபெற்றது என்பர்.

திங்களும் சான்றோரும் ஒப்பர். இவ்வாக்கியத்தில் திங்கள் என்னும் அஃறிணைப் பெயரும் சான்றோர் என்னும் உயர்திணைப் பெயரும் இருப்பினும் உயர்வு கருதி ஒப்பர் என்னும் உயர்திணைப் பயனிலை பெற்றது என்பர்.

ர்க்கனும் முதலையும் கொண்டது விடா இவ்வாக்கியத்தில் ர்க்கன் என்னும் உயர்திணைப் பெயரும் முதலை என்னும் அஃறிணைப் பெயரும் இருப்பினும் இழிவு கருதி இவ்வாக்கியம் விடா என்னும் அஃறிணைப் பயனிலை பெற்றது என்பர்.

தற்கால வழக்கில் இத்தகைய மாற்றுத் திணை இணைப்பை நாம் தவிர்த்துவிடுகிறோம். எடுத்துக்காட்டாக, கண்ணன் வந்தான் + நாய்

வந்தது ஆகிய வாக்கியங்களை கண்ணனும் நாயும் வந்தார்கள் என்றோ, கண்ணனும் நாயும் வந்தன என்றோ நாம் இணைப்பதில்லை. பதிலாக கண்ணன் வந்தான், நாயும் வந்தது, கண்ணன் நாயுடன் வந்தான் அல்லது நாய் கண்ணனுடன் வந்தது போன்ற வாக்கியங்களைப் பயன்படுத்து கின்றோம். இவை வாக்கிய இணைப்பினால் பெறப்படுபவை அல்ல; தனி வாக்கியங்கள்.

4. தன்மைப் பெயரும் முன்னிலைப் பெயரும் அல்லது தன்மைப் பெயரும் முன்னிலை, படர்க்கை பெயர்களும் இணைக்கப்படும் போது பயனிலை தன்மைப் பன்மை விகுதி பெற்று அமைகின்றது. எடுத்துக்காட்டு:

நான் கொழும்புக்குப் போனேன் + நீ கொழும்புக்குப் போனாய் → நானும் நீயும் கொழும்புக்குப் போனோம்.

நான் படம் பார்த்தேன் + நீ படம் பார்த்தாய் + கண்ணன் படம் பார்த்தான் → நானும் நீயும் கண்ணனும் படம் பார்த்தோம்.

5. முன்னிலைப் பெயரும் படர்க்கைப் பெயரும் இணைக்கப் படும்போது பயனிலை முன்னிலைப் பன்மை விகுதிபெற்று அமைகின்றது. எடுத்துக்காட்டு:

நீ கொழும்புக்குப் போனாய் + கண்ணன் கொழும்புக்குப் போனான் → நீயும் கண்ணனும் கொழும்புக்குப் போனீர்கள்

வாக்கியங்களின் எழுவாய்த் தொடர்களை மட்டுமின்றி வெவ் வேறு வேற்றுமைத் தொடர்கள், வினையடைத் தொடர்கள், வினை எச்சத் தொடர்கள் என்பவற்றையும் உம் இடைச்சொல் கொண்டு இணைக்க முடியும். சில எடுத்துக்காட்டுகள் பின்வருமாறு:

செயப்படுபொருள் வேற்றுமை ஏற்ற பெயர்த் தொடர்.

கண்ணன் இரண்டு இட்லி சாப்பிட்டான்
கண்ணன் ஒரு தோசை சாப்பிட்டான் →
கண்ணன் இரண்டு இட்லியும் ஒரு தோசையும் சாப்பிட்டான்

கருவி வேற்றுமை ஏற்ற பெயர்த் தொடர்.

ஆசிரியர் மாணவனைக் கையால் அடித்தார்
ஆசிரியர் மாணவனைப் பிரம்பால் அடித்தார் →
ஆசிரியர் மாணவனைக் கையாலும் பிரம்பாலும் அடித்தார்

நீங்கல் வேற்றுமை ஏற்ற பெயர்த் தொடர்.

வயலுக்குக் குளத்திலிருந்து தண்ணீர் இறைத்தார்கள்
வயலுக்கு வாய்க்காலிலிருந்து தண்ணீர் இறைத்தார்கள் →
வயலுக்குக் குளத்திலிருந்தும் வாய்க்காலிலிருந்தும் தண்ணீர் இறைத்தார்கள்.

வினையடைத் தொடர்.
கண்ணன் விரைவாக எழுதினான் + கண்ணன் அழகாக எழுதினான் →
கண்ணன் விரைவாகவும் அழகாகவும் எழுதினான்.

செய்ய என்னும் எச்சத் தொடர்.
எனக்குச் சிங்களம் பேசத் தெரியும் + எனக்குச் சிங்களம் எழுதத்
தெரியும் → எனக்குச் சிங்களம் பேசவும் எழுதவும் தெரியும்.

செய்து என்னும் எச்சத் தொடர்.
நான் சினிமா பார்த்துப் பொழுதுபோக்கினேன்
நான் புத்தகங்கள் வாசித்துப் பொழுதுபோக்கினேன் →
நான் சினிமா பார்த்தும் புத்தகங்கள் வாசித்தும் பொழுதுபோக்கினேன்

3. அல்லது இணைப்பு

அல்லது, இல்லையென்றால், இல்லாவிட்டால் ஆவது, ஓ, ஆ ஆகிய இணைப்பிடைச் சொற்களைப் பயன்படுத்தி வாக்கியங்களை, அல்லது, வாக்கிய உறுப்புகளை இணைப்பதை அல்லது இணைப்பு என்போம். இதனைப் பிரதியீட்டு இணைப்பு, மாற்றீட்டு இணைப்பு என்றும் அழைப்பர்.

அல்லது, இல்லையென்றால், இல்லாவிட்டால் ஆகிய இணைப்பிடைச் சொற்கள் இணைக்கப்படும் உறுப்புகளுக்கு இடையில் வருகின்றன. ஆவது, ஓ, ஆ ஆகிய இணைப்பிடைச் சொற்கள் இணைக்கப்படும் உறுப்புகள் ஒவ்வொன்றின் இறுதியிலும் வருகின்றன.

பெயரடைத் தொடர்களும், பெயரெச்சத் தொடர்களும், முற்று வாக்கியத் தொடர்களும் அல்லது, இல்லையென்றால், இல்லாவிட்டால் ஆகிய இணைப்பிடைச் சொற்களால் மட்டும் இணைக்கப்படு கின்றன. ஆ இணைப்பிடைச் சொல் மாற்று வினா வாக்கியங்களை மட்டும் இணைக்கப் பயன்படுகின்றது. ஆ தவிர்ந்த பிற எல்லா இணைப்பிடைச் சொற்களும் பிற எல்லா வகையான தொடர்களை யும் இணைக்கப் பயன்படுகின்றன. எடுத்துக்காட்டு:

பெயரடைத் தொடர்கள்
கண்ணன் ஒரு அழகான பெண்ணைத்தான் மணம் முடிப்பான் +
கண்ணன் ஒரு படித்த பெண்ணைத்தான் மணம் முடிப்பான் →
கண்ணன் ஒரு அழகான அல்லது ஒரு படித்த பெண்ணைத்தான் மணம் முடிப்பான்.

பெயரெச்சத் தொடர்கள்
நீ பார்த்த விசயத்தைப் பற்றிச் சொல் +
நீ கேட்ட விசயத்தைப் பற்றிச் சொல் →
நீ பார்த்த அல்லது கேட்ட விசயத்தைப் பற்றிச் சொல்

முற்று வாக்கியத் தொடர்
அப்பா பணம் தருவார் + அண்ணன் பணம் தருவார் →
அப்பா பணம் தருவார் அல்லது அண்ணன் பணம் தருவார்

மேல் உள்ள வாக்கியங்களில் அல்லது என்னும் இணைப்பிடைச் சொல்லுக்குப் பதிலாக இல்லையென்றால், இல்லாவிட்டால், அல்லாவிட்டால், அல்லாதுவிட்டால் என்பன இடம்பெறலாம். ஏனைய இணைப்பிடைச் சொற்கள் இடம்பெற முடியாது.

பெயர்த் தொடர்கள்.
நான் பால் குடிப்பேன் + நான் கோப்பி குடிப்பேன் →
நான் பால் அல்லது கோப்பி குடிப்பேன்
நான் பாலாவது கோப்பியாவது குடிப்பேன்

வினையடைத் தொடர்கள்.
கண்ணன் நாளைக்கு வருவான் +
கண்ணன் நாளை மறுநாள் வருவான் →
கண்ணன் நாளை அல்லது நாளை மறுநாள் வருவான்
கண்ணன் நாளையாவது நாளை மறுநாளாவது வருவான்

செய்ய எச்சத் தொடர்.
இங்கு வர உனக்குச் சுதந்திரம் உண்டு +
இங்கு வராமல் இருக்க உனக்குச் சுதந்திரம் உண்டு →
இங்கு வர அல்லது வராமல் இருக்க உனக்குச் சுதந்திரம் உண்டு
இங்கு வரவோ வராமல் இருக்கவோ உனக்குச் சுதந்திரம் உண்டு

செய்து எச்சத் தொடர்.
நான் படித்துத் தெரிந்துகொள்வேன் +
நான் கேட்டுத் தெரிந்துகொள்வேன் →
நான் படித்து அல்லது கேட்டுத் தெரிந்துகொள்வேன்
நான் படித்தாவது கேட்டாவது தெரிந்துகொள்வேன்
நான் படித்தோ கேட்டோ தெரிந்துகொள்வேன்

செய்தால் எச்சத் தொடர்.
நீங்கள் நேரில் வந்தால் தருவேன் +
நீங்கள் ஆள் அனுப்பினால் தருவேன் →
நீங்கள் நேரில் வந்தால் அல்லது ஆள் அனுப்பினால் தருவேன்

நீங்கள் நேரில் வந்தாலாவது ஆள் அனுப்பினாலாவது தருவேன்
நீங்கள் நேரில் வந்தாலோ ஆள் அனுப்பினாலோ தருவேன்

4. மாற்று வினா இணைப்பு

ஆ என்னும் வினா இடைச்சொல், வினா வாக்கியங்களை இணைத்து மாற்று வினா வாக்கியங்களை ஆக்கவும் பயன்படுகின்றது. இணைக்கப்படும் ஒவ்வொரு வாக்கிய உறுப்பின் இறுதியிலும் இது இணைந்து வரும். எடுத்துக்காட்டு:

நீ தோசை சாப்பிடுகிறாயா? + நீ சோறு சாப்பிடுகிறாயா? →
நீ தோசையா சோறா சாப்பிடுகிறாய்?

நீ பள்ளிக்குப் படிக்க வந்தாயா + நீ பள்ளிக்கு விளையாட வந்தாயா →
நீ பள்ளிக்குப் படிக்கவா விளையாடவா வந்தாய்?
நீ பள்ளிக்குப் படிக்க வந்தாயா விளையாட வந்தாயா?

-ஆ வினா இடைச்சொல் பிறிதொரு வகையான (அதாவது, உடன்பாட்டு -எதிர்மறை) மாற்று வினாவை ஆக்கவும் பயன் படுகின்றது. ஆகார ஈற்று உடன்பாட்டு வினா வாக்கியத்தை அடுத்து இல்லை என்னும் எதிர்மறைச் சொல்லுடன் ஆ விகுதி சேர்த்தும், எதிர்கால வினைமுற்றுப் பயனிலையாகக் கொண்ட வாக்கியத்தை அடுத்து மாட்டு என்னும் இடைநிலை பெற்ற எதிர்மறை வினையுடன் ஆ சேர்த்தும் இவ்வகை வினா வாக்கியம் ஆக்கப்படுகின்றது. எடுத்துக்காட்டு:

நீ என்னுடன் வருகிறாயா? + நீ என்னுடன் வரவில்லையா →
நீ என்னுடன் வருகிறாயா? வரவில்லையா?
நீ என்னுடன் வருகிறாயா? இல்லையா?
கண்ணன் பணம் தருவானா + கண்ணன் பணம் தரமாட்டானா →
கண்ணன் பணம் தருவானா தரமாட்டானா?
கண்ணன் பணம் தருவானா? மாட்டானா?

5. ஆனால் இணைப்பு

ஆனால் என்னும் இணைப்பிடைச்சொல் முதல் கூற்றுக்கு விலக்கான அல்லது முரணான கூற்றை அதனோடு இணைப்பதற்குப் பயன்படு கின்றது. பெயரடை, வினையடைத் தொடர்கள், முற்றுத் தொடர்கள் முதலியவை இவ்வாறு இணைக்கப்படுகின்றன. எடுத்துக்காட்டு:

அவள் அழகான பெண் + அவள் திமிர் பிடித்த பெண் →
அவள் அழகான ஆனால் திமிர் பிடித்த பெண்

அழகான, திமிர்பிடித்த ஆகிய பெயரடைகள் இங்கு இணைக்கப் பட்டுள்ளன.

அவர் கோபமாகப் பேசினார் + அவர் கண்ணியமாகப் பேசினார் →
அவர் கோபமாக ஆனால் கண்ணியமாகப் பேசினார்

கோபமாக, கண்ணியமாக ஆகிய வினையடைகள் இங்கு இணைக்கப்பட்டுள்ளன.

இந்தப் புத்தகத்தைப் பலமுறை படித்தேன்
இந்தப் புத்தகம் எனக்குப் புரியவில்லை →
இந்தப் புத்தகத்தை பலமுறை படித்தேன், ஆனால் எனக்குப் புரியவில்லை.

இங்கு இரண்டு முற்று வாக்கியத் தொடர்கள் இணைக்கப் பட்டுள்ளன.

ஒரு கூற்றின் எதிர்பார்க்கப்பட்ட விளைவுக்கு எதிர்மறையான பொருள்தரும் பிறிதொரு கூற்றை அக்கூற்றுடன் இணைப்பதற்கு ஆனால் மட்டுமின்றி, ஆனாலும், ஆயினும், இருப்பினும், இருந்த போதிலும், இருந்தாலும், எனினும், என்றாலும் முதலிய இணைப்பிடைச் சொற்களும் பயன்படுத்தப்படுகின்றன.

மேல் உள்ள வாக்கியத்தில் ஆனால் என்பதற்குப் பதிலாக முன் குறிப்பிட்ட இணைப்பிடைச் சொற்களையும் பயன்படுத்தலாம். எடுத்துக்காட்டு:

இந்தப் புத்தகத்தைப் பலமுறை படித்தேன்; ஆனாலும், எனக்குப் புரிய வில்லை

இந்தப் புத்தகத்தைப் பலமுறை படித்தேன்; ஆயினும், எனக்குப் புரிய வில்லை

இந்தப் புத்தகத்தைப் பலமுறை படித்தேன்; இருப்பினும், எனக்குப் புரிய வில்லை

6. ஆகவே இணைப்பு

ஒரு கூற்றோடு தொடர்புடைய அல்லது அக்கூற்றின் உடன்விளைவு என்னும் பொருள்தரும் பிறிதொரு கூற்றை அக்கூற்றுடன் இணைப் பதற்கு, ஆகவே, ஆகையால், ஆதலால், எனவே முதலிய இணைப் பிடைச் சொற்கள் பயன்படுகின்றன. எடுத்துக்காட்டு:

வானம் இருண்டிருக்கிறது + இன்று மழை பெய்யும் →
வானம் இருண்டிருக்கிறது; ஆகவே, இன்று மழை பெய்யும்

இவ்வாக்கியத்தில் ஆகவே என்பதற்குப் பதிலாக ஆகையால், எனவே என்பவற்றையும் பயன்படுத்தலாம். ஆனால், ஆனாலும் முதலிய இணைப்பிடைச் சொற்களைப் பயன்படுத்த முடியாது.

பயன்படுத்தினால் பின்வருவது போன்ற பொருள் முரன் உள்ள வாக்கியம் கிடைக்கும்.

*வானம் இருண்டிருக்கிறது; ஆனால், இன்று மழை பெய்யும்

இதனைப் பொருள் முரண் இல்லாத வாக்கியமாக மாற்ற வேண்டுமாயின், இரண்டாவது வாக்கியம் எதிர்மறை வாக்கியமாக அமைதல் வேண்டும்.

வானம் இருண்டிருக்கிறது; ஆனால், இன்று மழை பெய்யாது.

7. செய்து வினை எச்ச இணைப்பு

முற்று வாக்கியத் தொடர்கள் ஆங்கிலம் போன்ற ஐரோப்பிய மொழிகளில் and என்னும் இணைப்பிடைச் சொல்லால் இணைக்கப் படுவது போல் தமிழில் உம் என்னும் இணைப்பிடைச் சொல்லால் இணைக்கப்படுவதில்லை. எடுத்துக்காட்டாக:

Kannan came + Kannan went ஆகிய வாக்கியங்கள்

Kannan came and went என ஆங்கிலத்தில் இணைக்கப்படலாம். ஆனால் தமிழில், கண்ணன் வந்தான், கண்ணன் போனான் ஆகிய வாக்கியங்கள் உம் இடைச்சொல்லைப் பயன்படுத்தி *கண்ணன் வந்தானும் போனானும் என இணைக்கப்படுவதில்லை. பதிலாகக் கண்ணன் வந்து போனான் என இணைக்கப்படுகின்றன. இங்கு முதல் வாக்கியத்தின் பயனிலையாக வரும் வந்தான் என்னும் வினைமுற்று வந்து என்னும் வினை எச்சமாக மாற்றப்பட்டு அடுத்த வாக்கியத்துடன் இணைக்கப்படுகின்றது. எழுவாய்ப் பெயர்கள் இரண்டும் ஒன்றாக இருப்பதனால், இரண்டாவது வாக்கியத்தின் எழுவாய் நீக்கப்படு கின்றது. இத்தகைய வாக்கிய இணைப்புக்கு இரண்டு நிபந்தனைகள் உள்ளன..

1. எழுவாய்கள் எல்லாம் ஒன்றாக இருக்க வேண்டும்.
2. வினைமுற்று ஒரே காலத்தில் அமைய வேண்டும்.

கண்ணன் வீட்டுக்கு வந்து குளித்து சாப்பிட்டு உடனே திரும்பிச் சென்றான்.

இவ்வாக்கியம் பின்வரும் நான்கு வாக்கியங்களின் இணைப்பு என்பதை அறிவோம்.

1. கண்ணன் வீட்டுக்கு வந்தான்
2. கண்ணன் குளித்தான்
3. கண்ணன் சாப்பிட்டான்
4. கண்ணன் உடனே திரும்பிச் சென்றான்.

நான்கு வாக்கியங்களிலும் கண்ணன் என்பதே எழுவாயாகும். நான்கு வாக்கியங்களிலும் வினைமுற்று இறந்தகாலத்தில் உள்ளது. அதனால் அவற்றை ஒரே வாக்கியமாக இணைக்க முடிகின்றது. அவ்வாறு இணைக்கப்படும்போது, முதல் வாக்கியத்தின் எழுவாயை வைத்துக்கொண்டு ஏனையவற்றை நீக்கிவிடுகிறோம். இறுதி வாக்கியத்தின் வினைமுற்றை வைத்துக்கொண்டு ஏனைய வாக்கியங்களின் வினைமுற்றுகளைச் செய்து என்னும் வாய்ப்பாட்டு வினை எச்சமாக மாற்றிவிடுகிறோம். இறுதியாக உள்ள வினைமுற்றே அதற்கு முன் உள்ள வினை எச்சங்களின் காலத்தைத் தீர்மானிக்க உதவுகின்றது.

எடுத்துக்காட்டாக மேல் உள்ள இணைக்கப்பட்ட வாக்கியத்தின் வினைமுற்று பின்வருமாறு எதிர்காலத்தில் அமையுமாயின் அதற்கு முன் உள்ள வினை எச்சங்கள் எல்லாம் எதிர்காலப் பொருளையே தரும்.

கண்ணன் வீட்டுக்கு வந்து குளித்து சாப்பிட்டு உடனே திரும்பிச் செல்வான்.

இவ்வாக்கியத்தில் உள்ள வினை எச்சங்கள் வினைமுற்றைப் போலவே வருவான், குளிப்பான், சாப்பிடுவான் என எதிர்காலப் பொருள் தருவதைக் காணலாம். ஆகவே மேலுள்ள வாக்கியம் பின்வரும் நான்கு வாக்கியங்களின் இணைப்பு எனக் கருதலாம்:

1. கண்ணன் வீட்டுக்கு வருவான்
2. கண்ணன் குளிப்பான்
3. கண்ணன் சாப்பிடுவான்
4. கண்ணன் உடனே திரும்பிச் செல்வான்

செய்து எச்சத்தினால் இணைக்கப்படும் வாக்கியத் தொடர்களில் சம்பவங்கள் ஒரு தொடர் ஒழுங்கில் அமைகின்றன.

நான் காலையில் எழுந்து, பல்துலக்கி, தேநீர் அருந்தி, குளித்து, உடையணிந்து, சாப்பிட்டு அலுவலகத்துக்குச் சென்றேன்.

இவ்வாக்கியத்தில் நிகழ்ச்சிகள் ஒரு தொடர் ஒழுங்கில் நிகழ்கின்றன. இதே ஒழுங்கில்தான் இந்த நிகழ்ச்சிகள் நிகழ வேண்டும் என்று சொல்ல முடியாது. ஒருவர் தேநீர் அருந்திய பிறகு பல துலக்கலாம், சாப்பிட்ட பிறகு உடை அணியலாம், குளித்த பிறகும் பல் துலக்கலாம், அவ்வகையில் இந்த நிகழ்ச்சி ஒழுங்கில் எப்போதும் ஒரு தருக்க ஒருமை இருக்க வேண்டும் என்று கூற முடியாது. ஆகவே இவ்வாக்கியத்தில் நிகழ்ச்சி ஒழுங்கு, வேறுவகையிலும் அமையலாம். எடுத்துக்காட்டாக:

நான் காலையில் எழுந்து, தேநீர் அருந்தி, பல் துலக்கி, குளித்து, சாப்பிட்டு, உடையணிந்து அலுவலகத்துக்குச் சென்றேன்.

ஆயினும், ஒருவர் உடையணிந்த பிறகு குளிப்பதில்லை. அவ்வகையில் உடையணிந்து குளித்து என்று அமைய முடியாது. அதில் தருக்க ஒழுங்கு இல்லை. அதுபோல், பல் துலக்கி, தேநீர் அருந்த முன் ஒருவர் எழுந்திருக்க வேண்டும். அவ்வகையில், நான் பல்துலக்கி, தேநீர் அருந்தி, காலையில் எழுந்திருந்து என்று தொடர் அமைய முடியாது. அதில் இயற்கை ஒழுங்கு இல்லை. ஆகவே ஒன்றோடு ஒன்று உள்ளார்ந்த தொடர்புள்ள செய்திகள் அந்த இயற்கை ஒழுங்கிலேயே அமைய வேண்டும்.

அவ்வகையில், நான் தண்ணீரைக் கொதிக்கவைத்துக் குடித்தேன் என்று எழுதலாம். ஆனால் நான் தண்ணீரைக் குடித்துக் கொதிக்கவைத்தேன் என எழுத முடியாது. இதில் இயற்கைத் தொடர்பு இல்லை. எனினும் கவிஞர்கள், புனைகதை ஆசிரியர்கள் சில நோக்கங்களுக்காக இந்த இயற்கையான தருக்கத் தொடர்பை மீறக்கூடும். அது இலக்கிய ஆசிரியனின் சுதந்திரம் என அமைதி காண வேண்டும்.

செய்து எச்சங்களைக் கொண்டு வாக்கியங்களை இணைப்பதற்கு எல்லா எச்சங்களும் ஒரே எழுவாயைக் கொண்டிருக்க வேண்டும் என்று சொன்னோம். ஆயினும், வெவ்வேறு எழுவாய்களைக் கொண்ட எச்சங்களும் இணைக்கப்படலாம் என்பதற்குத் தற்கால மொழியியல் அறிஞர்கள் சிலர் சில எடுத்துக்காட்டுகளைக் காட்டுவர்.

பழைய முதல்வர் போய் புதிய முதல்வர் வந்தார். இவ்வாக்கியம், பழைய முதல்வர் போனார் புதிய முதல்வர் வந்தார்

என்னும் இரு வாக்கியங்களின் இணைப்பு எனக் கொள்ளலாம். அவ்வகையில் இதனைச் சமநிலை ஆக்கம் எனலாம். தலையிடி போய் காய்ச்சல் வந்தது.

கண்ணதாசன் பாட்டெழுதி, இளையராஜா இசை அமைத்து, சுசீலா பாடினார்.

மேல் உள்ள கூட்டு வாக்கியங்களிலும் ஒவ்வொரு வினை எச்சமும் தனித்தனி எழுவாயைக் கொண்டுள்ளது. இத்தகைய செய்து எச்ச இணைப்புகளும் தற்காலத்தில் வழக்கில் உள்ளன.

ஒரே எழுவாய் கொண்ட வாக்கியங்களை வினை எச்சத்தைப் பயன்படுத்தாமல் வினைமுற்றுகளைக் கொண்டு இணைக்கும் முறையும் தற்காலத்தில் பெருவழக்காகி வருகின்றது. எடுத்துக் காட்டாக:

கண்ணன் வீட்டுக்கு வந்து, குளித்து, சாப்பிட்டு உடனே திரும்பிச் சென்றான் என்னும் வாக்கியத்தை கண்ணன் வீட்டுக்கு வந்தான்;

குளித்தான்; சாப்பிட்டான்; உடனே திரும்பிச் சென்றான் எனவும் இணைக்கலாம். இங்கு ஒவ்வொரு தொடரையம் அடுத்து அரை மாத்திரை பயன்படுத்தப்படும்.

8. செய்ய வினை எச்ச இணைப்பு

வெவ்வேறு எழுவாய்களையும் வெவ்வேறு பயனிலைகளையும் கொண்ட முற்று வாக்கியத் தொடர்களை ஆங்கில மொழியில் and என்னும் இணைப்பிடைச் சொல்லைப் பயன்படுத்தி இணைக்க முடியும். எடுத்துக்காட்டாக:

Kannan sang + Kamala danced ஆகிய வாக்கியங்கள்

Kannan sang and Kamala danced என இணைக்கப்படுகின்றன. தமிழில் இவ்வாறு இணைக்க முடியாது. பதிலாக முதல் வாக்கியத்தின் வினைமுற்றைச் செய்ய என்னும் எச்சமாக மாற்றி அவற்றை இணைக்கலாம். எடுத்துக்காட்டு:

கண்ணன் பாடினான், கமலா ஆடினாள் ஆகிய வாக்கியங்கள்
கண்ணன் பாட கமலா ஆடினாள் என இணைக்கப்படுகின்றன.

இத்தகைய வாக்கிய இணைப்பிலும் இணைக்கப்படும் வாக்கிங்களின் வினைமுற்று ஒரே காலத்தைக் காட்டுவனவாக இருக்க வேண்டும். ஏனெனில் இணைக்கப்பட்ட வாக்கியத்தின் இறுதியில் உள்ள வினைமுற்றின் காலமே அவ்வாக்கியத்திலுள்ள *செய்ய* என்னும் வாய்ப்பாட்டு வினை எச்சங்களின் காலத்தையும் சுட்டி நிற்கின்றது. எடுத்துக்காட்டு:

கண்ணன் பாட, மாலா தாளம் போட, கமலா ஆடுகிறாள்.

இவ்வாக்கியத்தின் இறுதியில் உள்ள ஆடுகிறாள் என்னும் நிகழ்கால வினைமுற்று, அதற்கு முன் உள்ள பாட, போட ஆகிய வினை எச்சங்களும் நிகழ்கால வினைமுற்றில் இருந்தே வந்துள்ளன என்பதைக் காட்டுகின்றது. அவ்வகையில் இவ்வாக்கியம், கண்ணன் பாடுகிறான், மாலா தாளம் போடுகிறாள், கமலா ஆடுகிறாள் ஆகிய நிகழ்கால வாக்கியங்களின் இணைப்பே என்பதை அறிந்து கொள்கிறோம். பாடுகிறான், போடுகிறான் ஆகிய வினைமுற்றுகள் பாட, போட என எச்சங்களாக மாற்றப்பட்டுள்ளன என்பதையும் அறிந்து கொள்கின்றோம்.

இணைப்பிடைச் சொற்களையும் வினை எச்சங்களையும் பயன்படுத்தி எத்தனை வாக்கியங்களையும் ஒன்றுடன் ஒன்று இணைக்க முடியும். கோட்பாட்டு ரீதியில் இவ்வாறு இணைக்கப்படும் வாக்கி

யங்கள் எண்ணிக்கை அற்றவை, முடிவிலி எனலாம். எனினும் தற்காலத் தமிழில் இவ்வாறு இணைக்கப்படும் வாக்கியங்களின் எண்ணிக்கையைக் குறைத்து, பெரும்பாலும் சிறிய வாக்கியங் களையே பயன்படுத்துகின்றோம்.

பயிற்சி

பின்வரும் வாக்கியத்தில் எத்தனை வாக்கியங்கள் இணைக்கப் பட்டுள்ளன? அவற்றைத் தனித்தனியே பிரித்து எழுதுக. பின்னர், அவற்றை வேறுவகையில் இணைத்து ன்று அல்லது நான்கு வாக்கியங்கள் கொண்ட பத்தியாக மாற்றுக.

நான் நேற்று ஊருக்குப் போய், அம்மா அப்பாவைப் பார்த்து, அவர்களுடன் சிறிது நேரம் பேசிக்கொண்டிருந்து, பிறகு நண்பர் களுடன் ஊர்சுற்றி, சிறிது நேரம் நூலகத்தில் இருந்து, பத்திரிகை களைப் படித்து, பின் வீட்டுக்குத் திரும்பி வந்து நன்றாகச் சாப்பிட்டு, கொஞ்சநேரம் தூங்கி, பிறகு முகம் கழுவி, தேநீர் குடித்து அம்மா விடம் கொஞ்சம் காசும் வாங்கிக் கொண்டு, திரும்பி வந்தேன்.

17
கலப்பு வாக்கிய அமைப்பு

ஒரு தலைமை வாக்கியத் தொடரும் ஒன்று அல்லது பல சார்பு நிலைத் தொடர்களும் கொண்ட வாக்கியம் கலப்பு வாக்கியம் எனப் பார்த்தோம். எடுத்துக்காட்டாக: அப்பா நாளைக்கு வருவார் என்று தம்பி சொன்னான் என்னும் வாக்கியத்தில் தம்பி சொன்னான் என்பது தலைமை வாக்கியத் தொடராகும். அப்பா நாளைக்கு வருவார் என்பது சார்புநிலைத் தொடராகும். இச்சார்பு நிலைத் தொடர் என்று என்னும் இணைப்பானால் தலைமை வாக்கியத்துடன் இணைக்கப்பட்டுள்ளது. தம்பி சொன்ன செய்தி என்ன என்பதை இச்சார்புநிலைத்தொடர் விளக்குகின்றது. மேல் உள்ள எடுத்துக்காட்டில் சார்புநிலைத்தொடர் முற்றுவாக்கியமாக இருப்பதைக் காணலாம். பின்வரும் வாக்கியத்தில் வரும் சார்புநிலைத் தொடர் எச்சத் தொடராகும். அம்மா குழந்தைக்குப் பால் வாங்க கடைக்குப் போனார்.

இவ்வாக்கியத்தில் அம்மா கடைக்குப் போனார் என்பது தலைமை வாக்கியத் தொடராகும். குழந்தைக்குப் பால் வாங்க என்பது சார்பு நிலைத் தொடராகும். இது செய்ய என்னும் வாய்ப்பாட்டு எச்சத் தொடராக அமைந்துள்ளது. இவ்வெச்சத் தொடர் தலைமை வாக்கியத் துக்குள் இணைக்கப்பட்டுள்ளது. அம்மா கடைக்குப் போனதற்கான காரணத்தை அது தருகின்றது.

நான் கண்ணன் வந்ததைக் கண்டேன். இவ்வாக்கியத்தில் நான் கண்டேன் என்பது தலைமை வாக்கியத் தொடராகும். கண்ணன் வந்தான் என்னும் சார்புநிலைத் தொடர் கண்ணன் வந்தது என பெயர்த் தொடராக்கப்பட்டு தலைமை வாக்கியத்துக்குள் இணைக்கப் பட்டுள்ளது.

இவ்வாறு, ஒரு கலப்பு வாக்கியத்துள் அமையும் சார்புநிலைத் தொடர்கள் 1. எச்ச வாக்கியத் தொடர்களாக 2. முற்றுவாக்கியத் தொடர்களாக 3. பெயர்த் தொடராக்கப்பட்ட முற்றுவாக்கியத் தொடர்களாக இருக்கலாம். இங்கு எச்ச வாக்கியத் தொடர்களைச் சற்று விரிவாகப் பார்ப்போம்.

1. எச்ச வாக்கியத் தொடர்கள்

பின்வரும் நான்கு வகையான எச்ச வாக்கியத் தொடர்கள் கலப்பு வாக்கியங்களில் இடம்பெறுகின்றன.

1. செய்ய எச்சத் தொடர்
2. செய்து எச்சத் தொடர்
3. நிபந்தனை எச்சத் தொடர் (செய்தால்)
4. பெயரெச்சத் தொடர் (செய்த, செய்கின்ற, செய்யும்)

1. செய்ய எச்சத் தொடர்

எச்சத் தொடர்களில் செய்ய வாய்ப்பாட்டு எச்சம் வாக்கியத்தில் பல்வேறு சூழல்களில் வந்து, பல்வேறு தொழிற்பாடுகளைச் செய்கின்றது. அவற்றுள் சிலவற்றை இங்கு நோக்கலாம்.

வினைக்கு அடையாக வருதல். செய்ய எச்சத் தொடர் தலைமை வாக்கியத்தில் வினைக்கு அடையாக வந்து வினையின் நோக்கம், காரணம், விளைவு, காலம் ஆகியவற்றை உணர்த்துகின்றது. எடுத்துக்காட்டு:

1. நான் கண்ணனைப் பார்க்கக் கொழும்புக்குப் போனேன்.

இவ்வாக்கியத்தில் கண்ணனைப் பார்க்க என்னும் எச்சத் தொடர் போனதற்குரிய நோக்கத்தைச் சுட்டி நிற்கின்றது.

2. அப்பா வரத் தம்பி அழுகையை நிறுத்தினான்

இவ்வாக்கியத்தில் அப்பா வர என்னும் எச்சத் தொடர் தம்பி அழுகையை நிறுத்தியதற்கான காரணத்தைச் சுட்டுகின்றது.

3. கண்ணன் வியர்வை வர வேலை செய்தான்

இவ்வாக்கியத்தில் வியர்வை வர என்னும் எச்சத் தொடர் வேலை செய்ததன் விளைவைச் சுட்டுகின்றது. அதாவது, வேலை செய்ததன் விளைவு வியர்வை.

4. சரியாக ன்று நாள் கழிய மாமா வருவார்.

இவ்வாக்கியத்தில் சரியாக ன்று நாள் கழிய என்னும் எச்சத் தொடர் மாமா வரும் காலத்தை உணர்த்துகின்றது.

வினைப் பொருள் விளக்குதல். விரும்பு, ஆசைப்படு, முயற்சி செய், ஆரம்பி, தொடங்கு, தெரி, மற, மறு போன்ற வினைகள், செய்ய எச்சத் தொடர்களை தம் வினைப் பொருள் விளக்கும் தொடர்களாக ஏற்கின்றன. எடுத்துக்காட்டு:

நான் (ஆங்கிலம் படிக்க) விரும்பினேன்
கண்ணன் (வெளிநாடு செல்ல) முயற்சி செய்கிறான்

தம்பி (பரீட்சைக்குப் படிக்க) ஆரம்பித்தான்
எனக்கு (ஆங்கிலம் பேசத்) தெரியும்
மாலன் (பணம் கொண்டுவர) மறந்துவிட்டான்
அமைச்சர் (தொழிலாளர் தலைவர்களுடன் பேச) மறுத்துவிட்டார்

மேல் உள்ள வாக்கியங்களில் தலைமை வாக்கியத்தின் பயனிலையாக வரும் வினைகளுக்குச் செய்ய எச்சத் தொடர்கள் விளக்கமாக அமைகின்றன. எடுத்துக்காட்டாக முதலாவது வாக்கியத்தில் ஆங்கிலம் படிக்க என்னும் தொடர் நான் விரும்பியது எது என்பதை விளக்குவதாக அமைகின்றது.

இதுபோல், சொல், வற்புறுத்து, கட்டாயப்படுத்து, உத்தரவிடு, விடு முதலிய வினைகளும் செய்ய எச்சத் தொடர்களை வினைப் பொருள் விளக்கத் தொடர்களாக ஏற்கின்றன. எடுத்துக்காட்டு:

நான் (தம்பியை வீட்டுக்குப் போகச்) சொன்னேன்
அப்பா (தான் விரும்பாதவனை மணம் முடிக்க) மகளை வற்புறுத்தினார்
முதலாளி(பொய்ச்சாட்சி சொல்ல) கூலியாளைக் கட்டாயப்படுத்தினார்
நீதிபதி (கொலைகாரனைக் கைதுசெய்ய) உத்தரவிட்டார்
நான் (உன்னைப் போக) விடமாட்டேன்

பெயர்த் தொடரோடு இணைந்து வருதல். செய்ய எச்சத் தொடர் கலப்பு வாக்கியத்தில் பெயர்த் தொடர்களுடனும் இணைந்து வருவதைக் காணலாம். எடுத்துக்காட்டு:

எனக்கு இன்னும் (இந்தப் புத்தகத்தைப் படிக்க) நேரம் கிடைக்கவில்லை
நீதிபதி உறவினர்களுக்கு (கைதிகளைப் பார்க்க) அனுமதி வழங்கினார்
எனக்குக் (குடிக்க) கொஞ்சம் தண்ணீர் தாருங்கள்
எங்களுக்கு (இந்த நாட்டில் வாழ) உரிமை இல்லையா
ஒவ்வொரு பிரஜைக்கும் (உண்மையைப் பேச) சுதந்திரம் வேண்டும்

மேல் உள்ள வாக்கியங்களில் படிக்க, பார்க்க, குடிக்க, வாழ, பேச ஆகிய எச்சத் தொடர்கள் முறையே நேரம், அனுமதி, தண்ணீர், உரிமை, சுதந்திரம் ஆகிய பெயர்களுடன் இணைந்து நிற்கின்றன. எனினும் அவை அடுத்துவரும் வினை கொண்டே முடிகின்றன. உண்ண உணவு, உடுக்க உடை, இருக்க இடம், செய்யத் தொழில் போன்ற தொடர்களில் எச்சம் பெயரையே தழுவி நிற்கக் காணலாம். ஆயினும், அவை ஏதாவது ஒரு வினை கொண்டே முடிகின்றன; அவற்றை விளக்குவதாகவே அமைகின்றன.

அடுக்கி வருதல். செய்ய எச்சத் தொடர் வாக்கியங்களின் அடுக்கி வந்து ஒரு வினை மீண்டும் மீண்டும் நிகழ்தல், தொடர்ந்து நிகழ்தல், அதிக அளவில் நிகழ்தல் என்பவற்றை உணர்த்தும். எடுத்துக்காட்டு:

(நான் கேட்கக் கேட்க) அவன் பதில் சொல்லிக் கொண்டே இருந்தான்
திருடனை (ஓட ஓட) விரட்டினார்கள்
நிகழ்ந்தவற்றை (நினைக்க நினைக்கத்) தூக்கமாக இருந்தது
கடிதத்தைப் (படிக்கப் படிக்கச்) சந்தோமாக இருக்கிறது.

2. செய்து எச்சத் தொடர்

கூட்டு வாக்கியங்களை ஆக்குவதற்குப் பயன்படுவதுபோல் கலப்பு வாக்கியங்களை ஆக்குவதற்கும் செய்து எச்சம் பயன்படுகின்றது. கலப்பு வாக்கியத்தில் செய்து எச்சத் தொடர் தலைமை வாக்கியத் துக்குச் சார்பு வாக்கியத் தொடராகச் செயற்படுகின்றது. சார்புத் தொடராக அதன் செயற்பாடுகள் பலவகைப்படும். அவற்றுள் சில இங்கு விளக்கப்படுகின்றன.

காரண வினையடைத் தொடர். தோட்டக்காரன் பாம்பு கடித்துச் செத்துப் போனான். இது ஒரு கலப்பு வாக்கியம். தோட்டக்காரன் செத்துப்போனான் *என்பது இதில் உள்ள தலைமை வாக்கியத் தொடர். தோட்டக்காரன் செத்துப்போனதற்குக் காரணம்,* 'தோட்டக்காரனைப் பாம்பு கடித்தது' *ஆகும். செத்ததற்கான காரணத்தைக் கூறும் இவ்வாக்கியம் தலைமை வாக்கியத்துள் தேவையான மாற்றங்களுடன் ஒரு துணைநிலை வாக்கியத் தொடராக இணைக்கப்பட்டுள்ளது. அதனைப் பின்வருமாறு விளக்கலாம்:*

தோட்டக்காரன் (தோட்டக்காரனைப் பாம்பு கடித்தது) செத்துப் போனான்.

துணைநிலை வாக்கியத் தொடரின் செயப்படுபொருளான தோட்டக்காரன் *என்பதும், தலைமை வாக்கியத் தொடரின் எழுவாயும் ஒன்றாக இருப்பதால் வாக்கிய இணைப்பின்போது துணைநிலை வாக்கியத்தின் ஒத்த பெயர்த் தொடர் நீக்கப்படுகின்றது. நீக்கப்பட்ட பின்னர் வாக்கிய அமைப்பு பின்வருமாறு அமைகின்றது:*

தோட்டக்காரன் (பாம்பு கடித்தது) செத்துப்போனான்.

அடுத்து, துணைநிலை வாக்கியத் தொடரின் வினைமுற்று செய்து எச்சமாக மாற்றப்பட்டு இறுதி வாக்கியம் கிடைக்கின்றது.

தோட்டக்காரன் பாம்பு கடித்துச் செத்துப் போனன்

இவ்வாக்கியத்தில் செய்து எச்சத் தொடர் வினை நிகழ்ந்தமைக் குரிய காரணத்தைக் கூறுவதால் இது காரண வினையடைத் தொடர் என அழைக்கப்படுகின்றது.

துணைநிலை வாக்கியத்தின் பயனிலையான கடித்தது *என்னும் வினைமுற்றை, தொழிற்பெயராக்கி அதனுடன் காரணப் பொருளில்*

வரும் ஆல் உருபைச் சேர்த்தும் இதே பொருளில் இவ்வாக்கியத்தை அமைக்கலாம். அவ்வாக்கியம் பின்வருமாறு அமையும்:

தோட்டக்காரன் பாம்பு கடித்ததால் செத்துப்போனான்

பாம்பு கடித்து, பாம்பு கடித்ததால் இரண்டுமே காரண வாக்கியத் தொடர்களாகும். (கடித்தது என்னும் அஃறிணை ஒன்றன்பால் வினைமுற்றும் கடித்தது என்னும் இறந்தகாலத் தொழிற்பெயரும் ஒரே வடிவம் உடையன என்பதைக் கருத்தில் கொள்க.)

கீழே தரப்படும் கலப்பு வாக்கியங்களில் செய்து எச்சத் தொடர்கள் காரணத் தொடர்களாக வந்திருப்பதைக் காணலாம்:

கண்ணன் கவனமாகப் படித்து பரீட்சையில் சித்தியடைந்தான்
காற்றடித்து மரம் முறிந்தது
மழை பெய்து புல் முளைத்தது
குமார் நஞ்சுகுடித்து இறந்துபோனான்
நான் தினமும் உடற்பயிற்சி செய்து ஆரோக்கியமாக இருக்கிறேன்

பயிற்சி

மேல் உள்ள வாக்கியங்களில் வரும் செய்து எச்சத் தொடர்களை, தொழிற்பெயராக மாற்றி ஆல் உருபு சேர்த்து (செய்ததால்) வாக்கியங் களை மாற்றி எழுதுக.

பொருள் விளக்கத் தொடர்.

(நான் ஊருக்குப் போய்) இரண்டு மாதம் ஆகின்றது.
(கண்ணன் சாப்பிட்டு) ன்று நாள் ஆகிவிட்டது.
(நான் உங்களைப் பார்த்து) ஒரு வருடம் இருக்கும்.

மேல்காட்டிய வாக்கியங்களில் உள்ள செய்து எச்சத் தொடர்கள், அவற்றின் தலைமைத் தொடர்களான இரண்டு மாதம் ஆகின்றது, ன்று நாள் ஆகிவிட்டது, ஒரு வருடம் இருக்கும் ஆகியவற்றுக்குப் பொருள் விளக்கம் தருவதாக அமைகின்றன. முதலாவது வாக்கியத்தில் எது நடந்து இரண்டு மாதம் ஆகின்றது? என்னும் வினாவுக்கு விடை தருவதாக நான் ஊருக்குப் போய் என்னும் எச்சத் தொடர் அமைகின்றது.

இத்தகைய வாக்கியங்களில் தலைமைத் தொடர் எப்போதும் காலப்பெயர்+ஆகின்றது/ஆகிவிட்டது/இருக்கும் என்னும் அமைப்பைக் கொண்டிருக்கும். இந்த அமைப்புக்குப் பதிலாகத் தலைமைத் தொடர் காலப்பெயர் + ஆகும் என்னும் அமைப்பில் இருந்தால் துணை நிலைத் தொடர் செய்ய எச்சத் தொடராக அமையும்.

எடுத்துக்காட்டு:
நான் ஊருக்குப் போக இரண்டு மாதம் ஆகும்
நான் இந்தியாவிலிருந்து திரும்பிவர ஒரு வருடம் ஆகும்
காய்ச்சல் சுகமாகக் கொஞ்சநாள் ஆகும்

பயிற்சி

1. செய்து எச்சத் தொடர் + காலப்பெயர் +ஆகின்றது/ஆகிவிட்டது
2. செய்ய எச்சத் தொடர் + காலப்பெயர் + ஆகும்

என்னும் அமைப்புகளில் ஐந்து ஐந்து வாக்கியங்கள் எழுதுக.

முடிப்பு வாக்கியத் தொடர்.

நான் (குளித்துவிட்டு) வருகிறேன்
நான் (இந்தக் கடிதத்தை எழுதிவிட்டுச்) சாப்பிடுவேன்
கண்ணன் (பரீட்சை எழுதிவிட்டு) ஊருக்குப் போனான்

மேல் உள்ள வாக்கியங்களில் செய்து எச்சத் தொடர்களுடன் விட்டு என்னும் துணைவினை இணைந்து வந்து, செய்து எச்சத் தொடர் கூறும் வினை முடிந்த பின்னர், தலைமை வாக்கியத் தொடர் கூறும் வினை நிகழ்வதை உணர்த்துகின்றது. ஒரு வினை முடிவை உணர்த்துவதனால் செய்துவிட்டு என்னும் அமைப்புடைய துணை நிலை வாக்கியத் தொடரை முடிப்பு வாக்கியத் தொடர் என்பர்.

முதலாவது வாக்கியத்தில் நான் வருகிறேன் என்பது தலைமை வாக்கியத் தொடர். நான் குளித்துவிட்டு என்னும் எச்ச வாக்கியம் துணைநிலை வாக்கியமாக அதற்குள் இணைக்கப்படுகின்றது. அதன் அமைப்பைப் பின்வருமாறு காட்டலாம்:

நான் (நான் குளித்து விட்டு) வருகிறேன். இரண்டு வாக்கியங்களின் எழுவாயும் ஒன்றாக இருப்பதனால் துணைநிலை வாக்கியத்தின் எழுவாய் நீக்கப்படுகின்றது. நீக்கப்பட்ட பின்னர். நான் குளித்துவிட்டு வருகிறேன் என்னும் வாக்கியம் கிடைக்கின்றது.

இதே வாக்கியத்தை நான் குளித்த பின்னர் வருகிறேன் என்றும் அமைக்கலாம். இங்கு செய்து என்னும் வினை எச்சம் செய்த என்னும் பெயரெச்சமாக மாறுகிறது. அது பின்னர் என்னும் பெயரைத் தழுவி நிற்கின்றது. ஏனைய இரண்டு வாக்கியங்களையும் கூட இவ்வாறு மாற்றலாம்.

நான் (இந்தக் கடிதத்தை எழுதிய பின்னர்) சாப்பிடுவேன்
கண்ணன் (பரீட்சை எழுதிய பின்னர்) ஊருக்குப் போனான்

செய்துவிட்டு, செய்த பின்னர் என்னும் அமைப்புடைய வாக்கியங்களுக்கிடையே அமைப்பில் வேறுபாடு உண்டு, பொருளிலும் வேறுபாடு உண்டா? உண்டு என்றே சொல்ல வேண்டும்.

முதலாவதாக, செய்துவிட்டு தொடர் அக்குறிப்பிட்ட வினை நிறைவடைவதை முதன்மைப்படுத்துகின்றது. குளித்துவிட்டு வருகிறேன் என்பதில் வருவதற்கு முன் குளித்தல் நிறைவு செய்யப்பட வேண்டும் என்பதற்கு முதன்மை கொடுக்கப்படுகின்றது. கடிதத்தை எழுதிவிட்டுச் சாப்பிடுவேன் என்பதில் சாப்பிட முன் எழுதப்பட்டுக் கொண்டிருக்கும் கடிதத்தை நிறைவு செய்வதற்கு முதன்மை கொடுக்கப்படுகின்றது.

இரண்டாவதாக, செய்துவிட்டு எச்சத் தொடர் அது சுட்டும் வினை நிறைவடைந்தவுடன் தலைமை வாக்கியத் தொடர் சுட்டும் வினை நிகழும் என்பதையும் உணர்த்துவதாய் அமைகின்றது. அதாவது இரண்டுக்கும் இடையே ஓர் உடனடித் தொடர்பு இருப்பதாகக் கூறலாம். எடுத்துக்காட்டாக: இதோ குளித்துவிட்டு வருகிறேன் என்று சொல்ல முடிகிறது. ஆனால், இதோ, குளித்த பின்னர் வருகிறேன் என்று சொல்ல முடிவதில்லை.

செய்த பின்னர் எச்சத் தொடர் துணைநிலைத் தொடர் சுட்டும் வினை நிகழ்வுக்கும், தலைமை வாக்கியத் தொடர் சுட்டும் வினை நிகழ்வுக்கும் இடையே உள்ள கால இடைவெளிக்கு முதன்மை கொடுக்கிறது. அதாவது, தலைமைத் தொடர் சுட்டும் வினை, துணைநிலைத் தொடர் சுட்டும் வினையின் நிகழ்வுக்குப் பின்னர் நிகழ்வதை முதன்மைப் படுத்துகின்றது. செய்துவிட்டு தொடரிலும் இந்தக் கால இடைவெளி உண்டு. எனினும் அங்கு வினை நிறைவே முதன்மை பெறுகின்றது எனலாம்.

நான் படம் பார்த்துவிட்டு வருகிறேன்
நான் படம் பார்த்த பின்னர் வருகிறேன்

இரண்டு வாக்கியங்களையும் ஒப்பு நோக்குக. இவ்விருவகை வாக்கியங்களுக்கும் இடையே பிறிதொரு முக்கிய வேறுபாடும் உண்டு. எடுத்துக்காட்டாக, நான் குளித்துவிட்டு வருகிறேன் என்னும் வாக்கியத்தில் எச்ச வினையின் எழுவாயும் முற்றுவினையின் எழுவாயும் ஒன்றுதான் (நான்). ஏனைய வாக்கியங்களிலும் எழுவாய் ஒன்றுதான். ஒரே எழுவாய் கொண்ட வாக்கியங்களே செய்துவிட்டு என்னும் அமைப்பில் இணைக்கப்பட முடியும். இத்தகைய வாக்கியங் களையே செய்த பின்னர் என்னும் அமைப்புக்கும் மாற்ற முடியும்.

செய்த பின்னர் அமைப்பில் வெவ்வேறு எழுவாய் கொண்ட வாக்கியங்களையும் இணைக்க முடியும். எடுத்துக்காட்டாக, நீ வந்த பின்னர் தருகிறேன் என்னும் வாக்கியத்தில் வந்த என்னும் எச்சத்தின் எழுவாய் நீ, தருகிறேன் என்னும் முற்றுவினையின் எழுவாய் நான் வேறுபட்ட எழுவாய்கள் கொண்ட இவ்வாக்கியத்தை வந்துவிட்டு

அமைப்புக்கு மாற்ற முடியாது. *நீ வந்துவிட்டுத் தருகிறேன் என்பது தவறான வாக்கியமாகும்.

பயிற்சி

செய்துவிட்டு அமைப்புடைய ஐந்து கலப்பு வாக்கியங்கள் எழுதுக. அவற்றைச் செய்த பின்னர் அமைப்புடைய வாக்கியமாக மாற்றுக.

இணை நிகழ்வுத் தொடர்.

மலீஹா (வானொலியில் பாட்டுக் கேட்டுக்கொண்டு) புத்தகம் வாசிக்கிறாள்
கண்ணன் (பாடிக்கொண்டு) குளிக்கிறான்
நான் (கட்டிலில் படித்துக்கொண்டு) யோசித்தேன்
அக்கா (குழந்தையை மடியில் வைத்துக்கொண்டு) வேலை செய்தாள்

மேல் உள்ள கலப்பு வாக்கியங்களில் மலீஹா புத்தகம் வாசிக்கிறாள், கண்ணன் குளிக்கிறான், நான் யோசித்தேன், அக்கா வேலை செய்தாள் என்பன தலைமை வாக்கியத் தொடர்களாகும்.

(மலீஹா) வானொலியில் பாட்டுக் கேட்டுக்கொண்டு (இருக்கிறாள்)
(கண்ணன்) பாடிக்கொண்டு (இருக்கிறான்)
(நான்) கட்டிலில் படுத்துக்கொண்டு (இருந்தேன்)
(அக்கா) குழந்தையை மடியில் வைத்துக்கொண்டு (இருந்தாள்)
என்பன துணைநிலைத் தொடர்களாகும்.

துணைநிலைத் தொடர்களும் தலைமைத் தொடர்களும் ஒரே எழுவாயைக் கொண்டுள்ளன. துணைநிலைத் தொடர்கள் செய்து கொண்டு என்னும் எச்ச வடிவத்தில் உள்ளன. மேல் உள்ள வாக்கியங்களில் தலைமை வாக்கியம் சுட்டும் வினையும், எச்சத் தொடர் சுட்டும் வினையும் ஒரே காலத்தில் இணைந்து நிகழ்வதை செய்து கொண்டு என்னும் எச்ச வடிவம் உணர்த்துகின்றது. தலைமைத் தொடரே பிரதான வினை நிகழ்வைச் சுட்டுகின்றது. துணைநிலைத் தொடர் அதே சமயம் நிகழும் பிறிதொரு வினையைச் சுட்டுகின்றது.

கண்ணன் சிரித்துக்கொண்டிருந்தான்
கண்ணன் வந்துகொண்டிருந்தான்
கண்ணன் பார்த்துக்கொண்டிருந்தான்

இவை தனி வாக்கியங்களாகும். இவற்றில் வரும் சிரித்துக்கொண்டிரு, வந்துகொண்டிரு, பார்த்துக்கொண்டிரு என்பன கூட்டு வினைகள். இவை வெவ்வேறு வினை நிகழ்வுகளை அன்றி ஒரே வினையின் தொடர்ச்சியைச் சுட்டுகின்றன.

கூட்டிக்கொண்டு போ
தூக்கிக்கொண்டு வா

என்பன கூட்டு வினைகள் அல்ல. ஒரே நேரத்தில் நிகழும் இரு வேறு வினைகளைச் சுட்டும் இரு வேறு வினைகளாகும். பின்வரும் வாக்கியங்கள் இதனை விளக்கும்:

கண்ணன் (தங்கயைக் கூட்டிக்கொண்டு) ஊருக்குப் போனான்
பையன் (கூடையைத் தூக்கிக்கொண்டு) என் பின்னால் வந்தான்

பயிற்சி

செய்து கொண்டு அமைப்புடைய எச்சத் தொடர்களைக் கொண்ட ஐந்து வாக்கியங்கள் எழுதுக.

முறைமை வினையடை எச்சத் தொடர்

நான் (வேகமாக ஓடி) வந்தேன்
கண்ணன் (மெல்ல நடந்து) போனான்
அவர் (மிகவும் ஆழ்ந்து) சிந்திக்கிறார்
அவள் (மிகவும் சோர்ந்து) காணப்பட்டாள்

மேல் உள்ள வாக்கியங்களில் ஓடி, நடந்து, ஆழ்ந்து, சோர்ந்து ஆகிய செய்து எச்சங்கள் அவை தழுவும் முற்றுவினைக்கு அடையாக வந்து, அவ்வினைகள் எம்முறையில் நிகழ்ந்தன என்பதை உணர்த்தி நிற்கின்றன. எடுத்துக்காட்டாக, முதலாவது வாக்கியத்தில் உள்ள ஓடி என்னும் எச்சம் நான் எப்படி வந்தேன் என்பதை விளக்கி நிற்கின்றது.

இத்தகைய வாக்கியங்களை இரண்டு வாக்கியங்களின் இணைப் பாகக் கருதுவதில் சில பிரச்சினைகள் உள்ளன. ஏனெனில், இவ் வாக்கியங்களில் உள்ள எச்சங்களும் முற்றுகளும் வெவ்வேறு வினை நிகழ்வுகளை அன்றி ஒரே வினை நிகழ்வினையே சுட்டுவதாகத் தோன்றுகின்றது. எடுத்துக்காட்டாக, ஓடி வந்தேன் என்பதை ஓடினேன், வந்தேன் என இரு வேறு வினை நிகழ்வுகளாகக் கொள்ளாமல் ஓடிவருதல் என்னும் ஒரே வினையாகக் கொள்ளுதல் பொருந்தும். ஏனெனில், ஓடுதலும் வருதலும் ஒரே நிகழ்வின் இரு அம்சங்கள், அவற்றைத் தனித்தனி நிகழ்வுகளாகப் பிரிக்க முடியாது. மெல்ல வா, வேகமாக வா என்பதுபோல் ஓடி வா, நடந்து வா என்பவற்றையும் ஒரே நிகழ்வாகக் கொள்ளலாம். அவ்வகையில் இவற்றைக் கூட்டு வினைகளாகக் கருத முடியும். இவற்றுக்கிடையே வேறு சொற்க ளைச் சேர்க்க முடிவதில்லை.

*நான் ஓடி வேகமாக வந்தேன்
*நான் நடந்து மெல்ல வந்தேன்

போன்ற வாக்கியங்கள் பொதுவாக வழக்கில் இல்லை.

நான் வேகமாக ஓடி வந்தேன்
நான் மெல்ல நடந்து வந்தேன்

போன்ற வாக்கியங்களையே நாம் பயன்படுத்துகின்றோம். அவ்வகையில் நான் ஓடி வந்தேன் என்னும் வாக்கியத்தை, நான் (நான் ஓடினேன்) வந்தேன் என்னும் இரண்டு வாக்கியங்கள் இணைந்த கலப்பு வாக்கியமாகக் கருதாது, தனி வாக்கியமாகக் கருதுவது பொருத்தமானது. கலப்பு வாக்கியத்தில் குறைந்தது இரண்டு தனித்தனி வினை நிகழ்வுகள் இருக்கும். தனி வாக்கியத்தில் ஒரு வினை நிகழ்வு மட்டும் இருக்கும்.

நான் (கொஞ்ச தூரம் நடந்துவிட்டு) வருகிறேன்
கண்ணன் (கொஞ்ச நேரம் ஓடிவிட்டு) வந்தான்

இவ்வாக்கியங்களில் நடத்தல், வருதல், ஓடுதல், வருதல் என்பன தனித்தனி நிகழ்வுகள் என்பது தெளிவு, விட்டு என்னும் துணை வினை இரண்டு நிகழ்வுகளையும் பிரிக்கின்றது. இவை கலப்பு வாக்கியங்களாகும்.

பயிற்சி

செய்து எச்சம் முறைமை வினை அடையாக வரும் ஐந்து வாக்கியங்கள் எழுதுக. எடுத்துக்காட்டு: கண்ணன் நிமிர்ந்து நின்றான்.

3. செய்தால் எச்சத் தொடர்

செய்தால் என்னும் வாய்ப்பாட்டு எச்சமும் கலப்பு வாக்கியங்களை உருவாக்கப் பயன்படுகின்றது. செய்தால் எச்சத் தொடரை நிபந்தனை எச்சத் தொடர் என்றும் கூறுவர். தலைமை வாக்கியத் தொடர் கூறும் வினை நிகழ்வதற்கு, செய்தால் எச்சத் தொடர் ஒரு நிபந்தனையைச் சுட்டுவதாலேயே இது நிபந்தனை எச்சத் தொடர் எனப்படுகின்றது.

கண்ணன் (நன்றாகப் படித்தால்) பரீட்சையில் சித்தியடைவான்

இக்கலப்பு வாக்கியத்தில் கண்ணன் பரீட்சையில் சித்தியடைவான் என்பது தலைமை வாக்கியம். அவன் சித்தியடைவதற்கு நன்றாகப் படிக்க வேண்டும் என்பது நிபந்தனை. இந்த நிபந்தனையை நன்றாகப் படித்தால் என்னும் நிபந்தனைத் தொடர் வழங்குகின்றது. இங்கு நிபந்தனைத் தொடரும் தலைமைத் தொடரும் ஒரே எழுவாயைக் கொண்டுள்ளன. இதனைப் பின்வருமாறு விளக்கலாம்:

கண்ணன் (கண்ணன் நன்றாகப் படித்தால்) பரீட்சையில் சித்தியடைவான்

இரண்டு எழுவாய்களும் ஒன்றாக இருப்பதனால் துணைநிலைத் தொடரின் எழுவாய் நீக்கப்பட்டு கண்ணன் நன்றாகப் படித்தால் பரீட்சையில் சித்தியடைவான் என்னும் வாக்கியம் கிடைக்கிறது.

நிபந்தனை எச்சத் தொடர் தனக்கென்று தனி எழுவாயையும் கொண்டிருக்கலாம். (கண்ணன் வந்தால்) நான் வரமாட்டேன்.

இவ்வாக்கியத்தில் நான் வரமாட்டேன் என்பது தலைமைத் தொடர். கண்ணன் வந்தால் என்பது துணைநிலைத் தொடர். நான் வருவதற்கு அவன் வராதிருத்தல் ஒரு நிபந்தனையாகக் கூறுப்படுகின்றது. இங்கு தலைமை வாக்கியத்தின் எழுவாய் நான்; நிபந்தனைத் தொடரின் எழுவர்ய் கண்ணன்.

நிபந்தனை எச்சத் தொடர் எதிர்காலத்திலேயே வருகின்றது. இறந்தகாலப் பொருளில் நிபந்தனை எச்சத்தைப் பயன்படுத்துவதற்கு செய்து எச்சத்துடன் இருந்து என்னும் துணைவினையை இணைக்கிறோம் என்பது முன்னர் விளக்கப்பட்டது (பக். 143), செய்திருந்தால் என்னும் நிபந்தனை எச்சத் தொடர் அது நிகழ்ந்திருந்தால் இது நிகழ்ந்திருக்கும் அல்லது நிகழ்ந்திருக்காது என்னும் பொருளை உணர்த்தப் பயன்படுகின்றது. எடுத்துக்காட்டு:

நீ (கூட்டத்துக்கு வந்திருந்தால்) கவிஞரைச் சந்தித்திருப்பாய்
(உடனே மருத்துவர் வந்திருந்தால்) அவன் இறந்திருக்கமாட்டான்

பெயர்ப் பயனிலை கொண்ட வாக்கியங்களும், வேண்டும், போதும் போன்ற நிபந்தனை எச்ச வடிவம் இல்லாத குறைவினைகளைப் பயனிலையாகக் கொண்ட வாக்கியங்களும், இல்லை, அல்ல என்னும் எதிர்மறை வினை கொண்ட வாக்கியங்களும், என்றால், ஆனால், எனில், ஆயின் ஆகிய இணைப்பிடைச்சொற்களைக் கொண்டு நிபந்தனை வாக்கியத் தொடர்களாக மாற்றப்படுகின்றன. எடுத்துக்காட்டு:

(அவன் ஒரு நல்ல மனிதன் என்றால்) இப்படிச் செய்திருப்பானா?
(உனக்குப் பணம் வேண்டும் என்றால்) எனக்குக் கடிதம் எழுது
(வேடிக்கை பார்த்தது போதும் என்றால்) வீட்டுக்குப் போவோம்
(நீ வரவில்லை என்றால்) நாங்கள் போகிறோம்
(இவர் நல்ல கவிஞர் அல்ல என்றால்) வேறு யார்தான் நல்ல கவிஞர்?

முற்றுவினை கொண்ட வாக்கியங்களும் என்றால், ஆனால் என்னும் இடைச்சொற்களைக் கொண்டு நிபந்தனை வாக்கியத் தொடர்களாக மாற்றப்படுகின்றன. எடுத்துக்காட்டு:

(அவன் கலியாணம் முடிப்பான் என்றால்) எங்களுக்கு மகிழ்ச்சிதான்
(அமைச்சர் வருவார் என்றால்) அவரையும் பேச அழைக்கலாம்
(நீங்கள் அழைப்பீர்கள் என்றால்) நான் வருவேன்

மேல் உள்ள எடுத்துக்காட்டுகளில் முற்றுவினை வாக்கியங்கள் நிபந்தனை வாக்கியத் தொடர்களாக வந்துள்ளன. இத்தொடர்களை முறையே, அவன் கலியாணம் முடித்தால், அமைச்சர் வந்தால், நீங்கள்

அழைத்தால் எனவும் மாற்றலாம். எனினும் முற்றுவினை + என்றால் என்னும் அமைப்புக்கும் செய்து+ஆல் என்னும் அமைப்புக்கும் இடையே பொருள் வேறுபாடு உண்டு என்பதை பரமசிவம் (1991-263) சுட்டிக்காட்டியுள்ளார். அதாவது, வினை நிகழ்வில் நமக்கு ஐயம் இருக்கும்போதே நாம் முற்றுவினை+என்றால் என்னும் அமைப்பைக் கையாள்வதாகக் கூறலாம்.

(அவன் கலியாணம் முடித்தால்) எங்களுக்கு மகிழ்ச்சிதான்
(அவன் கலியாணம் முடிப்பான் என்றால்) எங்களுக்கு மகிழ்ச்சிதான்

முதல் வாக்கியம் நாங்கள் மகிழ்ச்சியடைவதற்கு அவன் கலியாணம் முடித்தலை ஒரு நிபந்தனையாகக் கொள்கின்றது. முதல் வினை நிகழ்வு நமக்கு மகிழ்ச்சியைத் தரும் என்பது பொருள். இரண்டாவது வாக்கியம் நாங்கள் மகிழ்ச்சியடைவதற்கு அவன் கலியாணம் முடிப்பதை ஒரு நிபந்தனையாகக் கொள்ளும் அதேவேளை, அது நடக்குமா என்பதில் ஐயத்தையும் வெளிப்படுத்துகின்றது. என்றால் என்னும் இடைச்சொல் துணைநிலை வாக்கியத்தைத் தனிப்படுத்தி அந்த எடுகோளில் ஒரு நம்பிக்கையின்மையைப் புலப்படுத்துகின்றது.

நாம் முன்பு பார்த்த, என்றால் எச்சத் தொடர்கள் எல்லாவற்றிலும் இந்த ஐயப்பொருள் உண்டு எனலாம். அவன் நல்ல மனிதன் என்றால் இப்படிச் செய்திருப்பானா? என்று கேட்கும்போது அவன் ஒரு நல்ல மனிதன் என்னும் எடுகோள் ஐயத்துக்குள்ளாக்கப்படுகின்றது.

எதிர்மறை நிபந்தனை எச்சத் தொடர். எதிர்மறை நிபந்தனை எச்சத் தொடர்கள் வெவ்வேறு காலப் பொருண்மையைத் தருகின்றன. பின்வரும் வடிவங்களில் நிபந்தனை எச்சத் தொடர்கள் காணப் படுகின்றன.

1. *செய்யாவிட்டால் / விடின்*
2. *செய்யாமல் இருந்தால் / இருப்பின்*
3. *செய்யாது இருந்தால் / விடின் / இருப்பின்*
4. *செய்திருக்காவிட்டால் / விடின்*
5. *செய்யாமல் இருந்திருந்தால் / விட்டிருந்தால்*
6. *செய்யாது இருந்திருந்தால் / விட்டிருந்தால்*

எடுத்துக்காட்டு:
1. (நீ படிக்காவிட்டால்) சித்தியடையமாட்டாய்
2. (நீ வராமல் இருந்தால்) அப்பா கோபிப்பார்
3. (நீ வராது இருந்தால்) யாரும் கவலைப்பட மாட்டார்கள்
4. (நீ படித்திருக்காவிட்டால்) சித்தியடைந்திருக்கமாட்டாய்.

5. (நீ போகாமல் இருந்திருந்தால்) அப்பா கோபித்திருப்பார்
6. (நீ வராமல் இருந்திருந்தால்) இவ்வளவு பிரச்சினை வந்திருக்காது

4. பெயரெச்சத் தொடர்

பெயரெச்சத் தொடர், ஒரு வாக்கியத்தில் பெயர்த் தொடருக்கு அடையாக வரும் பிறிதொரு வாக்கியமாகும். எடுத்துக்காட்டாக:

நேற்று வந்த பையன் இன்று வரவில்லை

என்னும் வாக்கியத்தை, பையன் நேற்று வந்தான், பையன் இன்று வரவில்லை ஆகிய இரண்டு வாக்கியங்களின் இணைப்பாகக் கருதுவர். நேற்று வந்த பையன் இன்று வரவில்லை என்னும் வாக்கியத்தில் நேற்று வந்த பையன் என்பது எழுவாய்த் தொடர். இது பையன் என்னும் பெயரைத் தலைமை உறுப்பாகக் கொண்ட பெயர்த் தொடர். நேற்று வந்த என்பது பையன் என்னும் தலைமைப் பெயரைத் தழுவி நிற்கும் பெயரெச்சத் தொடர். இது பையன் நேற்று வந்தான் என்னும் வாக்கியத்திலிருந்து பிறந்துள்ளது. ஆகவே, ஒரு பெயர்த் தொடர் இங்கு ஒரு வாக்கியத்தைத் தனக்கு அடையாகக் கொண்டுள்ளது எனலாம். அந்த வாக்கியத்தில் இருந்தே பெயரெச்சத் தொடர் உருவாகின்றது. இதனைப் பின்வருமாறு விளக்கலாம்:

[(பையன் நேற்று வந்தான்) பையன்] வெளி அடைப்புக்குள் இருப்பது முழுவதும் பெயர்த் தொடர். உள் அடைப்புக்குள் இருப்பது பெயர்த் தொடருக்குள் உள்ள வாக்கியம். முழு வாக்கியத்தையும் பின்வருமாறு ஒரு படத்திலும் விளக்கலாம்:

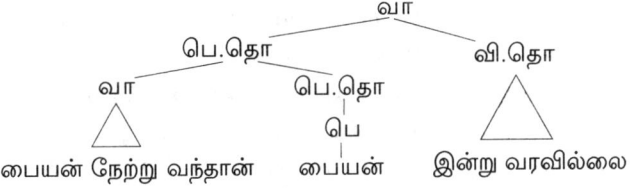

(வா=வாக்கியம், பெ.தொ= பெயர்த் தொடர், வி.தொ= வினைத் தொடர், பெ= பெயர்)

இந்தப் படம் பெயர்த் தொடருக்குள் ஒரு வாக்கியமும் ஒரு பெயர்த் தொடரும் இருப்பதைத் தெளிவாகக் காட்டுகின்றது. இவ்வாறு பெயர்த் தொடருக்குள் இணைக்கப்பட்ட வாக்கியத்தில் இருந்தே பெயரெச்சத் தொடர் உருவாகின்றது என மொழியியலாளர் விளக்குவர். ஒத்த பெயர்த் தொடர்கள் இரண்டில் ஒன்று நீக்கப்பட்டு, வினைமுற்று பெயரெச்சமாக்கப்பட்டு நேற்று வந்த பையன் என்னும் பெயரெச்சத் தொடர் கிடைக்கின்றது.

பெயரெச்சத் தொடர் தழுவி நிற்கும் தலைமைப் பெயருக்கும் பெயரெச்சத்துக்கும் இடையே இலக்கண உறவு இருக்கும். நேற்று வந்த பையன் என்னும் தொடரில் பையன் என்னும் தலைமைப் பெயருக்கும் வந்த என்னும் எச்சத்துக்கும் இடையே உள்ள உறவு எழுவாய் பயனிலை உறவாகும். இந்த எச்சத் தொடருக்கு ல வாக்கியமான பையன் நேற்று வந்தான் என்பதில் பையன் எழுவா யாக இருப்பதைக் காண்க.

இது நான் படித்த பாடசாலை, இது நான் படித்த புத்தகம் ஆகிய தொடர் களை அவதானிக்கவும். படித்த பாடசாலை என்னும் பெயரெச்சத் தொடரில் படித்த என்னும் எச்சத்துக்கும் பாடசாலை என்னும் தலைமைப் பெயருக்கும் இடையில் உள்ள இலக்கண உறவு இடப்பொருள் வேற்றுமை உறவாகும். நான் இந்தப் பாடசாலையில் படித்தேன் என்னும் ல வாக்கியத்திலிருந்து அது பிறந்திருக்கிறது. படித்த புத்தகம் என்னும் பெயரெச்சத் தொடரில் படித்த என்னும் எச்சத்துக்கும் புத்தகம் என்னும் பெயருக்கும் இடையில் உள்ள இலக்கண உறவு செயப்படுபொருள் வேற்றுமை உறவாகும் நான் இந்தப் புத்தகத்தைப் படித்தேன் என்னும் ல வாக்கியத்திலிருந்து அது பிறந்திருக்கிறது.

நான் இந்த ஊரில் பத்து வருடம் வாழ்ந்தேன்
இந்த ஊர் எனக்கு மிகவும் பிடித்தது

இவ்விரு வாக்கியங்களையும் இணைத்து, இரண்டாவது வாக்கியத்தின் எழுவாய்த் தொடரான இந்த ஊர் என்பதற்கு முதல் வாக்கியத்தைச் சார்புத் தொடராக்கலாம். அவ்வாறு இணைக்கப் பட்ட வாக்கியம் பின்வருமாறு அமையும்: (நான் பத்து வருடம் வாழ்ந்த) இந்த ஊர் எனக்கு மிகவும் பிடித்தது.

இந்த வாக்கியத்தில் வாழ்ந்த என்னும் எச்சத்துக்கும் இந்த ஊர் என்னும் தலைமைப் பெயருக்கும் இடையில் இடப்பொருள் வேற்றுமை உறவு இருக்கின்றது. ல வாக்கியத்தில் இடப்பொருள் வேற்றுமை ஏற்ற இந்த ஊரில் என்னும் பெயர்த் தொடரும், தலைமை வாக்கியத்தில் உள்ள இந்த ஊர் என்னும் பெயர்த் தொடரும் ஒன்றே ஆகும்.

இதுவரை நோக்கியதிலிருந்து இரண்டு வாக்கியங்களில் உள்ள ஒத்த பெயர்த் தொடர்கள் சார்புநிலைப்படுத்தப்பட்டே பெயரெச்சத் தொடர்கள் பிறக்கின்றன என்பதை அறியலாம். இவ்வாறு சார்பு நிலைப்படுத்தும்போது ஒத்த பெயர்த் தொடர்களில் ஒன்று நீக்கப் படுகின்றது. ஆயினும், இணைக்கப்படும் வாக்கியத்திலுள்ள எல்லாப் பெயர்த் தொடர்களையும் இவ்வாறு சார்புநிலைப்படுத்த முடியாது. எடுத்துக்காட்டாக: நீங்கல் வேற்றுமை ஏற்ற பெயர்களைச்

சார்புநிலைப்படுத்த முடிவதில்லை.

நான் அவரிடமிருந்து அன்பை எதிர்பார்த்தேன்
அவர் எனக்கு அன்பு காட்டவில்லை.

இவ்வாக்கியங்களை இணைத்து முதல் வாக்கியத்தில் வரும் அவரிடமிருந்து என்னும் நீங்கல் வேற்றுமை ஏற்ற பெயரை இரண்டாவது வாக்கியத்தில் வரும் அவர் என்னும் எழுவாய்ப் பெயருடன் சார்பு நிலைப்படுத்தினால் பின்வரும் தவறான வாக்கியம் கிடைக்கின்றது:

*நான் அன்பை எதிர்பார்த்த அவர் எனக்கு அன்பு காட்டவில்லை.

கு உருபு ஏற்ற நோக்கப் பொருள் கொண்ட பெயர்த் தொடர் களையும் இவ்வாறு சார்புநிலைப்படுத்த முடிவதில்லை. எடுத்துக் காட்டாக:

நான் அண்ணனுக்காக எவ்வளவோ கஷ்டப்பட்டேன்
அண்ணன் என்னைக் கவனிக்கவில்லை

இவ்வாக்கியங்களில் முதல் வாக்கியத்தில் உள்ள அண்ணனுக்காக என்னும் பெயர்த் தொடரை இரண்டாவது வாக்கியத்திலுள்ள அண்ணன் என்னும் பெயர்த் தொடருடன் சார்பு நிலைப்படுத்தினால் பின்வரும் தவறான வாக்கியம் கிடைக்கின்றது.

*நான் எவ்வளவோ கஷ்டப்பட அண்ணன் என்னைக் கவனிக்கவில்லை.

இத்தகைய சார்பு நிலைப்படுத்த முடியாத வாக்கியங்களைச் சார்புநிலைப்படுத்துவதற்கு நாம் வேறு வகையான வாக்கிய அமைப்பைப் பயன்படுத்துகின்றோம். எடுத்துக்காட்டாக:

நான் அவரிடமிருந்து அன்பை எதிர்பார்த்தேன்
அவர் எனக்கு அன்பு காட்டவில்லை

ஆகிய வாக்கியங்களை நாம் பின்வரும் வகையில் சார்புநிலைப் படுத்தி இணைக்கின்றோம். நான் யாரிடமிருந்து அன்பை எதிர் பார்த்தேனோ, அவர் எனக்கு அன்பு காட்டவில்லை.

நான் அண்ணனுக்காக எவ்வளவோ கஷ்டப்பட்டேன்
அண்ணன் என்னைக் கவனிக்கவில்லை

இவ்வாக்கியங்களைப் பின்வருமாறு இணைக்கின்றோம்: நான் எந்த அண்ணனுக்காக இவ்வளவு கஷ்டப்பட்டேனோ அந்த அண்ணன் என்னைக் கவனிக்கவில்லை.

பயிற்சி

பின்வரும் சோடி வாக்கியங்களுள் முதல் வாக்கியத்தைப் பெயரெச்சத் தொடராக மாற்றி, இரண்டாவது வாக்கியத்துடன் இணைக்கவும்.

1. நான் நேற்று தோசை சாப்பிட்டேன். தோசை ருசியாக இருந்தது.

2. இன்று பத்திரிகை படித்தேன். பத்திரிகையில் புதிய செய்திகள் இல்லை.

3. அந்தப் பையனை நேற்று வரச்சொன்னேன். அந்தப் பையன் இன்றுதான் வந்திருக்கிறான்.

4. சந்தையில் பழம் வாங்கினேன். பழம் நல்ல மலிவு.

5. கண்ணனுக்கு பணம் கொடுத்தேன். அவன் பணத்தைத் திருப்பித் தரவில்லை.

6. அவர் ஊருக்காக உழைத்தார். ஊர் அவரைப் புறக்கணித்து விட்டது.

2. நிரப்பித் தொடர்

(அப்பா வந்திருக்கிறார் என்று) தம்பி சொன்னான்.

இது ஒரு கலப்பு வாக்கியம். தம்பி சொன்னான் என்பது இதில் உள்ள தலைமை வாக்கியத் தொடர். அப்பா வந்திருக்கிறார் என்பது துணைநிலை வாக்கியத் தொடர். என்று என்னும் இடைச்சொல் லினால் இது தலைமை வாக்கியத்தோடு இணைக்கப்பட்டுள்ளது. தம்பி சொன்ன செய்தி என்ன என்பதை இந்தத் துணைநிலைத்தொடர் விளக்குகின்றது. சொன்னான் என்னும் வினையின் செயப்படு பொருளாகவும் அது அமைகின்றது.

தம்பி சொன்னான் என்னும் தலைமை வாக்கியத்தில் சொல்லப்பட்ட செய்தி எது என்பது இடம்பெறவில்லை. அது இடைவெளியாக இருக்கின்றது. துணைநிலை வாக்கியம் இந்த இடைவெளியை நிரப்புகின்றது. அதனாலேயே இதனை நிரப்பித் தொடர் (complement clause) என்கின்றோம். இவ்வாக்கியத்தில் அப்பா வந்திருக்கிறார் என்னும் நிரப்பித் தொடர் சொன்னான் என்னும் வினைச்சொல்லுடன் இணைந்து வினைச்சொல்லின் இடைவெளியை நிரப்பி நிற்பதால் இதனை வினைத்தொடர் நிரப்பி (Verb Phrase Complement) என்பர்.

(அப்பா வந்திருக்கிறார் என்னும்) செய்தி எனக்கு இப்போதுதான் தெரியும்.

இதுவும் ஒரு கலப்பு வாக்கியம். செய்தி எனக்கு இப்போது தான் தெரியும் என்பது இதில் உள்ள தலைமை வாக்கியத் தொடர். அப்பா வந்திருக்கிறார் என்பது துணைநிலை வாக்கியத் தொடர். இது தலைமை வாக்கியத்தின் எழுவாய்ப் பெயரான செய்தியுடன் என்னும் என்ற இடைச்சொல்லினால் இணைக்கப்பட்டுள்ளது.

செய்தி எனக்குத் தெரியும் என்னும் தலைமை வாக்கியத்தில் செய்தி என்னும் பெயர்ச்சொல் என்ன செய்தி என்பதை வெளிப்படுத்த வில்லை. அது இடைவெளியாக உள்ளது. அப்பா வந்திருக்கிறார் என்னும் துணைநிலைத் தொடர் அந்த இடைவெளியை நிரப்பு கின்றது. அப்பா வந்திருக்கிறார் என்னும் வாக்கியம் இணைக்கப்பட்ட பிறகுதான் செய்தி என்ன என்பது வெளிப்பட்டு பூரணமாகின்றது. இங்கு துணைநிலை வாக்கியம் பெயர்ச்சொல்லுடன் இணைந்து அதன் இடைவெளியை நிரப்பி நிற்பதால் இதனை பெயர்த் தொடர் நிரப்பி (Noun phrase Complement) என்பர்.

தமிழில் நிரப்பித் தொடர்கள் பல வகையான அமைப்புகளில் காணப்படுகின்றன. அவற்றுள் நான்கு பிரதானமான அமைப்பு வகைகள் இங்கு விளக்கப்படுகின்றன.

1. வாக்கியம் + என்று வகை
2. வாக்கியம் + என்பது வகை
3. வாக்கியம் + என்ற + பெயர் வகை
4. தொழிற்பெயர்த் தொடர் வகை

1. வாக்கியம் + என்று வகைத் தொடர்

கண்ணன் (தான் பரீட்சையில் சித்தியடைய மாட்டான் என்று) நினைத்தான்.
ஜமால் (ஒருமுறை வெளிநாட்டுக்குப் போக வேண்டும் என்று) விரும்பினான்.
(நீயும் வருகிறாயா என்று) அப்பா என்னிடம் கேட்டார்.
(மாமா இன்றைக்கு வருவார் என்று) எனக்குத் தெரியும்.
(மகன் இன்னும் வீட்டுக்கு வரவில்லை என்று) தாய் கவலைப்பட்டாள்.

மேல் உள்ள வாக்கியங்களில் நினைத்தான், விரும்பினான், கேட்டார், தெரியும், கவலைப்பட்டாள் ஆகிய வினைகள் வாக்கியம் + என்று அமைப்புடைய நிரப்பித்தொடர்களை ஏற்றுள்ளன. சில வகையான வினைகளே பொதுவாக இவ்வகையான நிரப்பித் தொடர்களை ஏற்கின்றன. மேல் குறிப்பிட்ட வினைகளோடு சொல்லு, கூறு, ஆசைப்படு, கவலைப்படு, கலங்கு, பயப்படு, ஏசு, திட்டு போன்ற வினைகளும் இவ்வகையில் அடங்கும்.

பயிற்சி

1. வாக்கியம் + என்று என்னும் அமைப்புடைய நிரப்பித் தொடர்கள் கொண்ட வாக்கியம் ஐந்து எழுதுக.
2. புத்தகங்கள், சஞ்சிகைகளிலிருந்து இந்த அமைப்புடைய நிரப்பித் தொடர்கள் கொண்ட பத்து வாக்கியங்களைத் திரட்டுக.

2. வாக்கியம் + என்பது வகைத் தொடர்

(நீ நேற்று வரவில்லை என்பது) எனக்குத் தெரியும்
(மகன் பட்டம் பெற்றான் என்பதை) அறிந்து தாய் மிகவும் மகிழ்ந்தாள்
(நான் செய்தது தவறுதான் என்பது) இப்போது எனக்குப் புரிகிறது
(அவன்தான் திருடினான் என்பதற்கு) சாட்சியம் எதுவும் இல்லை
(அவன் புத்திசாலி என்பதில்) எனக்கு ஐயம் இல்லை

மேல் உள்ள வாக்கியங்களில் என்பது என்னும் நிரப்பிடைச் சொல் (Complementizer) துணைநிலை வாக்கியத்தையும் தலைமை வாக்கியத்தையும் இணைக்கின்றது. என்பது ஒரு தொழிற்பெயர் வடிவமாகும். துணைநிலை வாக்கியத்துடன் இது இணையும்போது இவ்வாக்கியத் தொடர் முழுவதும் ஒரு பெயர்த் தொடராக்கப்படுகின்றது. எல்லா வேற்றுமை உருபுகளையும் அது ஏற்றுவந்து தலைமை வாக்கியத்துள் ஒரு பெயர்த் தொடர்போல் இயங்குகின்றது.

3. வாக்கியம் + என்ற + பெயர் வகைத் தொடர்

(அப்பா வந்திருக்கிறார் என்ற) தகவல் கிடைத்தது.
(இராணுவம் வரக்கூடும் என்ற) பயத்தினால் நாங்கள் ஒருவரும் இரவு தூங்கவில்லை.
(என்றைக்கோ ஒருநாள் பிரச்சினைகள் தீரும் என்ற) நம்பிக்கையில் நாங்கள் வாழ்கிறோம்.
(மந்திரி சபையில் மாற்றம் வருகிறது என்ற) வதந்தியைப் பத்திரிகைகள் பரப்பிவருகின்றன.
(தான் பெரிய கெட்டிக்காரன் என்ற) தலைக்கனத்தால் கண்ணன் யாருடனும் பேசுவதில்லை.

மேல் உள்ள கலப்பு வாக்கியங்களில் ஒரு தலைமை வாக்கியத் தொடரும் ஒரு துணைநிலை வாக்கியத் தொடரும் உள்ளன. என்ற என்னும் நிரப்பிடைச் சொல் இரண்டையும் இணைக்கின்றது. தலைமை வாக்கியத்தில் உள்ள ஒரு பெயர்ச்சொல்லோடு துணைநிலை வாக்கியத்தொடர் இணைந்து அப்பெயர்ச்சொல்லின் பொருள் நிரப்பியாகச் செயற்படுகின்றது. எடுத்துக்காட்டாக முதலாவது வாக்கியத்தில் தகவல் கிடைத்தது என்பது தலைமை வாக்கியத் தொடர். அப்பா வந்திருக்கிறார் என்பது துணைநிலைத் தொடர். என்ற என்னும் நிரப்பிடைச் சொல் இவை இரண்டையும் இணைத்து நிற்கின்றது. கிடைத்த தகவல் எது என்பதை நிரப்பித் தொடர் விளக்கு கின்றது. தகவல் என்பது இவ்வாக்கியத்தில் நிரப்பித் தொடர் தழுவி நிற்கும் தலைமைப் பெயராகும். இதன் அமைப்பும் பின்வருமாறு:

அப்பா வந்திருக்கிறார் + என்ற + தகவல்

மேல் உள்ள வாக்கியங்கள் எல்லாவற்றிலும் நிரப்பித் தொடர் இந்த அமைப்பில் இருப்பதைக் காணலாம். தகவல், பயம், நம்பிக்கை, வதந்தி, தலைக்கனம் ஆகிய பெயர்ச்சொற்கள் மேல் உள்ள வாக்கியங்களில் தலைமைப் பெயர்களாக நின்று நிரப்பித் தொடர்களால் தழுவப் படுகின்றன. இப்பெயர்கள் எல்லாம் நுண்மைப் பெயர்களாகும். நுண்மைப் பெயர்களே இத்தகைய அமைப்புடைய வாக்கியங் களில் தலைமைப் பெயர்களாக இடம்பெறுகின்றன. உணர்வு, சோகம், கவலை, நிம்மதி, பயம், துக்கம், ஆசை, மகிழ்ச்சி, பெருமை, திமிர், கேள்வி, தவிப்பு, வேதனை போன்றவை இவ்வமைப்புடைய வாக்கியங் களில் தலைமைப் பெயராக வரக்கூடிய நுண்மைப் பெயர்களுள் சிலவாகும்.

4. தொழிற்பெயர் வகைத் தொடர்

இராமன் (சூர்ப்பனகை தன்னை நோக்கி நடந்து வருவதைக்) கண்டான்
(நீ திடீரென எழும்பிப் போனது) எனக்குப் பிடிக்கவில்லை
(மயில் ஆடிக்கொண்டிருந்ததை) எல்லாரும் பார்த்து ரசித்தார்கள்
(அவரோடு பேசிக்கொண்டிருப்பது) ஒரு நல்ல அனுபவம்
(வாழ்க்கை வீணாகக் கழிந்துவிட்டதை) இப்போதுதான் உணர்கிறேன்

மேல் உள்ள கலப்பு வாக்கியங்களில் தலைமை வாக்கியத்தோடு ஒரு துணைநிலை வாக்கியம் தொழிற்பெயர் வடிவில் இணைக்கப் பட்டுள்ளது. துணைநிலை வாக்கியத்தின் வினைமுற்று தொழிற் பெயராக்கப்பட்டு, அவ்வாக்கியம் முழுவதும் ஒரு பெயர்த் தொடர் ஆக்கப் பட்டு, தலைமை வாக்கியத்துக்குள் ஒரு பெயர்த் தொடராகச் செயற் படுகின்றது. எடுத்துக்காட்டாக முதலாவது வாக்கியத்தில்,

இராமன் கண்டான் என்பது தலைமை வாக்கியம். சூர்ப்பனகை தன்னை நோக்கி நடந்து வருவது தொழிற்பெயர்த் தொடராக்கப் பட்ட துணைநிலை வாக்கியம். சூர்ப்பனகை இராமனை நோக்கி நடந்து வருகிறாள் என்பது இதன் லவாக்கியம். தொழிற்பெயர்த் தொடராக்கப்பட்ட இவ்வாக்கியம் இராமன் கண்டான் என்னும் தலைமை வாக்கியத்தின் செயற்படுபொருளாகத் தொழிற்படு கின்றது. இராமன் கண்டது எதை என்பதற்கு விளக்கம் தருவதாக இது அமைகின்றது.

நான்காவது வாக்கியத்தில் அவரோடு பேசிக்கொண்டிருப்பது என்னும் தொழிற்பெயர்த் தொடரே எழுவாயாகச் செயற்படுகின்றது. ஒரு நல்ல அனுபவம் என்னும் பயனிலையின் பொருளை, அதாவது அந்த நல்ல அனுபவம் எது என்பதை அவரோடு பேசிக்கொண்டிருப்பது என்னும் துணைநிலை வாக்கியம் வெளிப்படுத்துகின்றது.

இவ்வாறு தொழிற்பெயர்த் தொடர்கள் வாக்கியத்துள் பிறிதொரு வாக்கியமாக அமைந்து நிரப்பித் தொடராகச் செயற்படுகின்றன.

தொழிற்பெயர்த் தொடர்களுடன் பல்வேறு சொல் உருபுகள் இணைந்து வந்தும் நிரப்பித் தொடராகச் செயற்படுகின்றன. இங்கு இரண்டு எடுத்துக்காட்டுகள் மட்டும் தரப்படுகின்றன.

1. தொழிற்பெயர்த் தொடர் + ஆக

 (கண்ணன் வந்ததாகக்) கேள்விப்பட்டேன்
 (நீ இன்று வருவதாகத்) தம்பி சொன்னான்

2. தொழிற்பெயர்த் தொடர் + பற்றி

 (கண்ணன் வெளிநாடு போனதைப் பற்றி) நான் கேள்விப்படவில்லை
 (நாடாளுமன்றம் கலைக்கப்படப் போவதைப் பற்றி) பத்திரிகைகள் செய்தி வெளியிட்டன.

பயிற்சி

1. ஒவ்வொரு வகையான நிரப்பித் தொடரும் கொண்ட ஐவைந்து வாக்கியங்கள் எழுதுக.
2. புத்தகங்கள், சஞ்சிகைகளிலிருந்து வெவ்வேறு அமைப்புடைய நிரப்பித் தொடர்கள் கொண்ட பத்துப் பத்து வாக்கியங்களைத் திரட்டுக.

புணரியல்

18
புணர்ச்சியும் புணர்ச்சி வகைகளும்

1. புணர்ச்சி பற்றிய விளக்கம்

நாங்கள் மரத்தை வெட்டினோம் என்னும் வாக்கியத்தில் ன்று சொற்கள் உள்ளன. நாங்கள், மரத்தை, வெட்டினோம் ஆகிய ன்று சொற்களும் ஒன்றை அடுத்து மற்றது இணைந்து வந்து பொருள்தரும் வாக்கியமாகின்றன. நாங்கள் என்னும் சொல்லில் நாம், கள் ஆகிய இரண்டு உறுப்புகள் ஒன்றோடு ஒன்று இணைந்து வந்து பொருள் தருகின்றன. மரத்தை என்னும் சொல்லில் மரம், அத்து, ஐ ஆகிய ன்று உறுப்புகள் ஒன்றோடு ஒன்று இணைந்துவந்து பொருள் தருகின்றன. வெட்டினோம் என்னும் சொல்லில் வெட்டு, இன், ஓம் ஆகிய ன்று உறுப்புகள் இணைந்துவந்து பொருள் தருகின்றன. இதனைப் பின்வருமாறு விளக்கலாம்:

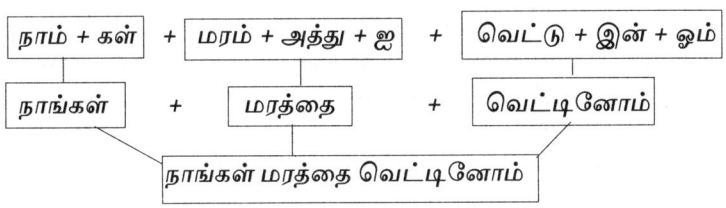

இவ்வாறு சொல்லின் உறுப்புகள் அல்லது சொற்கள் பொருள் தரும் வகையில் ஒன்றோடு ஒன்று இணைந்து வருவதே புணர்ச்சி எனப்படும்.

2. புணர்ச்சி வகைகள்

1. அகப்புணர்ச்சி

நாம்+கள் → நாங்கள், மரம்+அத்து+ஐ → மரத்தை,
வெட்டு+இன்+ஓம் → வெட்டினோம்

இவ்வாறு, இரண்டு அல்லது பல பகுபத உறுப்புகள் சேர்ந்து ஒரு சொல்லாக அமைவது அகப்புணர்ச்சியாகும். நாங்கள் என்னும் சொல்லில் நாம்+கள் என்னும் இரண்டு உறுப்புகள் உள்ளன. மரத்தை என்னும் சொல்லில் மரம்+அத்து+ஐ ஆகிய ன்று உறுப்புகள் உள்ளன.

அவ்வாறே, வெட்டினோம் என்னும் சொல்லிலும் வெட்டு+இன்+ஓம் ஆகிய ன்று உறுப்புகள் உள்ளன.

இரண்டு இல்லது பல தனிச் சொற்கள் இணைந்து கூட்டுச் சொற்கள் உருவாவதும் அகப்புணர்ச்சியாகும். வானொலி, தொலைக்காட்சி, பல்கலைக்கழகம் என்பன இத்தகையன.

2. புறப்புணர்ச்சி

இரண்டு அல்லது பல சொற்கள் ஒன்றோடு ஒன்று இணைந்து சொற் றொடராகவோ, வாக்கியமாகவோ வருவது புறப்புணர்ச்சி எனப்படும்.

நாங்கள் மரத்தை வெட்டினோம்
அவன் ஓடிப்போனான்
நான் அந்தப் பக்கம் சென்றேன்
எங்கள் ஊரில் ஓர் அறிஞர் இருக்கிறார்

மேல் உள்ள நான்கு வாக்கியங்களிலும் சொற்கள் அடுத்து அடுத்து நிற்கின்றன. சொற்களுக்கிடையே உள்ள இடைவெளி ஒரு சொல்லை பிறிதொரு சொல்லில் இருந்து பிரித்துக்காட்டப் பயன்படுகின்றது.

சொற்களுக்கு இடையில் இடைவெளிவிட்டு எழுதும் வழக்கம் பழங்காலத்தில் இருக்கவில்லை. சொல் உறுப்புகளை ஒன்றோடு ஒன்று நெருக்கமாக இணைப்பது போல் சொற்களையும் நெருக்கமாக இணைத்து புணர்ச்சி விகாரங்களுடன் எழுதினார்கள். அவ்வாறு எழுதும்போது தனித்தனிச் சொற்களின் வடிவம் அடையாளம் காண முடியாதவாறு மாற்றம் அடையும். எடுத்துக்காட்டாக மேலுள்ள நான்காவது வாக்கியத்தை அவ்வாறு எழுதினால் அது பின்வருமாறு அமையும்:

*எங்களூரிலோரறிஞரிருக்கிறார்.

இந்த வாக்கியத்தை எளிதாக நாம் புரிந்துகொள்ள முடியாது. இதனைப் புணர்ச்சி விகாரங்களுடன் சொற்களுக்கு இடையில் இடைவெளிவிட்டு வேறு ஒரு விதமாக பின்வருமாறும் எழுதலாம்:

*எங்க ளூரி லோ ரறிஞ ரிருக்கிறார்.

இவ்வாறு இடைவெளிவிட்டு எழுதினாலும் புணர்ச்சி விகாரங்கள் காரணமாகச் சொற்கள் தம் உண்மை வடிவத்தை இழந்து நிற்பதால் நம்மால் இவ்வாக்கியத்தை எளிதாகப் புரிந்துகொள்ள முடிவ தில்லை. தற்கால வழக்கப்படி

எங்கள் ஊரில் ஓர் அறிஞர் இருக்கிறார் என்று புணர்ச்சி விகாரம் இன்றிச் சொற்களைப் பிரித்து எழுதும்போது நமக்கு வாக்கியம் எளிதாகப் புரிகின்றது. புறப்புணர்ச்சியில் சொற்களுக்கு இடையில்

முடிந்த அளவு புணர்ச்சி விகாரங்கள் இன்றி, பிரித்து எழுதுவதே தற்கால வழக்கு.

அகப்புணர்ச்சியில் சொல் உறுப்புகளுக்கு இடையில் இடைவெளி இல்லாமல் புணர்ச்சி விகாரங்களுடன் அவற்றை இணைத்து எழுது கின்றோம். அவற்றை இடைவெளிவிட்டுப் பிரித்து எழுதினால் நமக்கு எளிதில் புரியாது. எடுத்துக்காட்டாக மேல் தரப்பட்ட முதலாவது வாக்கியத்தை அவ்வாறு எழுதினால் அது பின்வருமாறு அமையும்:
*நாம் கள் மரம் அத்து ஐ வெட்டு இன் ஓம் இந்த வாக்கியத்தை நாம் எளிதாகப் புரிந்துகொள்ள முடியாது.

நாங்கள் மரத்தை வெட்டினோம் என்று சொல் உறுப்புகளை இடைவெளி இன்றி புணர்ச்சி விகாரங்களுடன் இணைத்து எழுதும் பொழுதே எளிதில் புரிகின்றது. அவ்வகையில்,

★ அகப்புணர்ச்சியில் சொல் உறுப்புகள் இடைவெளி இன்றி புணர்ச்சி விகாரங்களுடன் இணைத்து எழுதப்படுகின்றன.

★ புறப்புணர்ச்சியில் சொற்கள் இடைவெளிவிட்டு பெரும்பாலும் புணர்ச்சி விகாரங்கள் இன்றி, பிரித்து எழுதப்படுகின்றன. புறப் புணர்ச்சியில் அவசியமான இடத்து மட்டும் புணர்ச்சி விகாரங்கள் பேணப்படும். புறப்புணர்ச்சியில் புணர்ச்சி விகாரங்கள் எங்கு அவசியம், எங்கு அவசியமில்லை என்பது பின்னர் விளக்கப்படும்.

பயிற்சி

அ. பின்வரும் சொல் உறுப்புகளைப் புணர்த்தி எழுதுக.

பல்+கள்+ஐ
படி+கிறு+ஆர்
சொல்+கள்+ஆல்
காண்+ட்+ஏன்
வா+கிறு+ஏன்
போ+ன்+ஆன்
தா+ந்த்+ஆன்
நான்+ஐ

ஆ. பின்வரும் வாக்கியங்களில் உள்ள சொற்களைத் தற்கால வழக்குப்படி பிரித்து எழுதுக.

எனக் கெல்லோரு முதவி செய்கிறார்கள்
படித்த விளைஞர் மன்றம்
வானமுங் கடலுஞ் சந்திக்கு மிடம்
அரிசி யங்கில்லை

3. இயல்புப் புணர்ச்சி

புணர்ச்சியில் குறைந்தபட்சம் இரண்டு சொற்கள் அல்லது சொல் உறுப்புகள் சம்பந்தப்படுகின்றன.

மாடு+கள் → மாடுகள்
கடல்+நீர் → கடல்நீர்

முதல் எடுத்துக்காட்டில் மாடு என்னும் சொல்லும் -கள் என்னும் பன்மை விகுதியும் சேர்ந்து மாடுகள் எனப் புணர்ந்துள்ளன. இரண்டாவது எடுத்துக்காட்டில் கடல், நீர் ஆகிய இரண்டு சொற்கள் சேர்ந்து கடல் நீர் எனப் புணர்ந்துள்ளன. இச்சொற்களில் முதலில் நிற்கும் மாடு, கடல் ஆகியவற்றை நிலைமொழி என்றும் அவற்றுடன் வந்து புணரும் கள், நீ ஆகியவற்றை வருமொழி என்றும் சொல்வர்.

மேலே தரப்பட்ட எடுத்துக்காட்டுகளில் நிலைமொழியும் வருமொழியும் புணரும்போது அவற்றின் வடிவங்களில் எவ்வித மாற்றமும் ஏற்படவில்லை. இவ்வாறு தம்வடிவங்களில் எவ்வித மாற்றமும் இன்றிச் சொற்கள் அல்லது சொல் உறுப்புகள் புணர்வதை இயல்புப் புணர்ச்சி என்பர். பின்வரும் எடுத்துக்காட்டுகளைப் பார்ப்போம்:

அவர்+ஐ → அவரை
அவர்+ஆல் → அவரால்
அவர்+உக்கு → அவருக்கு

இங்கு நிலைமொழி இறுதியில் உள்ள ரகர மெய்யுடன் வரு மொழி முதலில் உள்ள ஐ, ஆ, உ ஆகிய உயிர்கள் சேர்ந்து முறையே ரை, ரா, ரு என உயிர்மெய் எழுத்துகளாக மாறி உள்ளன. இந்த மாற்றத்தைத் தவிர நிலைமொழியிலோ வருமொழியிலோ உள்ள எழுத்துகள் எவையும் கெடவில்லை; புதிதாக எழுத்துக்கள் எவையும் தோன்றவில்லை. இருக்கும் ஓர் எழுத்து திரிந்து பிறிதொரு எழுத்தாக மாறவும் இல்லை. நிலைமொழி இறுதி மெய்யும் வருமொழி முதல் உயிரும் மாற்றமின்றி அவ்வாறே இருக்க, அவை இரண்டும் இணைந்து ஒரு புதிய வரிவடிவம் (உயிர்மெய்) பெற்றுள்ளன. இவ்வாறு நிலைமொழி இறுதியில் உள்ள மெய்யும் வருமொழி முதலில் உள்ள உயிரும் இணைந்து உயிர் மெய் வடிவம் பெறுவதும் இயல்புப் புணர்ச்சியாகும்.

4. விகாரப் புணர்ச்சி

சொற்கள் அல்லது சொல் உறுப்புகள் புணரும்போது நிலைமொழி யிலோ வருமொழியிலோ ஏதாவது மாற்றம் ஏற்படின் அது விகாரப்

புணர்ச்சி எனப்படும். விகாரம் என்பதற்கு வேறுபாடு, மாற்றம் என்பது பொருள். பின்வரும் எடுத்துக்காட்டுகளை நோக்குக.

மரம்+கள் → மரங்கள்

பூ+ஐ → பூவை

முதலாவது எடுத்துக்காட்டில் மரம் என்னும் நிலைமொழியுடன் கள் என்னும் வருமொழி புணரும்போது நிலைமொழி இறுதியில் உள்ள ம், ங், ஆகத் திரிந்துள்ளது. அவ்வகையில் மரம் என்பது மரங் என்று வடிவம் மாறியுள்ளது. இரண்டாவது எடுத்துக்காட்டில் பூ என்னும் நிலைமொழியுடன் -ஐ என்ற வருமொழி புணரும்போது வ் என்னும் ஒரு புதிய எழுத்துத் தோன்றியுள்ளது. அதனால் -ஐ என்னும் வருமொழி -வை என்று வடிவம் மாறியுள்ளது. விகாரப் புணர்ச்சி ன்று வகைப்படும்.

1. தோன்றல், 2. கெடுதல், 3. திரிதல்

1. தோன்றல். நிலைமொழியும் வருமொழியும் புணரும்போது இடையில் ஓர் எழுத்துத் தோன்றுதல் தோன்றல் விகாரம் எனப்படும்.

பூனை+ஐ	→ பூனை+ய்+ஐ	→ பூனையை
பலா+இல்	→ பலா+வ்+இல்	→ பலாவில்
கல்+ஆல்	→ கல்+ல்+ஆல்	→ கல்லால்
ஓடி+போ	→ ஓடி+ப்+போ	→ ஓடிப்போ
அந்த+காலம்	→ அந்த+க்+காலம்	→ அந்தக் காலம்

மேல் உள்ள எடுத்துக்காட்டுகளில் நிலைமொழி, வருமொழி ஆகியவற்றுக்கிடையே ய், வ், ல், ப், க் ஆகிய எழுத்துக்கள் புதிதாகத் தோன்றியுள்ளன. இது தோன்றல் விகாரம் எனப்படும்.

2. கெடுதல். நிலைமொழியும் வருமொழியும் புணரும்போது அவற்றில் உள்ள ஏதாவது ஒரு எழுத்து இல்லாமல் போதல் கெடுதல் எனப்படும்.

நாக்கு+ஐ	→ நாக்க்+ஐ	→ நாக்கை
கதவு+ஆல்	→ கதவ்+ஆல்	→ கதவால்
இருமு+அல்	→ இரும்+அல்	→ இருமல்

மேல் உள்ள எடுத்துக்காட்டுகளில் நிலைமொழி இறுதி உகாரம் கெட்டது.

மரம்+வேர்	→	மரவேர்
மனம்+வேதனை	→	மனவேதனை

மேல் உள்ள எடுத்துக்காட்டுகளில் நிலைமொழி இறுதியில் உள்ள மகரம் கெட்டது. இது கெடுதல் விகாரம் எனப்படும்.

3. திரிதல். நிலைமொழியும் வருமொழியும் புணரும்போது அவற்றில் உள்ள ஓர் எழுத்து பிறிதொரு எழுத்தாக மாறுதல் திரிதல் எனப்படும்.

மரம்+கள்	→	மரங்+கள்	→	மரங்கள்
கல்+கள்	→	கற்+கள்	→	கற்கள்
கொள்+ட்+ஏன்	→	கொண்+ட்+ஏன்	→	கொண்டேன்

மேல் உள்ள எடுத்துக்காட்டுகளில் நிலைமொழி இறுதியில் உள்ள ம், ல், ள் என்பன முறையே ங், ற், ண் எனத் திரிந்துள்ளன.

| வா+ந்த்+ஆன் | → | வ+ந்த்+ஆன் | → | வந்தான் |
| சா+த்த்+ஆன் | → | செ+த்த்+ஆன் | → | செத்தான் |

மேல் உள்ள எடுத்துக்காட்டுகளில் வா, சா ஆகிய வினைச்சொற்கள் வ, செ எனத் திரிந்துள்ளன. இது திரிதல் விகாரம் எனப்படும்.

5. வேற்றுமைப் புணர்ச்சியும் அல்வழிப் புணர்ச்சியும்

தமிழ் இலக்கணக்காரர் புணர்ச்சியை வேற்றுமைப் புணர்ச்சி, அல்வழிப் புணர்ச்சி என இரண்டு வகைப்படுத்துவர்.

எழுவாய் வேற்றுமையும், விளி வேற்றுமையும் தவிர்ந்த ஏனைய ஐ, ஆல், கு, இன், அது, கண் முதலிய வேற்றுமை உருபுகள் வெளிப்பட்டும், மறைந்தும் வர சொற்கள் புணர்வது வேற்றுமைப் புணர்ச்சி எனப்படும். வேற்றுமை புணர்ச்சி தவிர்ந்த ஏனைய எல்லா வகைப் புணர்ச்சிகளும் அல்வழிப் புணர்ச்சி எனப்படும். ஒரே விதமான சொற்கள் வேற்றுமையில் ஒரு விதமாகவும் அல்வழியில் வேறு விதமாகவும் புணர்வதனால் இந்தப் பாகுபாடு அவசியமாகும். எடுத்துக்காட்டாக குருவி+கூடு, ஆடு+குட்டி ஆகியவை பின்வரும் வாக்கியங்களில் இரு வேறு விதமாகப் புணர்ந்துள்ளமையைக் காணலாம்.

குருவி கூடு கட்டியது   ஆடு குட்டி போட்டது
குருவிக்கூடு கீழே விழுந்தது   ஆட்டுக்குட்டி துள்ளி விளையாடியது

முதல் இரு வாக்கியங்களிலும் குருவி+கூடு, ஆடு+குட்டி என்பன இயல்பாகப் புணர்ந்துள்ளன. அடுத்த இரு வாக்கியங்களிலும் அவை விகாரப்பட்டுப் புணர்ந்துள்ளன. முதல் இரு வாக்கியங்களிலும் குருவி, ஆடு ஆகியவை முதலாம் வேற்றுமைப் பொருளில் எழுவாய்ச் சொற்களாகப் புணர்ந்துள்ளன. எழுவாய்ப் பொருளில் சொற்கள் புணர்வது அல்வழிப் புணர்ச்சியாகும். அடுத்த இரு வாக்கியங்களிலும் குருவிக் கூடு, ஆட்டுக் குட்டி என்பன குருவி யினது கூடு, ஆட்டினது குட்டி என உடைமை வேற்றுமைப் பொருளில் ஒரே சொல்லாகப் புணர்ந்துள்ளன. இது வேற்றுமைப்

புணர்ச்சியாகும். வேற்றுமையில் வல்லினம் மிகுந்தும், அல்வழியில் இயல்பாகவும் புணர்ந்துள்ளன.

சில சொற்கள் வேற்றுமை உருபு ஏற்கும்போது வடிவம் மாறுகின்றன.

1. தன்மை, முன்னிலைப் பெயர்கள் இவ்வாறு வடிவம் மாறும்

   நான்+ஐ → என்+ஐ → என்னை
   நாம்+ஐ → நம்+ஐ → நம்மை
   நாங்கள்+ஐ → எங்கள்+ஐ → எங்களை
   நீ+ஐ → உன்+ஐ → உன்னை
   நீங்கள்+ஐ → உங்கள்+ஐ → உங்களை

2. தான், தாம், தாங்கள் ஆகிய படர்க்கைப் பெயர்கள் வேற்றுமை உருபு ஏற்கும்போது வடிவம் மாறும்

   தான்+ஐ → தன்+ஐ → தன்னை
   தாம்+ஐ → தம்+ஐ → தம்மை
   தாங்கள்+ஐ → தங்கள்+ஐ → தங்களை

3. காடு, வீடு, ஆடு, மாடு, பயறு, குருடு, கிணறு போன்ற அமைப்புடைய சொற்கள் வேற்றுமை உருபு ஏற்கும்போது உகரம் கெட்டு ஈற்று மெய் இரட்டிக்கும்

   காடு+ஐ → காட்ட்+ஐ → காட்டை
   வீடு+உக்கு → வீட்ட்+உக்கு → வீட்டுக்கு
   ஆடு+ஆல் → ஆட்ட்+ஆல் → ஆட்டால்
   மாடு+ஐ → மாட்ட்+ஐ → மாட்டை
   பயறு+ஐ → பயற்ற்+ஐ → பயற்றை

4. ஆறு என்னும் சொல் 6 என்னும் எண்ணுப் பெயரைக் குறிக்கும் போது இயல்பாகவும் நதியைக் குறிக்கும்போது விகாரப்பட்டும் வேற்றுமை உருபு ஏற்கும்.

   ஆறு+ஐ → ஆறை → ஆறை இரண்டால் பெருக்கு
   ஆறு+உடன் → ஆறுடன் → ஆறுடன் ன்றை கூட்டு
   ஆறு+ஐ → ஆற்ற்+ஐ → ஆற்றை ஆற்றைக் கடந்து சென்றேன்
   ஆறு+உக்கு → ஆற்ற்+உக்கு → ஆற்றுக்கு → ஆற்றுக்குக் குளிக்கச் சென்றேன்.

19
உயிர் ஈற்றுப் புணர்ச்சி

நிலைமொழி ஈற்றெழுத்து உயிராகவும் வருமொழி முதல் எழுத்து உயிர் அல்லது மெய்யாகவும் அமைய சொற்கள் புணர்வது உயிர் ஈற்றுப் புணர்ச்சி எனப்படும். இது உயிர் + உயிர், உயிர் + மெய் என இருவகையாக அமையும்

1. உயிர் முன் உயிர் புணர்தல்

நிலைமொழி இறுதியில் உயிரும் வருமொழி முதலில் உயிரும் வந்தால் இடையில் யகர மெய் அல்லது வகர மெய் தோன்றிப் புணரும். இவ்வாறு தோன்றும் மெய்யை உடம்படுமெய் என்பர்.

யகர மெய் தோன்றுதல்

நிலைமொழி இறுதியில் இ, ஈ, ஐ ஆகிய உயிர்களுள் ஏதாவது ஒன்று வந்தால் வருமொழி முதலில் எந்த உயிர் வந்தாலும் யகர மெய் உடம்படு மெய்யாகத் தோன்றும்.

கிளி+ஐ	→	கிளி+ய்+ஐ	→	கிளியை
தீ+ஐ	→	தீ+ய்+ஐ	→	தீயை
பனை+ஐ	→	பனை+ய்+ஐ	→	பனையை
எலி+ஆல்	→	எலி+ய்+ஆல்	→	எலியால்
ஈ+ஆல்	→	ஈ+ய்+ஆல்	→	ஈயால்
பூனை+ஆல்	→	பூனை+ய்+ஆல்	→	பூனையால்

மேற்காட்டிய எடுத்துக்காட்டுகள் எல்லாம் அகப்புணர்ச்சியாகும். அகப்புணர்ச்சியில் உடம்படுமெய் கட்டாயம் தோன்றும். ஆனால், புணர்ச்சியில் உடம்படுமெய் தோன்றுவது கட்டாயமல்ல. புறப் புணர்ச்சியில் உடம்படுமெய் இல்லாமல் பிரித்து எழுதும்போது தான் பொருள் இலகுவாகப் புரிகின்றது. தற்காலத்தில் இவ்வாறு பிரித்து எழுதுவதே பொது வழக்கு. பின்வரும் எடுத்துக்காட்டுகளை நோக்குக.

அரிசி யில்லை	→	அரிசி இல்லை
தீயை யணைத்தார்கள்	→	தீயை அணைத்தார்கள்
என்னை யழைத்துள்ளனர்	→	என்னை அழைத்துள்ளனர்
நீ யொருவரை யழைத்துவா	→	நீ ஒருவரை அழைத்துவா

வகர மெய் தோன்றுதல்

இ, ஈ, ஐ ன்றும் தவிர மொழி இறுதியில் வரும் உயிர் எழுத்து களுள் ஏதாவது ஒன்று நிலைமொழி இறுதியில் வந்தால், வருமொழி முதலில் எந்த உயிர் வந்தாலும் வகர மெய் உடம்படுமெய்யாகத் தோன்றும்.

பலா+ஐ	→	பலா+வ்+ஐ	→	பலாவை
பசு+ஐ	→	பசு+வ்+ஐ	→	பசுவை
பூ+ஐ	→	பூ+வ்+ஐ	→	பூவை
பலா+ஆல்	→	பலா+வ்+ஆல்	→	பலாவால்
பசு+ஆல்	→	பசு+வ்+ஆல்	→	பசுவால்
பூ+ஆல்	→	பூ+வ்+ஆல்	→	பூவால்

புறப்புணர்ச்சியில் வகர உடம்படு மெய் தோன்றாமல் பிரித்து எழுதுவதுதான் தற்காலத்தில் பெருவழக்காக உள்ளது. அப்பா வந்த வறையி லிருக்கிறார் என்று தற்காலத்தில் யாரும் எழுதுவதில்லை. அப்பா அந்த அறையில் இருக்கிறார் என்றே இன்று எல்லாரும் எழுதுவர்.

புணர்ச்சியில் உடம்படுமெய் சேர்த்து எழுத வேண்டிய இடங்கள்

1. அகப்புணர்ச்சியில் உடம்படுமெய் சேர்த்து எழுதுக.
2. தொகைச் சொற்கள் அல்லது கூட்டுப் பெயர்கள் அகப் புணர்ச்சிக் குரியவை. ஆகையால், அங்கும் உடம்படுமெய் சேர்த்து எழுதுக. எடுத்துக்காட்டு

   மாவிலை, பனையோலை, கோயில்/கோவில்
3. உடன், ஓடு ஆகிய சொல் உருபுகள் வரும்போதும் உடம்படுமெய் சேர்த்து எழுதுக.

அப்பா+உடன்	→	அப்பாவுடன்
அப்பா+ஓடு	→	அப்பாவோடு
தந்தை+உடன்	→	தந்தையுடன்
தந்தை+ஓடு	→	தந்தையோடு

4. செய்த என்னும் வாய்ப்பாட்டு வினை எச்சத்துடன் உடன் என்னும் இடைச்சொல் புணரும்போது உடம்படுமெய் சேர்த்து எழுதுக. எடுத்துக்காட்டு: செய்தவுடன், வந்தவுடன், நின்றவுடன், கண்டவுடன், பார்த்தவுடன், கேட்டவுடன்...
5. செய்ய என்னும் வாய்ப்பாட்டு வினை எச்சத்துடன் இல்லை என்னும் எதிர்மறை வினை புணரும்போது உடம்படுமெய் சேர்த்து எழுதுக. எடுத்துக்காட்டு: செய்யவில்லை, போகவில்லை, வரவில்லை, பார்க்கவில்லை, கேட்கவில்லை...

6. புறப்புணர்ச்சியில் உடம்படு மெய்யைத் தவிர்த்துச் சொற்களைப் பிரித்து எழுதுக.

2. குற்றியலுகரப் புணர்ச்சி

குற்றியலுகர ஈற்றுச் சொற்களுக்கு முன் வருமொழி முதலில் உயிர் எழுத்து வந்தால், குற்றியலுகரம் கெட்டுப் புணரும். தற்காலத் தமிழில் சொல் இறுதியில் வரும் எல்லா உகரமும் பெரிதும் குற்றிய லுகரமாகவே ஒலித்தாலும் புணர்ச்சியில் மொழி இறுதியில் வரும் உகரங்கள் எல்லாம் கெடுவதில்லை. புணர்ச்சியில் கெடும் ஈற்று உகரங்களைப் பின்வருமாறு வகைப்படுத்திக் கூறலாம்:

1. ஆறு வகையான குற்றியலுகரமும் புணர்ச்சியில் கெடும்.

   1. நெடில்தொடர்   காசு+ஐ   →   காசை
   2. ஆய்தத்தொடர்   எஃகு+ஐ   →   எஃகை
   3. உயிர்த்தொடர்   விறகு+ஐ   →   விறகை
   4. வன்தொடர்   நாக்கு+ஐ →   நாக்கை
   5. மென்றொடர்   பஞ்சு+ஐ   →   பஞ்சை
   6. இடைத்தொடர்   மார்பு+ஐ →   மார்பை

2. பழந்தமிழில் முற்றியலுகரமாகக் கருதப்பட்ட ஆனால் தற்காலத்தில் குற்றியலுகரமாக ஒலிக்கும் பின்வரும் சொற்களில் வரும் ஈற்றுகரம் கெடும்

அ. அது, இது, எது

   அது+ஐ → அதை
   இது+ஐ → இதை
   எது+ஐ → எதை

ஆ. கதவு, வளவு, கனவு...

   கதவு+ஐ → கதவை
   வளவு+ஐ → வளவை
   கனவு+ஐ → கனவை

இ. இருமு, தும்பு, எண்ணு...

   இருமு+அல் → இருமல்
   தும்மு+அல் → தும்மல்
   எண்ணு+அல் → எண்ணல்

மேற்காட்டிய எடுத்துக்காட்டுகள் எல்லாம் அகப்புணர்ச்சிக்கு உரியவை. புறப்புணர்ச்சியில் தற்காலத் தமிழில் (உரைநடையில்) உயிர்முன் பெரும்பாலும் குற்றியலுகரம் கெடுவதில்லை. எனக்கு

அவர் பணம் தந்தார். இவ்வாக்கியத்தை எனக்கவர் பணம் தந்தார் என நாம் எழுதுவதில்லை. அவருக்கு என்ன சொல்வது என்பது அவருக் கென்ன சொல்வது என எழுதப்படுவதில்லை.

எனினும் செய்யுள் இலக்கியத்தில் குற்றியலுகர ஈற்றுச் சொற்கள் புறப்புணர்ச்சியிலும் புணர்த்தியே எழுதப்படுகின்றன.

1. ஒன்றன் றிரண்டன் றுளதன் றிலதன்று
   நன்றன்று தீதன்று

2. நமக்கென் னென்றிட் டுண்டிரும்
   இவற்றைப் பின்வருமாறு பிரித்து எழுதலாம்:

   1. ஒன்று அன்று இரண்டு அன்று உளது அன்று
      இலது அன்று நன்று அன்று தீது அன்று

   2. நமக்கு என் என்று இட்டு உண்டு இரும்

பழந்தமிழ் இலக்கியங்களைப் படிக்கும்போது இத்தகைய குற்றி யலுகரப் புணர்ச்சிகளை நிறையக் காணலாம்.

தற்காலத் தமிழில் குற்றியலுகரம் புணர்ந்த பல சொற்கள் வழக்கில் உள்ளன. அவற்றை நாம் பிரித்து எழுதுவதில்லை. பின்வருவன சில எடுத்துக்காட்டுகள்:

அங்கங்கு	எங்கொங்கோ
வரவேற்பு	காசோலை
அடிக்கடி	நாடற்றோர்
கதவடைப்பு	எழுத்துலகம்
அடுக்கடுக்காக	வீடற்றோர்
அன்புள்ளம்	கூட்டாட்சி
என்றென்றும்	கூட்டரசாங்கம் காற்றாடி

இவை ஒரு சொல்லாகவே பயன்படுவதால் இவற்றை அகப் புணர்ச்சியாகக் கொள்ள வேண்டும்.

பயிற்சி

மேலே தரப்பட்ட சொற்களைப் பிரித்துக் காட்டுக.

3. உயிர்முன் மெய் புணர்தல்

உயிர்முன் மெய் புணர்தலை 1. உயிர்முன் வல்லினம் புணர்தல், 2. உயிர்முன் மெல்லின, இடையின மெய் புணர்தல் என இரண்டாக வகுத்து நோக்கலாம்.

உயிர்முன் வல்லினம் புணர்தல்

குருவி கூடு கட்டியது குருவிக் கூடு கீழே விழுந்தது

ஆகிய வாக்கியங்களில் குருவி+கூடு என்னும் சொற்கள் இரு வேறு விதமாகப் புணர்ந்துள்ளமை பற்றி ஏற்கனவே பார்த்தோம். குருவி என்னும் நிலைமொழி இறுதியில் இகர உயிர் உள்ளது. கூடு என்னும் வருமொழி முதலில் க் மெய் உள்ளது. முதல் வாக்கியத்தில் அவை இயல்பாகப் புணர்ந்துள்ளன; இரண்டாவது வாக்கியத்தில் அவற்றுக்கு இடையே வல்லினம் மிகுந்து விகாரப்பட்டுப் புணர்ந்துள்ளன. இயல்பாகப் புணரும்போது ஒரு பொருளும், வல்லினம் மிகுந்து விகாரப்பட்டுப் புணரும்போது வேறு ஒரு பொருளும் தருகின்றன. ஆகவே புணர்ச்சியில் எப்போது வல்லினம் மிகும், எப்போது மிகாது என்பதை அறிந்துகொள்வது அவசியமாகும்.

க், ச், த், ப் ஆகிய வல்லின மெய்கள் உயிர் ஈற்றுப் புணர்ச்சியில் மிகும் இடங்கள் கீழே விளக்கப்படுகின்றன. அகப்புணர்ச்சி, புறப் புணர்ச்சி இரண்டிலும் இவை மிகுகின்றன.

1. அ, இ, எ ஆகிய சுட்டு, வினா எழுத்துகளை அடுத்துவரும் வல்லினம் மிகும்.

   அ+காலம்   → அக்காலம்
   அ+படம்   → அப்படம்
   இ+காலம்   → இக்காலம்

2. அந்த, இந்த, எந்த ஆகிய சுட்டு, வினாச் சொற்களை அடுத்துவரும் வல்லினம் மிகும். எடுத்துக்காட்டு:

   அந்த+படம்   → அந்தப் படம்
   இந்த+புத்தகம்   → இந்தப் புத்தகம்
   எந்த+குழந்தை   → எந்தக் குழந்தை

3. செய்ய என்னும் வாய்ப்பாட்டு அகர ஈற்று வினை எச்சத்தை அடுத்துவரும் வல்லினம் மிகும்.

   செய்ய + சொன்னான்   → செய்யச் சொன்னான்
   போக + பார்த்தேன்   → போகப் பார்த்தேன்
   சொல்ல + தொடங்கினான் → சொல்லத் தொடங்கினான்

4. ஆகார ஈற்று எதிர்மறைப் பெயரெச்சத்தை அடுத்துவரும் வல்லினம் மிகும்.

   தீரா+பசி   → தீராப் பசி
   ஆறா+துயரம்   → ஆறாத் துயரம்
   அடங்கா + பசி → அடங்காப் பசி
   மாறா + காதல் → மாறாக் காதல்

5. இகர ஈற்று வினை எச்சத்தை அடுத்துவரும் வல்லினம் மிகும்.

ஓடி + போனான் → ஓடிப் போனான்
ஆடி + திரிந்தான் → ஆடித் திரிந்தான்
கூட்டி + சென்றான் → கூட்டிச் சென்றான்
காட்டி + கொடுத்தான் → காட்டிக் கொடுத்தான்

6. அப்படி, இப்படி, எப்படி, இனி ஆகிய வினையடைகளை அடுத்து வரும் வல்லினம் மிகும்.

அப்படி + சொன்னார் → அப்படிச் சொன்னார்
இப்படி + பார்த்தான் → இப்படிப் பார்த்தான்
எப்படி + கேட்டான் → எப்படிக் கேட்டான்
இனி + தூங்கலாம் → இனித் தூங்கலாம்

7. நான்காம் வேற்றுமை உருபு ஏற்ற பெயர்ச்சொற்களை அடுத்து வரும் வல்லினம் மிகும்.

தம்பிக்கு + கொடுத்தேன் → தம்பிக்குக் கொடுத்தேன்
எனக்கு + தந்தான் → எனக்குத் தந்தான்
அவருக்கு + சொன்னான் → அவருக்குச் சொன்னான்
பாம்புக்கு + பயந்தேன் → பாம்புக்குப் பயந்தேன்

8. வன்றொடர்க் குற்றியலுகரத்தை அடுத்துவரும் வல்லினம் மிகும்.

பாட்டு + பாடு → பாட்டுப் பாடு
பேச்சு + பேசு → பேச்சுப் பேசு
கருத்து + கூறினான் → கருத்துக் கூறினான்
நேற்று + பார்த்தேன் → நேற்றுப் பார்த்தேன்

நான்காம் வேற்றுமை உருபு ஏற்ற பெயர்ச்சொற்களும் வன்றொடர்க் குற்றியலுகர ஈறு பெற்றிருப்பதை நோக்குக.

9. இரண்டம் வேற்றுமை உருபு ஏற்ற பெயர்ச்சொல்லை அடுத்து வரும் வல்லினம் மிகும்.

என்னை + பார்த்தான் → என்னைப் பார்த்தான்
நாயை + துரத்து → நாயைத் துரத்து
தலையை + துடைத்தேன் → தலையைத் துடைத்தேன்

10. வேற்றுமைத் தொகைச் சொற்களில் உயிரீற்றை அடுத்துவரும் வல்லினம் மிகும்.

யானை + பாகன் → யானைப் பாகன்
பட்டு + சேலை → பட்டுச் சேலை
கோழி + தீன் → கோழித் தீன்
குருவி + கூடு → குருவிக் கூடு
கிழக்கு + பல்கலைக்கழகம் → கிழக்குப் பல்கலைக்கழகம்

11. வினைத்தொகை தவிர்ந்த தொகைச் சொற்களில் பெரும்பாலும் வல்லினம் மிகும்.

அடிச்சொல்	அணுக்குண்டு	கலைக்கழகம்
தீப்பெட்டி	இராப்பகல்	கைக்குட்டை
நடுத்தெரு	உழவுத்தொழில்	வீட்டுத்தோட்டம்
பண்புத்தொகை	வெள்ளிப்பதக்கம்	புத்திக்கூர்மை

12. அங்கு, இங்கு, எங்கு ஆகிய சொற்களை அடுத்துவரும் வல்லினம் மிகும் என பழைய இலக்கண நூல்கள் கூறும்

அங்கு சென்றேன்	அங்குச் சென்றேன்
இங்கு சென்றேன்	இங்குச் சென்றேன்
எங்கு சென்றாய்	எங்குச் சென்றாய்

தற்காலத் தமிழில் வல்லினம் மிகாமல் அங்கு சென்றேன். இங்கு சென்றேன், எங்கு சென்றாய் என எழுதுவதே பெருவழக்கு.

(அகர ஈற்றுப்) பெயரெச்சம், பெயரடை ஆகியவற்றை அடுத்து வல்லினம் மிகுவதில்லை. வந்த பையன், உடைந்த பானை, பறந்த காகம், சிறந்த பாடல், நல்ல கவிதை என்பன சில எடுத்துக்காட்டுகள். தற்காலத்தில் தமிழ்நாட்டு எழுத்தாளர் சிலர் நவீனக் கவிதை, நவீனத் தமிழ் என எழுதுகிறார்கள். இது வேண்டாத புணர்ச்சியாகும்.

உயிர்முன் மெல்லினம்/இடையினம் புணர்தல்

1. அ, இ, எ ஆகிய சுட்டு வினா எழுத்துகளின் முன் வரும் ஞ, ந, ம, ஆகிய மெல்லின எழுத்துகள் மிகும். அகரம் வந்தால் வகரம் மிகும்

அ+ஞானம் → அஞ்ஞானம் அ+நூல் → அந்நூல்
அ+மனிதன் → அம்மனிதன் அ+வீடு → அவ்வீடு
அ+யானை → அவ்யானை

2. ஏனைய எல்லா இடங்களிலும் இயல்பாகப் புணரும்

இந்த + ஞாயிறு → இந்த ஞாயிறு   எந்த + நூல் → எந்த நூல்
அந்த + மனிதன் → அந்த மனிதன்   சொந்த + வீடு → சொந்த வீடு
பெரிய + யானை → பெரிய யானை

20
மெய் ஈற்றுப் புணர்ச்சி

நிலைமொழி ஈறு மெய் எழுத்தாலும் வருமொழி முதல் உயிர் அல்லது மெய் எழுத்தாலும் அமைய சொற்கள் புணர்வது மெய் ஈற்றுப் புணர்ச்சி எனப்படும். இது மெய் + உயிர், மெய் + மெய் என இருவகைப்படும்.

1. மெய் முன் உயிர் புணர்தல்

மெய் + உயிர்

1. கல், மண், பொன், நெல் என்பன போல் தனிக் குற்றெழுத்தை அடுத்து, சொல் இறுதியில் வரும் மெய்கள், வருமொழி முதலில் உயிர் வரின் இரட்டித்துப் புணரும்.

   கல் + ஐ   → கல் + ல் + ஐ   → கல்லை
   மண் + ஆல் → மண் + ண் + ஆல் → மண்ணால்
   பொன் + ஐ → பொன் + ன் + ஐ → பொன்னை
   நெல் + ஐ   → நெல் + ல் + ஐ   → நெல்லை

   புறப்புணர்ச்சியில் ஈற்றுமெய் இரட்டிக்காது இயல்பாகப் புணரும்.

   சிறுவர்கள் மாங்காய்க்குக் கல் எறிந்தனர்
   விதைப்பதற்குப் போதிய நெல் இல்லை
   இந்த மண் எனக்கு மட்டும் சொந்தம் இல்லை

   கல்கெறிந்தனர், நெல்லில்லை, மண்ணெனக்கு என இவற்றைத் தற்காலத்தில் புணர்த்தி எழுதும் வழக்கு இல்லை.

   மண்ணெண்ணை, நல்லூர், சொல்லாடல் என்பன கூட்டுச் சொற்கள். இவற்றில் இடம்பெற்றுள்ள புணர்ச்சி அகப் புணர்ச்சி.

2. ஏனைய சொற்களின் இறுதியில் வரும் மெய் வருமொழி முதலில் வரும் உயிருடன் இணைந்து உயிர்மெய்யாகும். இதனை இயல்புப் புணர்ச்சி என்பர்.

   பால் + ஐ   → பாலை
   அவர் + ஆல் → அவரால்
   மணமகள் + ஐ → மணமகளை
   பெண்கள் + உக்கு → பெண்களுக்கு

புறப்புணர்ச்சியில் தற்காலத் தமிழில் இத்தகைய மாற்றம் நிகழ்வதில்லை. அதாவது நிலைமொழி ஈற்றுமெய்யும் வருமொழி முதல் உயிரும் இணைந்து உயிர்மெய் ஆவதில்லை.

அவர் எங்கள் ஊரில் இருந்தார். இவ்வாக்கியத்தை அவ ரெங்க ளூரிலிருந்தார் என தற்காலத்தில் நாம் எழுதுவதில்லை.

2. மெய்முன் மெய் புணர்தல்

1. மகர ஈறு

தொகைச் சொல்லாக்கத்தில் மகர ஈற்றின் முன் வல்லினம் வந்தால், மகர ஈறு கெட்டு வல்லினம் மிகும்.

மரம் + கொப்பு → மரக் கொப்பு
மரம் + பெட்டி → மரப் பெட்டி
மரம் + தொட்டில் → மரத் தொட்டில்
வட்டம் + கல் → வட்டக் கல்
மரம் + சட்டம் → மரச் சட்டம்

சில மகர ஈற்றுப் பெயர்கள் வல்லினம் வந்தால் அதற்கு இனமாகத் திரியும்.

மரம் + கொத்தி → மரங்கொத்தி
பழம் + சோறு → பழஞ்சோறு

வேறு சில தொகைச் சொல்லாக்கத்தில் தோன்றும் அம்சாரியையின் மகர ஈறு வல்லினம் வந்தால் அதற்கு இனமாகத் திரியும்.

பனை + கிழங்கு → பனம் + கிழங்கு → பனங்கிழங்கு
தொன்னை + தோப்பு → தென்னம் + தோப்பு → தென்னந்தோப்பு
தென்னை + சாராயம் → தென்னம் + சாராயம் → தென்னஞ்சாராயம்

-கள் என்னும் பன்மை விகுதி மகர ஈற்றுப் பெயர்களுடன் புணரும்பொழுது மகரம் ஙகரமாகத் திரியும்

மரம் + கள் → மரங்கள் நாம் + கள் → நாங்கள்
தாம் + கள் → தாங்கள் படம் + கள் → படங்கள்

தற்காலத் தமிழில் புறப்புணர்ச்சியில் மகர ஈறு வல்லினத்துக்கு இனமாகத் திரிதல் பெருவழக்கு அல்ல. எடுத்துக்காட்டு:

வானமும் கடலும் சந்திக்கும் இடம்
நானும் கண்ணனும் சென்றோம்
மாலனும் தம்பியும் தோழர்கள்

மேற்காட்டியவாறு எழுவதே தற்காலத்தில் பொதுவழக்கு. மேல் உள்ள வாக்கியங்களை வானமுங் கடலுஞ் சந்திக்கும் இடம், நானுங்

கண்ணனுஞ் சென்றோம், மாலனுந் தம்பியுந் தோழர்கள் என புணர்ச்சி விகாரத்துடன் எழுதுவோர் தற்காலத்தில் அரிது.

மகர ஈற்றுப் பெயர்ச்சொற்கள் வேற்றுமை உருபு ஏற்கும்போது அத்துச் சாரியைபெறும்.

மரத்தை	← மரம் + அத்து + ஐ
மரத்தால்	← மரம் + அத்து + ஆல்
மரத்துக்கு	← மரம் + அத்து + கு
மரத்தில்	← மரம் + அத்து + இல்

2. ணகர, னகர ஈறு

ண, ன ஈற்றுச் சொற்களுக்கு முன் வல்லினம் வந்தால் வேற்றுமைப் புணர்ச்சியில் அவை முறையே ட, ற ஆகத் திரியும் என்பது பழைய இலக்கண விதி.

மண் + குடம்	→ மட்குடம்
மண் + பாத்திரம்	→ மட்பாத்திரம்
மண் + சட்டி	→ மட்சட்டி

தற்காலத் தமிழில் இவ்வாறு புணர்த்தி எழுதுவது பெரிதும் வழக்கில் இல்லை. மண்குடம், மண்பாத்திரம், மண்சட்டி, கண்காட்சி, கண்பார்வை என இயல்புப் புணர்ச்சியாக எழுதுவது பெருவழக்காகக் காணப் படுகின்றது. ஆயினும் ஒரு சொல்லுக்குள் நிகழும் அகப்புணர்ச்சி யில் இந்த மாற்றத்தைக் காண்கின்றோம்.

எடுத்துக்காட்டு: காண் + சி → காட்சி

ணகர ஈற்றின் முன் தகரம் வந்தால் அத்தகரம் டகரமாகத் திரிதல் பழந்தமிழ் வழக்கு.

எடுத்துக்காட்டாக: வெண் + தாமரை → வெண்டாமரை

தற்காலத் தமிழில் இவ்வாறு திரிதல் இல்லை.

பயிற்சி

பின்வரும் பழந்தமிழ்ச் செய்யுள் வரியில் இடம்பெறும் ணகர ஈற்றுப் புணர்ச்சியைப் பிரித்து எழுதுக: மண்டிணி கிடக்கைத் தண்டமிழ்க் கிழவர்

னகர ஈற்றுச் சொற்களின் முன் வல்லினம் வரின் னகரம் றகர மாகத் திரிதலும் பழந்தமிழில் பொதுவழக்காக இருந்தது. பொற் சிலை (பொன் + சிலை), பொற்குடம் (பொன் + குடம்), பொற் கொல்லர் (பொன் + கொல்லர்) போன்றவற்றை எடுத்துக்காட்டாகக் கொள்ளலாம். இச்சொற்கள் சிலவற்றை இன்னும் நாம் எழுத்துத்

தமிழில் பயன்படுத்துகின்றோம். இவற்றைப் பழந்தமிழிலிருந்து கடன்வாங்கிய சொற்களாகக் கருதலாம். முற்காலம் *(முன்காலம்)*, பிற்காலம் *(பின்காலம்)*, தற்காலம் *(தன் காலம்)* ஆகிய சொற்களும் இன்று வழக்கில் உள்ளன. இவையெல்லாம் கூட்டுப் பெயர்கள் என்னும் வகையில் அகப்புணர்ச்சியாகும்.

னகர ஈற்றின் முன் தகரம் வந்தால் இரண்டுமே றகரமாகத் திரிதலும் பழந்தமிழில் பொது வழக்காகும்.

பொன் + தாலி → பொற்றாலி
பொன் + தகடு → பொற்றகடு

இத்தகைய புணர்ச்சி தற்காலத் தமிழில் பொதுவாகப் பின்பற்றப் படுவதில்லை.

பொன்தாலி, பொன்தகடு என்றே இவை இயல்புப் புணர்ச்சியாக எழுதப்படுகின்றன.

3. ல, ள ஈற்றுப் புணர்ச்சி

ல, ள, ஈற்றுச் சொற்களின் முன் வல்லினம் வந்தால் அவை முறையே ற, ட வாகத் திரிதல் பழந்தமிழ் இயல்பு. ல் → ற், ள் → ட்

அகப்புணர்ச்சியில் விகுதி சேர்க்கும்போது இப்புணர்ச்சி மாற்றம் இன்றும் வழக்கில் உண்டு. எடுத்துக்காட்டாக:

கல் + கள் → கற்கள்
சொல் + கள் → சொற்கள்
பல் + கள் → பற்கள்
ஆள் + கள் → ஆட்கள்
நாள் + கள் → நாட்கள் / நாள்கள்

நெட்டுயிர்களை அடுத்துவரும் லகர ஈறு இவ்வாறு மாற்றம் அடைவதில்லை. எடுத்துக்காட்டு:

கால் + கள் → கால்கள்
வால் + கள் → வால்கள்
நூல் + கள் → நூல்கள்

தொகைச் சொற்களிலும் இந்த மாற்றம் காணப்படுகின்றது.

கடற்கரை ← *(கடல் + கரை)*
பற்பொடி ← *(பல் + பொடி)*
நெற்பயிர் ← *(நெல் + பயிர்)*
முட்செடி ← *(முள் + செடி)*
மற்போர் ← *(மல் + போர்)*
வாட்படை ← *(வாள் + படை)*

சொற்போர் ← (சொல் + போர்)

நாட்குறிப்பு ← (நாள் + குறிப்பு)

ஆயினும் தற்காலத்தில் தொகைச் சொற்கள் பலவற்றில் இம் மாற்றத்தைத் தவிர்த்து இயல்புப் புணர்ச்சியாக எழுதும் போக்குக் காணப்படுகின்றது. எடுத்துக்காட்டாக:

வெயில்காலம், மக்கள்தொகை, பந்தல்கால், கடல்தொழில், அறிவியல் தமிழ்

ல, ள, ஈற்றின் முன் தகரம் வந்தால் அவை இரண்டுமே றகர, டகரமாகத் திரிதலும் பழந்தமிழ் இயல்பு. எடுத்துக்காட்டாக, தைஇத் திங்கட் டண்கயம்போல என்னும் புறநானூற்றுப் பாடல் வரியில் திங்கள் + தண்கயம் → திங்கட் டண்கயம் எனப் புணர்ந்திருத்தலைக் காண்க. தற்காலத்திலும் சில கூட்டுப் பெயர்களில் இப்புணர்ச்சி காணப்படுகின்றது.

சொல் + தொகை → சொற்றொகை   கடல் + தொழில் → கடற்றொழில்

மக்கள் + தொகை → மக்கட்டொகை

எனினும் இத்தகைய இருவழிப் புணர்ச்சி மாற்றம் தற்காலத்தில் பெரிதும் தவிர்க்கப்படுகிறது. தற்காலத் தமிழில் புறப்புணர்ச்சியில் ல, ள, ஈறு வல்லினத்தின் முன் ற, ட ஆகத் திரியாது இயல்புப் புணர்ச்சியாகவே அமைகின்றது. சில எடுத்துக்காட்டுகளை இங்கு நோக்கலாம்.

இடைக்காலப் புலவர்களில் கம்பர் தலைசிறந்தவர்

நாடாளுமன்றத்தில் பல விவாதங்கள் நடைபெற்றன

தமிழ் மொழியில் கலந்துள்ள பிறமொழிச் சொற்கள்

அவர்களுள் சிலர் கெட்டவர்கள்

நாள்தோறும் விலைவாசி அதிகரிக்கின்றது

ல, ள ஈற்றின் முன் மெல்லினம் வந்தால் அவை ன, ண ஆகத் திரிதல் பழந்தமிழ் இயல்பு

நல் + நூல் → நன்னூல்

கல் + நெஞ்சு → கன்னெஞ்சு

முள் + முடி → முண்முடி

எள் + நெய் → எண்ணெய்

நன்னூல், எண்ணெய் என்பன போல் தற்காலத் தமிழ் வழக்கில் உள்ள பழந்தமிழ்த் தொகைச் சொற்கள் சிலவற்றைத் தவிர ஏனைய தற்காலத் தமிழ்ச் சொற்களில் இம்மாற்றம் நிகழ்வதில்லை. கல் நெஞ்சு, நூல் நயம், பால் மணம், முள் முடி போன்றவற்றை எடுத்துக்காட்டாகக் கொள்ளலாம்.

4. யகர ஈறு

தொகைச் சொற்களில் யகர ஈற்றின் முன்வரும் வல்லினம் மிகும். எடுத்துக்காட்டு: வாய்ச்சொல், தாய்ப்பால், நாய்க்குணம்

தனிக்குறிலை அடுத்துவரும் யகர மெய்யின் முன் மெல்லினம் வந்தால், அம்மெல்லினம் மிகுதல் பழந்தமிழ் இயல்பு. எடுத்துக் காட்டாக:

மெய் + ஞானம் → மெய்ஞ்ஞானம்
செய் + நன்றி → செய்ந்நன்றி
மெய் + மை → மெய்ம்மை

தற்காலத் தமிழில் மெல்லினம் இவ்வாறு இரட்டிப்பதில்லை. மெய்ஞானம், செய்நன்றி, மெய்மை, பொய்மை, கைமாறு என எழுதுதல் இக்கால வழக்காகும்.

5. ரகர ஈறு

தொகைச் சொற்களில் ரகர ஈற்றின் முன் வல்லினம் வந்தால் அவ் வல்லினம் மிகும். எடுத்துக்காட்டாக:

தேர் + சில் - தேர்ச்சில்
தேர் + திருவிழா - தேர்த்திருவிழா
நீர் + கொப்புளம் - நீர்க்கொப்புளம்
வேர் + கடலை - வேர்க்கடலை

ஏனைய சூழல்களில் இயல்புப் புணர்ச்சியாக அமையும்.

6. ழகர ஈறு

தொகைச் சொற்களில் ழகர ஈற்றின் முன் வல்லினம் வந்தால் அவ்வல்லினம் மிகும். எடுத்துக்காட்டு:

தமிழ் + புத்தகம் - தமிழ்ப் புத்தகம்
தமிழ் + கவிதை - தமிழ்க் கவிதை
தமிழ் + தாய் - தமிழ்த் தாய்

ஏனைய சூழல்களில் இயல்புப் புணர்ச்சியாக அமையும்.

பத்தொன்பதாம் நூற்றாண்டின் பிற்பகுதியிலிருந்து தமிழில் நவீன உரைநடை வளர்ச்சி பெற்றதன் விளைவாக, எல்லாருக்கும் எளிதில் பொருள் புலப்படும் வகையில் சொற்களின் வடிவம் சிதையாமல், (புறப்புணர்ச்சியில்) பெரிதும் சந்தி விகாரங்கள் இன்றி எழுதும் மரபும் வளர்ச்சி பெற்றது. தற்காலத் தமிழில் இம்மரபே வேரூன்றி உள்ளது. தற்காலத் தமிழில் வழக்கில் உள்ள புணர்ச்சி விதிகளை அறிந்திருப்பது மாணவர் தம் மொழித் திறனை வளர்த்துக்கொள்ளப் பெரிதும் உதவும்.

பார்வை நூல்கள்

அகத்தியலிங்கம், ச. *(1979) மொழியியல் - சொல்லியல் - 1 பெயரியல் அனைத்திந்தியத் தமிழ்மொழியியல் கழகம், அண்ணாமலை நகர்.*

— *(1982) மொழியியல் - சொல்லியல் - 2 வினையியல் அனைத்திந்தியத் தமிழ்மொழியியல் கழகம், அண்ணாமலை நகர்.*

ஆறுமுக நாவலர் *(1993), தமிழ் இலக்கணம் (இலக்கணச் சுருக்கம்), முல்லை பதிப்பகம், சென்னை.*

சண்முகதாஸ், அ. *(1982) தமிழ்மொழி இலக்கண இயல்புகள், முத்தமிழ் வெளியீட்டுக் கழகம், யாழ்ப்பாணம்.*

சண்முகம், செ.வை. *(1980) எழுத்திலக்கணக் கோட்பாடு அனைத்திந்தியத் தமிழ்மொழியியல் கழகம், அண்ணாமலை நகர்.*

— *(1984) சொல்லிலக்கணக் கோட்பாடு 1 அனைத்திந்தியத் தமிழ் மொழியியல் கழகம், அண்ணாமலை நகர்.*

— *(1986) சொல்லிலக்கணக் கோட்பாடு 2 அனைத்திந்தியத் தமிழ் மொழியியல் கழகம், அண்ணாமலை நகர்.*

— *(1992) சொல்லிலக்கணக் கோட்பாடு 3 மணிவாசகர் பதிப்பகம், சென்னை.*

நன்னூல் விருத்தியுரை, சங்கர, சமச்சிவாயர் இயற்றி, சிவஞான முனிவர் திருத்தியது, கழக வெளியீடு, சென்னை, 1974.

பரந்தாமனார், அ.க. *(1972), நல்ல தமிழ் எழுத வேண்டுமா, சென்னை.*

பரமசிவம், கு. *(1991), இக்காலத் தமிழ் மரபு, கழக வெளியீடு, சென்னை.*

பொற்கோ, *(1985) இலக்கணக் கலைக் களஞ்சியம், தமிழ் நூலகம், சென்னை.*

முத்துச்சண்முகன் *(1980) இக்காலத் தமிழ், முத்துப் பதிப்பகம், மதுரை.*

— *(1986) 'இக்காலத் தமிழில் கூட்டு வினைகள்' மொழியியல் தொகுதி 9, எண் 3, 4. அனைத்திந்தியத் தமிழ் மொழியியல் கழகம், அண்ணாமலை நகர்.*

— *(1988), இக்காலத் தமிழ் வேற்றுமைகள், ஆனந்தா பதிப்பகம், மதுரை.*

வரதராசன், மு. 1996), மொழிநூல், கழக வெளியீடு, சென்னை.

Agesthialingom, S. and Kusalappa Gowda, K. (Ed.) (1976) *Dravidian Case System*, Annamalai University, Annamalai nagar.

Agesthialingom, S. and Rajasekaran Nair, N. (Ed.) (1981) *Dravidian Syntex*, Annamalai University, Annamalai nagar.

Andronov, M. (1969), *A Standard Grammar of Modern and classical Tamil*, NCBH, Chennai.

Annamalai, E. (1985), *Dynamics of Verbal Extension in Tamil*, Dravidian Linguistic Association, Trivandram.

Arokianathan, S. (1981), *Tamil clitics*, Dravidian Linguistic Association, Trivandram.

Lehmann, Thomas (1989), *A Grammer of Mordern Tamil*, Pandicherry Institute of Linguistic and culture, Pondicherry.

Paramasivam, K. (1979), *Effectivity and Causativity in Tamil*, Dravidian Linguistic Association, Trivandrum.

Steevar, S.B. (1983), *A study in Auxiliation: The Grammar of Indicative Auxiliary Verb System of Tamil*, Unpublished Ph. D.dissertation, University of chicago, chicago.

Suseendirarajah, S. (1993), *Jaffna Tamil,* University of Jaffna Publication, Jaffna.

சுட்டி

அகப்புணர்ச்சி 241, 242, 243, 248-252, 255, 257-258
அடிச்சொல் 49, 84, 148, 254
அடிப்படை வடிவம் 49
அடைமொழிப் பொருள் 96
அண்ண ஒலி 21, 22
அண்ண வெடிப்பொலி 22
அதுவாதல் பொருள் 99
அனுபவப் பேறு 101
அரை உயிர் 23
அறியா எழுவாய் 197
அல்ல எதிர்மறையின் பயன்பாடு 202
அல்லது இணைப்பு 210
அல்வழிப் புணர்ச்சி 246
அளபு 32
அளவு உணர்த்தும் வேற்றுமைகள் 167
அஃறிணை 34, 60, 61, 62, 63, 79, 80, 81, 84, 85, 86, 93, 103, 107, 120, 123, 128, 129, 136, 137, 161, 197, 198, 208, 223
ஆ இடைச்சொல் 177
ஆகவே இணைப்பு 213
ஆகார வினா வாக்கியம் 199
ஆக்கப் பெயரடை 161, 163
ஆக்கப் பெயர் 58, 64, 65, 66, 68, 69, 79, 117, 169
ஆடொலி 23
ஆண்பால் 51, 61, 62, 80, 81, 82, 86, 112, 119, 128, 208
ஆனால் இணைப்பு 212
ஆம் இடைச்சொல் 177

ஆய்தம் 29, 31, 32, 33, 34, 35, 250
ஆய்தக் குறுக்கம் 33, 34, 37
ஆய்தத் தொடர்க் குற்றியலுகரம் 35
ஆறாம் வேற்றுமை 104
ஆவது இடைச் சொல் 175, 176, 178, 210
இடம் 5, 8, 18, 27-28, 34, 38, 40-41, 48-49, 51, 55, 74, 79, 86-87, 92, 100, 102, 106-107, 119, 128, 143, 164, 166, 174, 184, 188, 192, 194-196, 202, 211, 220, 234, 237, 255, 257
இடம் உணர்த்தும் வேற்றுமைகள் 166
இடவேற்றுமை 106, 191
இடை உயிர் 17-20, 34
இடைச் சொற்கள் 168
இடைச் சொல் 170, 171, 185
இடைச்சொல் வகைகள் 168
இடைத் தொடர்க் குற்றியலுகரம் 35
இடைநிலை 7-8, 38, 41-42, 44, 49, 52-56, 72, 74-77, 111-114, 119-125, 127, 129-131, 135-139, 143, 147-149, 164, 169, 200, 204, 212
இடைநிலை எழுத்துகள் 41
இடைநிலை மெய்மயக்கம் 42
இடையினம் 20, 21, 254
இடைவினை 121
இணை நிகழ்வுத் தொடர் 226
இதழ் குவிந்த உயிர் 16, 19, 34

இயல்புப் புணர்ச்சி 244, 255, 257-260
இரண்டாம் வேற்றுமை 71, 89, 91-92
இறந்தகால இடைநிலை 112, 122, 123, 125, 139, 143, 164
இறந்தகால வினை 119, 125, 127, 141
இறந்தகாலப் பெயரெச்சம் 135, 162
இறுதிநிலை எழுத்துகள் 40
இலக்கணப் பொருள் 48, 51, 154, 168
இல்லை எதிர்மறையின் பயன்பாடு 200
ஈரிதழ் ஒலி 21-22
ஈரிதழ் வெடிப்பொலி 22
உடன் நிகழ்ச்சி வேற்றுமை 95
உடன் நிலை மெய்மயக்கம் 42
உடன்பாடு 199-203
உடம்படு மெய் 53, 248-250
உடைமை வேற்றுமை 104-106, 246
உதட்டுப் பல் ஒலி 21, 23
உம் இடைச் சொல் 170, 171
உம் இணைப்பு 207
உயர்திணை 51, 60-64, 79-84, 86, 92, 93, 103, 107, 128, 197, 208
உயர்திணை மரியாதை ஒருமைப் பெயர்கள் 82
உயிரளபெடை 31, 37
உயிர் ஈற்றுப் புணர்ச்சி 6, 248, 252
உயிர் எழுத்து 15-19, 29-30, 38, 40, 42, 249, 250
உயிர் எழுத்துகளின் உச்சரிப்பு முறை 16
உயிர் எழுத்துகளின் ஒலி வேறுபாடு 18

உயிர்த் தொடர்க் குற்றியலுகரம் 35
உயிர் முன் உயிர் புணர்தல் 248
உயிர்முன் மெய் புணர்தல் 251
உயிர்முன் மெல்லினம், இடையினம் புணர்தல் 254
உயிர்முன் வல்லினம் புணர்தல் 251, 252
உயிர்மெய் எழுத்து 15, 29, 30, 40, 183, 244
உயிர்மெய் எழுத்துகளின் அமைப்பு 29
உருபு 9, 53-54, 57-59, 61-64, 70-73, 76, 83, 89-90, 92-108, 110-111, 115, 144, 148-149, 168-169, 189, 191, 196-198, 204, 207, 223, 233, 236, 238, 246-247, 249, 253, 257
உறவுப் பொருள் 99
உளப்படுத்தாத் தன்மைப் பன்மை 59-60
உளப்பாட்டுத் தன்மைப் பன்மை 59
உவமைத்தொகை 71, 72
எச்ச வாக்கியத் தொடர்கள் 220
எச்சவினை 5, 118, 135
எட்டாம் வேற்றுமை 108
எண் 5, 7, 18-20, 37, 42, 51, 58, 79, 80, 84, 86, 89-90, 101, 111, 119, 128, 135, 140, 148, 160-161, 163, 168, 170-174, 176, 178, 192, 196, 203, 218, 247, 250, 259, 261
எதிர்கால இடைநிலை 75, 120, 122
எதிர்கால வினை 119, 126-128, 137, 141, 200, 212
எதிர்காலப் பெயரெச்சம் 135, 136
எதிர்மறை 52, 74, 76-77, 111-112, 118, 129-132, 137, 140, 143,

169-177, 196, 199-204, 212-214, 229-230, 249, 252
எதிர்மறை இடைநிலை 52, 74, 76- 77, 111, 129-131, 169, 200
எதிர்மறை ஏவல் 130-131, 200
எதிர்மறை நிபந்தனை எச்சத் தொடர் 230
எதிர்மறை நிபந்தனை வினையெச்சம் 143
எதிர்மறை வாக்கியம் 171, 199, 200
எதிர்மறை வினைமுற்று 129, 201
எதிர்மறைப் பெயரெச்சம் 137
எல்லைப் பொருள் 100-103
எழுத்தின் பரம்பல் 5, 38
எழுத்தியல் 5, 13
எழுத்து 5, 7, 9-10, 15, 16-21, 23, 26-34, 38-42, 47, 55, 61, 66, 68, 85, 183, 204, 244-246, 248-252, 254, 257
எழுத்துக் கூட்டல் 9
எழுவாய் 61-62, 79-80, 86-91, 108, 116, 119, 128-129, 147-148, 151, 176, 181-183, 188-189, 192-194, 196-198, 204, 207-209, 214-217, 224-225, 228-234, 246
எழுவாய் அற்ற வாக்கியம் 196-197
எழுவாய் வேற்றுமை 89, 246
எழுவாய்த் தொடர் 182, 183, 192, 207, 208, 209, 231
ஏகார இடைச்சொல் 174
ஏதுப் பொருள் 102, 104
ஏழாம் வேற்றுமை 72, 106
ஏவல் ஒருமை வினைமுற்று 131
ஏவல் பன்மை வினைமுற்று 131
ஏவல் வினைமுற்று 118, 130
ஐகாரக் குறுக்கம் 32

ஐந்தாம் வேற்றுமை 102
ஒட்டு 49-50, 112
ஒன்றன்பால் பெயர்கள் 84
ஒப்புப் பொருள் 102-103
ஒரே வகையாக உச்சரிக்கப்படும் மெய் எழுத்துகள் 26
ஒற்றளபெடை 32, 37
ஒற்று 32, 64
ஒலிவடிவம் 15
ஓகார இடைச் சொல் 172-173, 175
ஔகாரக் குறுக்கம் 33
கடப்பாட்டு ஏவல் 132
கடை அண்ண ஒலி 22
கடை அண்ண வெடிப்பொலி 22
கருவி வேற்றுமை 89, 93, 104, 144, 209
கலப்பு வாக்கிய அமைப்பு 5, 219
கலப்பு வாக்கியம் 186, 206, 219, 222, 234
கலப்புறு பொருள் 96
காரண வேற்றுமைத் தொடர் 222
காரணப் பொருள் 94, 99, 100
காரணவினை 149, 151, 152, 153
காலக் குறிப்பு 101
காலத் தொடர்ச்சி உணர்த்தும் வேற்றுமைகள் 166
காலப் பயன்பாடு 125, 127
காலம் உணர்த்தும் வேற்றுமைகள் 165
கிரந்த எழுத்து 10, 21, 39, 41
கீழ் இடை உயிர் 18
கீழ் உயிர் 17
குறிப்பு வினை 111, 114-117, 161, 203
குறில் 15-16, 18, 31, 32, 33, 35, 68
குற்றியலிகரம் 36-37
குற்றியலுகரப் புணர்ச்சி 250
குற்றியலுகரம் 8, 19, 34-36, 250-251

கூட இடைச் சொல் 176-177
கூட்டு வாக்கிய அமைப்பு 207
கூட்டு வாக்கியம் 186, 205
கூட்டுப் பகுதி 50
கூட்டுப் பெயரின் அமைப்பு 70
கூட்டுப் பெயர் 58, 69-71, 73-74,
    249, 258-259
கூட்டுயிர் 16
கூட்டுவினை 112-114, 140, 142,
    154-155, 164-165
கூட்டுவினை ஆக்கம் 113, 140, 142
கூட்டுவேற்றுமை 164-165
கெடுதல் 54, 245
கொடை வேற்றுமை 97-98, 103, 197
கொடைப் பொருள் 98
சந்தி 16, 49, 54-56, 92, 120, 122-123,
    141, 153, 176, 229, 243, 256, 260
சந்தியக்கரம் 16
சமநிலை ஆக்கம் 206, 216
சமன்பாட்டு வாக்கியம் 188
சாரியை 49, 53-56, 62-64, 97-98,
    105, 106, 129, 169, 256, 257
சார்பு நிலைத் தொடர் 219
சார்பெழுத்து 5, 15, 29
சார்பெழுத்தும் அதன்
    வகைகளும் 5, 29
செயப்படுபொருள் 88, 91, 145,
    146, 147, 148, 150, 193, 194,
    209, 232
செயப்படுபொருள் குன்றா
    வாக்கியங்கள் 193-194
செயப்படுபொருள் குன்றா
    வினை 145-148, 150, 193
செயப்படுபொருள் குன்றிய
    வினை 145-147, 150, 193
செயப்படுபொருள் வேற்றுமை
    91, 209, 232
செயப்பாட்டு வினை 147-149

செய்தால் எச்சத் தொடர் 211, 228
செய்தால் என்னும் வாய்ப்பாட்டு
    வினையெச்சம் 143, 228
செய்து எச்சத் தொடர் 211, 220,
    222-224
செய்து என்னும் வாய்ப்பாட்டு
    வினையெச்சம் 127, 139-140,
    155, 215
செய்து வினை எச்ச இணைப்பு 214
செய்ய எச்சத் தொடர் 211,
    220-221, 224
செய்ய என்னும் வாய்ப்பாட்டு
    வினையெச்சம் 141, 142, 217,
    219, 249, 252
செய்ய வினை எச்ச இணைப்பு 217
செய்வினை 32, 147, 148, 149
சொற்பொருள் 48, 82
சொற்றொடர் 182, 184, 190
சொற்றொடர் வகைகள் 184
சொல் வகைகள் 5, 57, 110, 112, 168
சொல்லின் அமைப்பு 5, 47, 112
சொல்லியல் 5, 45, 261
சொல்லுருபு 90-91, 94-95, 100,
    102, 107, 169
தகுதிப் பொருள் 99
தடை ஒலி 20, 22
தத்தம் பொருள் உணர்த்தும்
    இடைச் சொற்கள் 169
தனிவாக்கியத்தில் சொல்
    ஒழுங்கு 195
தனிநிலை வாக்கியத் தொடர் 205
தனிப் பெயரடை 161, 162
தனி வாக்கிய அமைப்பு 188
தனிவாக்கியம் 187
தனிவினை 112, 113, 164
தனிவேற்றுமை 164
தன்மை 7, 10-12, 22-23, 51, 59, 60,
    86, 95, 99, 116, 128, 130, 147,

160, 165, 172, 174, 183, 193, 196, 197, 203, 209, 225, 247
தன்மைப் பெயர்கள் 59, 86, 209
தன்வினை 149, 150, 151, 152, 153
தலைமை வாக்கியத் தொடர் 206, 222, 224-226, 228, 234, 236
தான் இடைச்சொல் 174
திணை 5, 34, 51, 60-64, 69, 79-84, 86, 89-90, 92, 93, 103, 107, 111, 119, 128-130, 135, 148-149, 155, 169, 192, 196-197, 203, 208
திரிதல் 34, 54, 109, 245, 246, 256, 257, 258, 259
துணைநிலை ஆக்கம் 206
துணைநிலைத் தொடர் 206, 225, 226, 229, 235, 236
துணைவினை 127, 143, 224, 229
தெரிநிலை வினை 114-115, 118-119, 128, 148
தெரிநிலை வினைமுற்றின் அமைப்பு 119
தெரிநிலை வினைமுற்று 118-119, 128, 148
தெரிநிலை வினைமுற்று காலம் காட்டுதல் 119
தொகைச் சொற்கள் 50, 71, 73, 249, 259
தொகைநிலைத் தொடர் 9, 71, 73-74
தொடரியல் 5, 8-9, 130, 179, 181
தொடர்கால வினை 127
தொழிற்பெயர் 8, 48, 51, 58, 68, 69, 74-77, 79, 169, 204, 235, 236, 237, 238
தோன்றல் 54, 245
தோன்றா எழுவாய் 196-197
நடு உயிர் 17
நடு பின் உயிர் 18
நடு முன் உயிர் 18
நான்காம் வேற்றுமை 97, 197, 253
நிகழ்கால இடைநிலை 119, 120
நிகழ்கால வினை 119, 125-126, 217
நிகழ்காலப் பெயரெச்சம் 136
நிபந்தனை வினை எச்சம் 143, 144, 170, 172
நிரப்பித் தொடர் 234-238
நிலைமொழி 244-246, 248-249, 252, 255-256
நீங்கல் வேற்றுமை 102, 209, 232, 233
நுனி அண்ண ஒலி 21
நுனிஅண்ண வெடிப்பொலி 20, 22-23
நெடில் 15, 16, 18, 32, 35, 141, 250
நெடில் தொடர்க் குற்றியலுகரம் 35
பகாப்பதம் 47, 48, 57
பகுதி 9, 11, 17, 19, 34, 36, 49-57, 103, 111-112, 118, 164, 199, 260
பகுபத உறுப்புகள் 49, 54-55, 241
பகுபதம் 48, 51, 57
படர்க்கை 59-62, 76-77, 86, 108-109, 112, 116, 119, 130, 174, 193, 196, 197, 208, 209, 247
படர்க்கைத் தற்சுட்டுப் பெயர் 61
படர்க்கைப் பெயர் 59-62, 86, 108-109, 116, 196-197, 208, 247
பண்புத்தொகை 71, 72, 254
பயனிலை 79-80, 82, 86-87, 89, 90, 100, 108, 115-116, 118, 141-142, 144, 161-162, 176, 182-183, 187-199, 201-203, 207-209, 212, 214, 217, 221-222, 229, 232, 237
பயனிலைத் தொடர் 108, 182-183, 207

பலர்பால் பெயர்கள் 82-84
பலவின்பால் பெயர்கள் 85
பல் ஒலி 21,
பல் வெடிப்பொலி 22
பால் 5, 9-10, 19, 23-26, 29, 31-33,
    36, 40, 51-53, 55, 58, 61-62,
    66, 69, 73, 79-86, 89-90, 94,
    100, 107-112, 115, 119-123,
    128-130, 135-137, 144, 148-149,
    154, 155, 161-162, 167-169,
    176-178, 183, 185, 189-190,
    192, 196-198, 203, 204, 208-209,
    211, 214, 216, 219, 221-223,
    227, 236, 242, 255, 259, 260
பால் விகுதி 81, 82, 84, 129, 149,
    155, 168, 169, 196, 204, 208
பால் விகுதி பெறாத பெயர்கள் 82
பால் விகுதி பெறும் பெயர்கள் 81
பின் உயிர் 17-18, 34
பிறவினை 149-153
புணரியல் 6, 239
புணர்ச்சி பற்றிய விளக்கம் 241
புணர்ச்சி வகைகள் 241
புணர்ச்சியில் உடம்படுபெய்
    சேர்த்து எழுதவேண்டிய
    இடங்கள் 248, 249
புணர்ச்சியில் உடம்படுமெய்
    சேர்த்து எழுத வேண்டிய
    இடங்கள் 248, 249
புறப் புணர்ச்சி 243, 248, 252
பெண்பால் 51, 61-62, 80-82, 86,
    128, 208
பெயரடை 5, 57, 58, 69, 70, 110,
    160, 161-163, 167, 184-185, 194,
    210, 212, 213, 254
பெயரடைகள் அடுக்கி வருதல்
    163
பெயரடைத் தொடர் 184-185, 210

பெயரெச்சத் தொடர் 71, 210-211,
    220, 231- 232
பெயரெச்சம் 8, 51, 135-137,
    160-162, 254
பெயர்ச்சொல் 57-58, 70-72, 79,
    88-89, 91-93, 105, 113, 160, 170,
    175, 182, 184, 191, 235, 236,
    253, 269
பெயர்த் தொடர் 182-184, 188,
    191, 193-195, 203, 204, 209,
    211, 221-222, 231-233, 235-238
பெயர்த் தொடர் நிரப்பி 235
பெயர்ப் பயனிலை 89, 115, 116,
    162, 188-191, 202, 229
பெயர்ப்பயனிலை கொண்ட
    வாக்கிங்கள் 188-191, 202, 229
பொது வினைகள் 146, 147
பொருள் விளக்கத் தொடர் 221,
    223
மகரக் குறுக்கம் 33, 37
மட்டும் இடைச்சொல் 175
மரியாதை ஒருமை 60, 82-83, 128,
    131-132
மரியாதை ஒருமைப் பெயர்கள் 82
மருங்கொலி 23
மாத்திரை 16, 20, 29, 31-34, 36, 217
மாற்றுப் பெயர் 58, 61, 63
மாற்று வினா இணைப்பு 212
முடிப்பு வாக்கியத் தொடர் 224
முதலாம் வேற்றுமை 89, 197, 246
முதல் எழுத்து 15, 29, 85, 248
முதல் வினை 140, 142, 153, 154,
    155, 156, 157, 158, 159, 230
முதல்நிலை எழுத்துகள் 38
முன் உயிர் 17-19, 20, 248, 255
முன்னிலை 59-62, 86, 108, 116,
    128, 130-131, 133, 193,
    196-197, 203, 209, 247

முன்னிலைப் பெயர் 59, 60, 61, 86, 193, 247
முறை உணர்த்தும் வேற்றுமைகள் 166
முறைமை வேற்றுமை எச்சத் தொடர் 227
முற்றியல் உகரம் 19, 34
முற்று வினை 118
க்கொளி 21, 22, 23
ன்றாம் வேற்றுமை 73, 88-89, 93, 95
லப் பொருள் 94, 99
விடப் பெயர் 58-59, 61, 97, 105, 109
மென்றொடர்க் குற்றியலுகரம் 35
மெய் எழுத்து 15, 19- 21, 23, 26, 29-30, 39-42, 183, 244
மெய் எழுத்துகளின் உச்சரிப்பு முறை 21
மெய் எழுத்துகளின் ஒலி வேறுபாடு 23
மெய் ஈற்றுப் புணர்ச்சி 255
மெய் முன் உயிர் புணர்தல் 255
மெய்முன் மெய் புணர்தல் 256
மெல்லினம் 20, 21, 254, 259, 260
மெல்வினை 121, 125, 147
மேல் பின் உயிர் 18, 34
மேல் முன் உயிர் 18
வரிவடிவம் 15, 244
வருடொலி 23
வருமொழி 244-246, 248-250, 252, 255, 256
வரையறைப் பொருள் 97, 175
வல்லினம் 20, 21, 85, 247, 251-258, 260
வல்வினை 120, 121, 122, 125, 147
வளை நா ஒலி 22
வளை நா வெடிப்பொலி 22

வாக்கிய இணைப்பு 5, 141-142, 205, 207- 208, 214
வாக்கிய இணைப்பும் எழுவாய் பயனிலை இயைபும் 208
வாக்கியத் தொடர் 185, 186, 205-206, 210-211, 213-215, 217, 219, 220, 222-226, 228, 229, 234, 236
வாக்கியமும் வாக்கிய உறுப்புகளும் 5, 181
வாக்கியம் 8-9, 88, 90, 99, 108, 125, 137, 142, 144, 162, 171, 176, 181, 182, 185-189, 195-201, 205-208, 212, 214-217, 219, 222-224, 226, 228, 230, 231-237, 242
வாக்கியவியல் 9, 181
விகாரப் புணர்ச்சி 244, 245
விகாரம் 49, 55, 56, 242, 245, 246
விகுதி 48-58, 63-66, 68, 72, 74-77, 79, 81-87, 109, 111-113, 116, 119, 121, 127-133, 135, 140-144, 148, 149, 152, 155, 161, 163-165, 168, 169, 189, 192-193, 196-197, 203, 204, 208-209, 212, 244, 256, 258
வினா வாக்கியம் 173, 198, 199, 210, 212
வினாச் சொற்கள் 198, 199
வினாப் பெயர் 62-63, 84, 171, 173, 175
வினை தொக்கிய வாக்கியங்கள் 189, 190, 191
வினைச்சொற்கள் 48, 52, 54, 64-65, 68-69, 86, 87, 110-114, 116, 118, 120, 124-125, 138, 145, 147, 149, 153, 168, 246
வினைச்சொல் 57, 70, 88, 110-114, 138, 182-185, 191, 234

வினைச்சொல் வகைகள் 112
வினைச்சொல்லின் அமைப்பு 112
வினைத் தொடர் 182-184, 188, 231
வினைத்தொகை 71, 72, 73, 254
வினைத்தொடர் நிரப்பி 234
வினைப் பயனிலை 188-193, 195
வினைப் பயனிலை கொண்ட வாக்கியங்கள் 188, 191, 193
வினையடி 69, 72, 74-77, 79, 112-114, 119, 123, 127-129, 131-132, 135-137, 139-143, 146, 148, 164, 203-204
வினையடை 5, 57, 58, 69, 97, 101, 102, 110, 111, 160, 163, 164, 165, 166, 167, 184, 185, 189, 194, 195, 204, 209, 210, 211, 212, 213, 222, 227, 253
வினையடை ஆக்கி 97
வினையடைகள் அடுக்கி வருதல் 167
வினையடைத் தொடர் 184-185, 209-222

வினையாலணையும் பெயர் 58, 76-77, 79, 116
வினையெச்சம் 8, 51, 127, 135, 138, 139
வியங்கோள் வினைமுற்று 118, 132
விருப்பு ஏவல் 132
விளி வேற்றுமை 88, 108, 109, 246
வெளிப்படை எழுவாய் 196
வேற்றுநிலை மெய்மயக்கம் 42, 43
வேற்றுமை 5, 9, 51, 53-54, 57-59, 61-64, 70-73, 76, 88-93, 95, 97-98, 102-106, 108-111, 115-116, 144, 168, 169, 189, 191, 197, 209, 232, 233, 236, 246-247, 253, 257, 261
வேற்றுமை உருபு 9, 53-54, 57-59, 61-64, 70-71, 76, 90, 92, 102, 105, 106, 110-111, 115, 144, 168-169, 189, 191, 197, 236, 246, 247, 253, 257
வேற்றுமைத் தொகை 71, 72, 253
வேற்றுமைப் புணர்ச்சி 246, 257

குறிப்புகள்

குறிப்புகள்